భమిడిపాటి గౌరీశంకర్

విస్తృతి

(వ్యాస భూషణం)

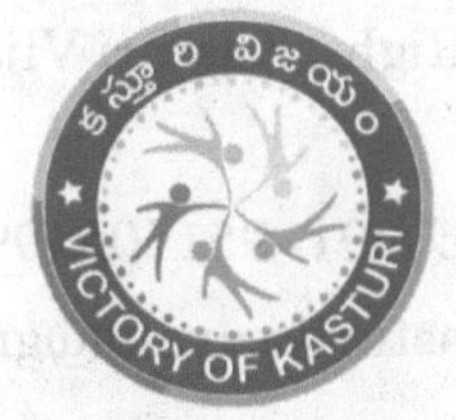

భమిడిపాటి గౌరీశంకర్

Vistruti

Vyasa Bhushanam

Author: Bhamidipati Goury Shankar

ISBN (Paperback): 978-93-5780-103-4

ISBN (E-Book): 978-81-960876-9-2

Print On Demand

Copy Right: Kasturi Vijayam

Ph:0091-9515054998

Email: Kasturivijayam@gmail.com

Book Available
@
Amazon, flipkart, Google Play, ebooks, Rakuten and KOBO

అంకితం

నా బాల్య మిత్రుడు, శ్రేయోభిలాషి

శ్రీ కె. చంద్రశేఖర్ (విశాఖపట్నం)కు స్నేహపూర్వకంగా.......

డా. ర్యాలి శ్రీనివాసు

తెలుగు లెక్చరర్, వియస్ఎం కళాశాల,

రామచంద్రపురం,

డా.బిఆర్ అంబేద్కర్ కోనసీమ జిల్లా, ఆంధ్ర

పరిశోధనలో మేటి భమిడిపాటి

అంతరంగం

ఆధునిక సాహిత్య ప్రక్రియల్లో వ్యాసరచనకున్న స్వేచ్ఛ మరే ప్రక్రియకూ లేదు. అయితే రచయితకు పరిణామ శీలతపై ప్రత్యేక దృష్టి అవసరం. అందుకే రచన చేసేటప్పుటు పరిధికిమించిన విషయాలు ఇవ్వకపోవడం వల్ల వ్యాసం చదువరులకు చేరవలసినంత చేరుతుంది. వ్యాస ప్రయోజనం ప్రధానంగా రెండు విషయాలపైనే ఆధారపడి ఉంది. ఒకటి విజ్ఞానదాయకంగా కొనసాగడం. రెండు ఆలోచింపచేసే శక్తిని నింపడం. ఈ రెండు అందివ్వలేని ఆ వ్యాసం నిష్ప్రయోజనం.

పరిశోధకులకు ప్రయోజనకారి వ్యాసం

వ్యాస రచనలపై శ్రద్ధ కనబరిచేవారి సంఖ్య తగ్గుతుందనే చెప్పాలి. విశ్వవిద్యాలయ పరిధిలో నిర్వహించే సదస్సులపై యుజిసి కాస్త వెనక్కు తగ్గడంతో జాతీయ, అంతర్జాతీయ సదస్సుల నిర్వహణ గత దశాబ్దకాలంగా తగ్గిందనే చెప్పాలి. కళాశాలలు అటానమస్ హొదాలో వీటని నిర్వహించవలసి ఉన్నా నామ మాత్రమంగానే ఇవి కొనసాగుతున్నాయి. అయినప్పటికీ వ్యాసరచయితలు అరకొటిగానే వ్యాస రచనలు చేస్తుండటం మనం చూస్తానే ఉన్నాం! ఏవైనా సంస్థలు వీటని నిర్వహిస్తున్నా దానికి విలువ లేదని ఐఎన్ సంఖ్యతో వచ్చేవి పెద్దగా ఉపయోగం ఉండవనే మాటలు వింటున్నాం! అసలు ఒక వ్యాసం తయారుచేయడానికి చేయవలసిన కృషి ఎంతవరకు రచయిత సాగిస్తున్నారు అనేది సందేహంగానే కనిపిస్తుంది. వ్యాసానికి అంశం తీసుకున్న రచయిత విషయ సేకరణలో పడే అవస్థలు వర్ణనాతీతం.

పరిశోధకులకు సాహితీ వ్యాసాలు చాల ప్రయోజనకారిగా నిలుస్తాయి. భమిడిపాటి గౌరీశంకర్ వంటి సీనియర్ వ్యాసకర్తలు చేసే రచనా వ్యాసాంగం నేటి కాలంలో పిహెచ్ఐ, పోస్ట్ డాక్టరేట్ చేసేవారికి మార్గ దర్శకంగా నిలుస్తాయనడంలో సందేహం లేదు. ప్రాచీన, సమకాలీన అంశాలపై ప్రత్యేక దృష్టి సారించి భమిడిపాటి చేసిన రచనలు ఆమూలాగ్రం ఆలోచింపజేస్తున్నాయి. ఎన్నో సందేహాలకు ఈయన వ్యాసాలు సమాధానాలను అందిస్తాయనడంలో సందేహం లేదు.

వస్తువు ఎంపికలో నూతనత్వం

భమిడిపాటి సాహితీ వ్యాసాల్లో వస్తువు ఎంపిక నూతనత్వంతో కూడుకుంది. ప్రాచీన సాహిత్యాంశాలు నేటి కాలానికి ఏవిధంగా ఉపయోగపడతాయో రామాయణం సామాజిక ప్రయోజనం వంటి వ్యాసాలు మనకు వివరిస్తున్నాయి.

వ్యాస రచయిత ఎంపిక చేసుకున్న వస్తువు తనతో అవినాభావ సంబంధమున్న అంశాలకు చెందినవైతే అంశం లోతులు పాఠకులమైన మనమూ దర్శించగలుగుతాం! ప్రాంతీయ అస్తిత్వం తాలూకు వాస్తవాలు ఇలాంటి వ్యాసాల్లోనే బయటపడుతుంటాయి. "శ్రీకాకుళ ఉద్యమ స్ఫూర్తిగీతం– మరో ప్రస్థానం" అనే వ్యాసముఖ్యోద్దేశం భమిడిపాటి ప్రాంతీయాభిమానమే కావచ్చు, కానీ అడుగంటిన చరిత్రలన్నీ కావాలిప్పుడు అన్న శ్రీశ్రీ మాటలు రచయితకు స్ఫూర్తిగా నిలిచినట్లు ఈ వ్యాసం ద్వారా తెలుస్తుంది. మరో ప్రస్థానంలో శ్రీకాకుళ ఉద్యమ నేపథ్యం, దాని జన్యత్వం వ్యాసకర్త మనకు వివరించడం జరిగింది.

వ్యాసకర్త కథారచయిత కావడం వల్లనేమో ఎక్కువగా కథా రచయితలు, కథల్లోని అంశాలపై సమీక్షలు చేసారు. అలాగే ప్రాచీన కవిత్వంలోని శిల్పం, సామాజిక ప్రయోజనాలను ఈయన వ్యాసాల్లో తెలియజేయడం జరిగింది.

వ్యాసాల్లో ప్రధానంగా చర్చించే అంశమేమంటే ఏ వ్యాసం రాసినా రచయిత కోణం అంటూ ఒకటి ఉంటుంది. అది రచనా శైలి, వస్తువు ఎంపిక మొదలైనవి కావచ్చు. కానీ వ్యాసం ముగింపులో రచయిత తాను ఇచ్చే సూచనను గానీ సందేశాన్ని గానీ నింపితేనే వ్యాసం యొక్క జన్యత్వం నిలబడుతుంది. వ్యాసకర్త మంచి రచయితగా పేరొందడానికి దారితీసే అంశాల్లో ఇదొకటిగా మనం చెప్పవచ్చు. ప్రతి రచనలోనూ అంతర్గతంగా దాగున్న సత్యాలను పాఠకులకు నిశితంగా అందించడంలో గౌరీశంకర్ ఒక విలక్షణతను వ్యక్తీకరించడం ఈ "విస్తృతి" వ్యాస సంపుటిలో చూస్తాం. కేవలం వ్యాసాన్ని మనం చదివి వదిలిపెట్టడం కాక, భవిష్యత్తు తరాలకు ప్రాచీన ఆధునిక సాహిత్య ప్రక్రియల్లో కాలనుగుణంగా వస్తున్న మార్పులను తెలియజేసే బాధ్యతను అటు రచయితలు, పాఠకులు గుర్తెరగాలి. అప్పుడే ఈ వ్యాస పరిమళపు ఆస్వాదన అందరికీ అందుతుంది.

ఈ "విస్తృతి"లో 41 వ్యాసాలుతో సంకలనం తీసుకువచ్చే ప్రయత్నం చేసిన భమిడిపాటి పాఠకులను ఆకట్టుకునే శైలిని పాటిస్తూ రచనలు చేసారు. ఆయన శ్రమకు అభినందనలు తెలియజేస్తూ సమకాలీన సాహిత్య ప్రక్రియలపైనా ఒకింత దృష్టి సారించి మరో వ్యాస సంకలనం అందివ్వగలరని ఆశాభావం వ్యక్తం చేస్తున్నాను.

మీ

గోదావరి కవి డా.ర్యాలి శ్రీనివాసు

డా. పులఖండం శ్రీనివాసరావు

ప్రిన్సిపల్

రాష్ట్రస్థాయి ఉత్తమ అధ్యాపక పురస్కార గ్రహీత

శ్రీ గాయత్రి కాలేజ్ ఆఫ్ సైన్స్ & మేనేజ్మెంటు

శ్రీకాకుళం

అభినందన చందనం

సౌమ్యశీలి, నిరాడంబరుడు, సహృదయయుడు సజ్జన సాంగత్యాభిలాషి, నిగర్వి, ప్రచారాపేక్ష నిరపేక్షక, కథ, వ్యాస రచయిత శ్రీ భమిడిపాటి గౌరీశంకర్ కలంనుండి జాలువారిన వ్యాస భూషణం "విస్మృతి" పేరుతో సంకలనంగా తీసుకురావడం సంతోషదాయకం. ఈ సంకలనంలోని వ్యాసాలన్ని జాతీయ, అంతర్జాతీయ సదస్సులలో ఎంపిక కాబడి ప్రచరితమైనాయి. అలాగే వివిధ మాస, పక్ష, దినపత్రికల్లోనూ ముద్రింపబడినాయి.

ఈ పుస్తకం గౌరీశంకర్ కు వివిధ సాహితీ అంశాల పట్ల ఉన్న అవగాహనను తెలయజేస్తుంది. రచయిత సామాజిక జీవనం చేస్తూ సామాజిక అంశాలపై స్పందిస్తూ అక్షర మణిదీపాలను వెలిగించి, దోషరహిత సమాజ పురోగమనానికి దారి చూపించే మార్గదర్శి. అటువంటి సమున్నత భావ గాంభీర్యత కలిగిన శ్రీ భమిడిపాటి మరిన్ని రచనలతో లోకాన్ని ప్రదీప్తం చేయాలని ఆకాంక్షిస్తూ ఆయనకు మనస్ఫూర్తిగా అభినందన చందనాలు అర్పిస్తున్నాను.

డా॥ పులఖండం శ్రీనివాసరావు

కృతజ్ఞతలు

"విస్మృతి" పేరుతో వ్యాసభూషణంకు మంచి అవకాశం కలిగింది. ఈ వ్యాస సంకలనం తీసుకురావడంలో తెరవెనుక మిత్రుల కృషి శ్లాఘనీయం.

మృదుస్వభావి, స్నేహశీలి నన్ను అన్నిరకాలుగా ప్రోత్సహించే శ్రేయోభిలాషి, గురజాడ విద్యాసంస్థల అధినేత శ్రీ జి.వి. స్వామినాయుడు గారికి ప్రత్యేక కృతజ్ఞతలు. నన్ను నిరంతర ప్రోత్సహిస్తూ ముందుకు నడిపిస్తున్న గురుతుల్యులు, స్నేహశీలి, మధురవాచస్పతి, సాహితీమూర్తి... మా కళాశాల ప్రిన్సిపల్ డా. పులఖండం శ్రీనివాసరావు గారికి సర్వదా కృతజ్ఞుణ్ణి.

ఈ పుస్తకం ఇంతందంగా తయారు చేయడంలో సాహితీ గోదావరి పత్రికా సంపాదకులు, గోదావరి కవిగా సుప్రసిద్ధులు డా.బిఆర్ అంబేద్కర్ కోనసీమ జిల్లా రామచంద్రపురం వి.యస్.ఎం కళాశాల తెలుగు విభాగాధిపతి డా. ర్యాలి శ్రీనివాసు గారికి, కృతజ్ఞతాపూర్వక అభినందనలు.

అలాగే మంచి మిత్రులు, సీనియర్ జర్నలిస్టు శ్రీ సదాశివుని కృష్ణగారికి, నా మిత్రులు చందు, చిన్ని, కామేశ్వరరావు, శ్రీ & శ్రీమతి వారణాసి సత్తిబాబు గారికి, నా సోదరుడు శ్రీ జగన్నాధరావు, మరదలు, వదినలకు సర్వదా కృతజ్ఞుణ్ణి. పుస్తక ముద్రణ చేసిన ముద్రాపకులు లోకేష్ గారికి, వారి సిబ్బందికి కృతజ్ఞతలు తెలియజేసుకుంటున్నాను.

-- భమిడిపాటి గౌరీశంకర్

వ్యాస తూణీరములు

1.శ్రీకాకుళ ఉద్యమ స్ఫూర్తిగీతం –'మరో ప్రస్థానం'

"మాంచాలను కొలుస్తారు, మల్లమ్మను తలుస్తారు

ఝూన్సీలక్ష్మీభాయికీ భాష్పధార విడుస్తారు

సరోజినీదేవి ఫొటో పటం కట్టి పొగుడుతారు

పంచాద్రి నిర్మలంటే భయంపట్టి వణుకుతారు

తెల్లవాడు నిన్నున్నాడు భగత్సింగు అన్నాడు.

నల్లవాడు నువ్వు నేడు నక్సలైట్ అన్నాడు".

సదృశ్య ఆశయాలతో, సమానమైన ఆకాంక్షలతో, నిర్దిష్ట లక్ష్యాలతో, ఏకోన్ముఖమైన దృక్పథంతో, సైద్ధాంతిక పునాదితో సాగే కార్యచరణ ప్రధానమైన సంఘటిత ప్రయత్నం ఉద్యమం. నిర్దిష్ట లక్ష్యాలను నిర్దేశిస్తూ సైద్ధాంతిక అవగాహనను అందిస్తూ వ్యవస్థ స్వరూప స్వభావాలను విశ్లేషిస్తూ, పరిస్థితులను మార్చటానికి కావలసిన దృక్పథాన్ని వివరిస్తూ సంఘటితం కావలసిన అవసరాన్ని ఉద్బోధిస్తూ ఆశయాలను, ఆకాంక్షలను ప్రతిఫలిస్తూ, తదనుగుణమైన కార్యచరణను ప్రబోధిస్తూ ప్రజలకు సన్నిహితంగా ఉండే రూపంలో, భాషలో వెలువడే సాహిత్యమే ఉద్యమ సాహిత్యం. 1940 మందసా ప్రాంతంలో రైతలు ప్రతిఘటన సందర్భంగా ఆత్మత్యాగం చేసిన గున్నమ్మను గురించి దాసరుల పాటలు, గంగిరెడ్లు పాటలతో శ్రీకాకుళం పోరాట సాహిత్యం ప్రారంభమవుతుంది. 1967 ప్రాంతంలో పోరాటం ఉద్యమరూపం తీసుకుంటున్న అభివృద్ధి దశలో సుబ్బారావు పాణిగ్రాహి రచనలు ప్రాముఖ్యతను సంతరించుకున్నాయి.

శ్రీశ్రీ 'మరో ప్రస్థానం'లో శ్రీకాకుళం గిరిజన ఉద్యమ సారథులైన కొందరిని ప్రస్తావించారు. వారిని గురించిన పోరాట స్ఫూర్తిని అక్షరాల్లో మండించారు. "సాహిత్యంలోనూ ముఖ్యంగా కవిత్వంలోనూ వస్తున్న మార్పులను గమనిస్తూనే ఉన్నాను. వాటికి నేను అనుక్షణము స్పందిస్తూనేవున్నాను" అనే శ్రీశ్రీ శ్రీకాకుళం ఉద్యమ సమయంలో 'మరో ప్రస్థానం' నందు కొన్ని గీతాలు 'ఉద్యమ వ్యక్తిత్వాన్ని' ప్రతిఫలిస్తాయి. కారణం ఈ పుస్తకానికి 'విరసం'కి గల అవినావసంబంధం. 'విరసం'కి సమాజం పట్ల బాధ్యత ఉందంటారు. చలసాని ప్రసాద్. శ్రీశ్రీకి నిరంతరం సాహిత్య ఉద్యమంలోనూ, సంఘాలతోనూ సజీవ సంబంధాలు ఉండటం చేతనే వాటితో మమేకమయా 'మరో ప్రస్థానం'లో శ్రీకాకుళం ఉద్యమనేతల స్ఫూర్తిని అక్షరబద్ధం చేయగలిగారు. మరో ముఖ్య

విషయమేమిటంటే భాష, యాసలతో ఈ పుస్తకంలో కొన్ని 'కవితలు' ప్రతిఫలిస్తాయి. శ్రీకాకుళం యాస, భాషకో ప్రత్యేకత ఉందని చా.సో, బలివాడవాడ, అట్టాడ, కా.రా వంటి వారు నిరూపించారు. శ్రీశ్రీ సహితం తన 'మరో ప్రస్థానం' ద్వారా శ్రీకాకుళ ఉద్యమంలో సాహితీ ఉద్యమానికి ఈ ప్రాంతం భాష, యాసల తోడ్పాడును ఉదహరించారు. 'ఊగరా ఊగరా/యిప్లవం యాడుందిరా' అనే జనం పాటకు శ్రీశ్రీ తన కలం బలాన్ని జోడించారు.

జనానికి మరీ దగ్గరగా వెళ్ళారు. వారి గొంతులో గానమయ్యారు. ఈ 'మరో ప్రస్థానం'లో ప్రజల పలుకుబడులు, పోరాటాల ప్రభావం కనిపిస్తుంది. "శ్రీకాకుళం అడవుల్లో చీమలు/ పాముని చంపుతాయి/సింహాద్రిశిఖరం మీద చిలకలు/పిల్లిని చెందుతాయి. వంగపండు ఛ్చాయలు శ్రీశ్రీ కవితలో కూడా క(వి)నిపిస్తే అది ఆయాకవుల సాహిత్య హృదయ దగ్గరితనంగా భావించాలి. 'చంద్రపుల్లారెడ్డి/తరిమెల నాగిరెడ్డి/వేసిన పొలికేక/సత్యమూర్తి పెనుధాక/చారు మజందార్ పవర్/మనవేనోయియర్ బ్రదర్/కొల్లిపర, పంచాది/ అల్లిపురం, సిమ్మాదీ)/చాగంటి, తామాడా/వెంపటరావు, కైలాసం/యాళ్ళంతా యారాది/ యారులురా సోదరా' వీరంతా శ్రీకాకుళం గిరిజన ఉద్యమంలో సాహిత్యంలో విప్లవాన్ని సాధించే గొప్ప వీరులుగా ఖ్యాతినొందారు. శ్రీకాకుళం గిరిజన, రైతాంగ ఉద్యమానికి వెన్నుదన్నుగా నిలిచి విజయ పతాకాన్ని ఎగురవేసారు. శ్రీశ్రీ పేర్కొన్న అందరూ తీవ్రమైన ప్రభుత్వదమనకాండకు గురియిన వారే అయినా మొక్కనోని పోరాట స్ఫూర్తి వారిని నేటికి 'అమరులు' గానే మిగిల్చింది. శ్రీశ్రీ వంటి వారు తన పదునైన కవితలతో వారిని మరొక్కసారి స్మరణకు తీసుకువచ్చి నేటి తరానికి 'ఉద్యమం' యొక్క ఉనికి, అస్తిత్వాలను తెలియపరిచారు. 'నిన్నటి జట్కావాలా' కవిత నిండా శ్రీకాకుళం భాష, యాసలు కనిపిస్తాయి. శ్రీశ్రీ మార్కును వినిపిస్తాయి. ఎన్ని కష్టాలు, నష్టాలు ఎదురైన సామాజిక అసమానతలు మార్చనలిగినా చావుకు మాత్రం 'ఛాన్సివ్వని' ధైర్యంగా చెప్పిన 'జట్కావాలా' మాటలను శ్రీకాకుళం యాసలోనే 'నేను మాత్రం సావను/సచ్చేదాక బతికే తీరుతాను/సావ్వలిసినోళ్ళని సంపే తీరు తాను/ఫర్వాలేదురా చేటా అవి/నాకు నేను బరవసా సెప్పుకున్నాను "ఇదే కవితలో మరో చోట 'సికాకుళం' 'యెల్లి పోవాలని/ సెప్పువయ్యా సిరిసిరిముువ్వా' అంటారు. వెంపటావు సత్యన్నారాయణ గురించి ప్రత్యేకంగా ఓ కవితలో 'వెంపటాం/అదో ఊరు కావచ్చు/అయినా అదో కార్చిచ్చు/ ఆ పక్కనే సత్యం / అదో మనిషి పేరు కావచ్చు / మనిషి మహిమ కావచ్చు" అని ఆయన చరిత్రను కొద్దిపాటి అక్షరాల్లో ప్రదర్శితం చేసినా 'వెంపటాం' ఘన చరిత్ర శ్రీకాకుళం ఉద్యమానికి దిశ, దిశా నిర్దేశించటంలో ప్రముఖమైనదనే శ్రీశ్రీ చెబుతారు. కవిత చివర్లో వెంపటం జీవితదర్శ్యం, ఉద్యమ నేపథ్యను గురించి చెబుతూ శ్రీకాకుళం ఉద్యమ గీతానికి పరిపుష్టిని చేకూర్చారు. 'వెంపటాం/ఔను అన్యాయాన్ని గుండుపేల్చి చంపటం/అధర్మాన్ని గద్దెమీంచిదించడం.

శ్రీకాకుళం ఉద్యమంలో వెంపటరావు సినిమా బాణీలనందుకొని ప్రజలను చైతన్యపరిచారు. 'అర్జునులై విల్లంబులు బట్టి' 'నరరూపరక్కసుల'ని అటు/గిరిజన చైతన్యం, ఇటు పోలీసుల జులుంను వివరించారు. ఆఖరున కలియుగ గిరిజన వీర/కమ్యూనిస్టువై నీవు/కరకంతుందునుమాడు/కర్తవ్యం నీకున్నదీ/అంటారు. శ్రీశ్రీ సహితం ఇదే అలవరసలో 'ఇప్పుడే ఇక్కడే' అనే కవితలో 'భూమిమరామత్

చెయ్యాలంటే/లేమి హజమత్ చెయ్యాలంటే/ముందుగా/కమ్యూనిస్టు కావాలి/నువ్వ అని నినదించారు. 'పచ్చగా బతకాలంటే/ఎర్ర ఎర్రగా ఎదగాలంటే/మంచి/కమ్యూనిస్టు కావాలి అని హెచ్చరిస్తారు. శ్రోతకు ఉత్తేజం కలిగించాలనుకుప్పుడు, పాటలో కొన్ని చోట్ల గ్రాంథిక పదాలను, సంస్కృత సమాసాలను ఉపయోగించం వెంపటాపుకు అలవాటు. ఈ సత్యం శ్రీశ్రీకి తెలుసు 'జన విముక్తి ధన విరక్తి/దాస్య బంధనాలు తెంచెడి/ సుఖమయజీవితమునిచ్చు /సౌభాగ్యపు సమరమిదే' అని పదాలను ఆవేశంగా ఉ పయోగించిన శ్రీశ్రీ సహితం తనదైన శైలిలో శ్రీకాకుళం ఉద్య అస్తిత్వాన్ని తెలిపారు. బరిసెలు, కొడవళ్లే పాశుపతీస్తాలు/గురి తప్పనిది నీది శ్రీరామభాణమే/నీ విల్లు గాండీవం, భూలోకం/నీ గోళ్ళు గొడ్డళ్ళు, ఈ ప్రజలు నీ వాళ్ళు' అని నినాదం చేస్తారాయన.

డిశంబర్ 1, 1975న భూమయ్య, కిష్టాగౌడ్ ను ఉరివేసినప్పుడు ఆయన తనదైన ముద్రతో "వాళ్ళిద్దర్ని ఉరితీసారని/అరవ పత్రికలో చదివినప్పుడు/వాళ్ళిద్దర్ని చంపేశారని/డైరీలో నోట్ చేసుకున్నాను' మరో సందర్భంలో 'మరణం లేని మహాదాశయమే/మనికి వాళ్ళిచ్చిన నిధి' అని కర్తవ్యను గురించి చెబుతారు. భూమయ్య, కిష్టాగౌడ్లు శ్రీకాకుళం నక్సల్బరీ ఉత్తేజంతో చారుమజుందార్ పార్టీలోకి ఆకర్షితులయినవారు. తెలంగాణా సాయుధ పోరాట కాలం నుంచి 'ఎర్రజెండా'నే తన జీవిత, జీవన 'అజెండా'గా మార్చుకున్నవారు.

శ్రీశ్రీ తనదైన శైలిలో రచించిన 'మరో ప్రస్థానం' 'మహాప్రస్థానానికి' తీసిపోదు. 'ఓరయ్యో సేద్యగాడ/అయ్యయ్యో బానిసీడ/యొన్నాళ్ళుబాకిరీ/ యెన్నెళ్ళు నౌకరి' అని గట్టిగానే ప్రశ్నిస్తాడు' ఏంది దొరా యా గోరం/ఏందని అడిగావంటే/బూటుతో కొడతాడు/ బూతులు తిడతాడు. వర్తమానంలో రైతులు పైనే కేసులు పెడుతున్నారు. లారీలు విరుస్తున్నారు. రైతు ఓ అనాథ. రైతు కేవలం 'ఓటరు'... ఓ సంఖ్య... అందుకే ఆయన 'మానవత్వం సమానత్వమే నా గమ్యం/అది సాధించడానికే/పూరించాలి విప్లవశంఖం/ మ్రోగించాలి విజయదుందుభి' అంటారు. నేడు కూడా ఈ వ్యాక్యలు అక్షర వాస్తవాలు.

2. కా.రా.మాస్టరి కథలు – ప్రాంతీయ అస్తిత్వం

మాథ్యూ ఆర్నాల్డ్ తన 'డోవర్ బీచ్'లో "......వాస్తవానికి ఈ లోకంలో సంతోషం లేదు / ప్రేమ లేదు / స్థిరత్వం లేదు, శాంతి లేదు, 'బాధకు ఉపశమనం లేదు / చీకటి కమ్ముకొస్తున్న మైదానం మీద ఉన్నాం..." అంటాడు. హెచ్.జి. వెల్స్ అన్నట్లు ఇటువంటి అభద్రతా భావమే కథానిక పుట్టుకకు ముఖ్య కారణం. ఈ ఆందోళనను, విశ్వాసరాహిత్యాన్ని చిత్రించటానికి 'కథ'ను మించిన 'సాధనం' మరొకటి లేదని ఎందరెందరో కథా రచయితలనుకున్నారు. నాటి 'గురజాడ' నుంచి నేటి 'మల్లిపురం' వరకు ఈ ఒరవడి కొనసాగుతూనే ఉంది. వివిధ దేశాల రచయితలు కథలను తన చుట్టూ ఉన్న అలజడిని చిత్రించటానికే ప్రయత్నం చేసారు. జీవిత వాస్తవికత, నిజజీవన తార్కికత దూరమవుతున్న కొద్దీ 'మనిషి' అస్తిత్వం సహజతకు చెల్లు చీటీ రాయటం ఓ విషాదమే' దీనిని పాశ్చాత్యులు IRREALITY అన్నారు. కానీ... మానవ మస్తిస్కలలో ప్రాంతీయ అస్థిరత ప్రాధాన్యతను సంతరించుకుంటుంది. వ్యక్తి ఓ 'అసంగత్వ భ్రాంతి'కి లోనవటం జరిగింది. ఇటువంటి స్థితిని చిత్రించటానికి నిడివి తక్కువగానూ, పదును ఎక్కువగానూ ఉన్న సాహితీ ప్రక్రియగా 'కథ' ప్రక్రియ కనిపిస్తుంది. ఒక నిర్ధిష్టమైన చారిత్రక దశలో పుట్టిన ప్రత్యామ్నాయ ప్రక్రియ (ALTERNATE GENER) కథ. ఈ కోణంలోంచి ఆలోచిస్తే మానవ ప్రాంతీయ అస్తిత్వాలు కథకు ఉపకరణాలు కావటం దృశ్యమానమవుతుంది. కథలో ఈ అస్తిత్వాన్ని చిత్రించటమనేది కొంచెం క్లిష్టమైన ప్రక్రియ. పూలదండలో దారంల ఈ అంశను బిగించుకోవాలసిన అవసరముంది. గురజాడ, రా.వి.శాస్త్రి, గంటేడి, అట్టాడ, భూషణం, శ్రీపాద, చా.సో వంటి వారి కథల్లో ఈ ప్రాంతీయ అస్తిత్వం అనేది భిన్న దృక్కోణాల్లో కనిపిస్తుంది. అయితే 'ప్రాంతీయ అస్తిత్వం' అనే మాటకు నికరమైన సరిహద్దులు లేవు. దేశంలోని వివిధ సామాజిక, ఆర్థిక పొరల్లో జీవిస్తున్న ప్రజా శ్రేణులున్న ఒక సమూహాలు ఆచరలోనూ, ఆదర్శలలోనూ వివిధ స్థాయిలలోనో అనుబంధాలుంటాయి. ఇటువంటి అస్తిత్వ భావనలో ఎన్నో పార్శ్వాలుంటాయి. కాలక్రమంలో వీటిలో కొన్ని తిరస్కరణకు గురి కావచ్చు. ఇటువంటి అస్తిత్వపు కోణాలు సాహిత్యంలో తీవ్రంగా ప్రస్ఫుటమయాయి. ఉత్తరాంధ్ర కథలలో ఇటువంటివి మిక్కుటంగానే ఉన్నాయి. జీవితంలోని లోతుల్ని, సంవేదనల్ని, వైరుధ్యాలను, సంక్షిప్తలను దర్శించి వీటికి స్థానిక అస్తిత్వాన్ని ఓ నేపథ్యంగా ఎంపిక చేసుకొని 'భాష' (లేదా మాండలీకం)తో వర్ణనలద్దటం 'కథ'కు ప్రసిద్ధి చేకూర్చింది. ఈ వరసలో కాళీపట్నం రామారావు గారి కథలను ప్రముఖంగా పేర్కొన్నాలి.

కథా రచయితగా కాళీపట్నం రామారావు గారి పరిణామాన్ని మూడు దశలుగా చెప్పుకోవాలి. మొదటి దశ 1948 నుంచి 1955 వరకు ఈ దశలో ఆయన రాసిన కథలు 'పెంపకపు మమకారం' నుంచి

'అశిక్ష – అవిద్య' వరకు 1955 తరువాత కథ పట్ల ఆయన అభిప్రాయం మారిందనే చెప్పాలి. ఈ మార్పుకు ఫలితం 1956 నుంచి 1963 వరకు మౌనం. ఈ కాలంలో ఆయన దృక్పథం 'ప్రాంతీయ అస్తిత్వం' లో వర్గ పీడననను గ్రహించారు. కుటుంబ సంబంధాల నుంచి సామాజిక పీడనకూ, మధ్య తరగతి పీడించే పై తరగతికి, పీడించబడే తరగతికి మారింది. ఆ తరువాత 1964 నుంచి 1972 వరకు 'తీర్పు' నుంచి 'కుట్ర' వరకు పదహారు కథలు వ్రాసారు. ఈ కథలే ప్రాంతీయ అస్తిత్వ చిరునామాలుగా చెప్పుకోవచ్చు.

1993లో 'సంకల్పం' వరకు జరిగిన కథా 'యజ్ఞం'లో ఆయనెక్కడా తన ప్రాంతీయతను మరువలేదు. 'కీర్తికాముడు' కథలో వెంకయ్యనాయుడు కూలిపోవటానికి కారణం అతని దానగుణం మాత్రమే కాదు 'ఓ సామాజిక ఆర్థిక అస్థిరత' కూడా "ఆయన నడుం కట్టి జీవితంలో ప్రవేశించేసరికి ఆ ప్రాంతంలో రూపాయిల పలుకుబడి హెచ్చటం, దినుసు పలుకుబడి తగ్గటం 'ఆరంభమయిందంటారు. అంటే 'ద్రవ్య ఆర్థిక విధానం జీవితాల్ని ఆక్రమించుకోవటం చేత 'ఇంట్లో దినుసులు తప్పా రూపాయిలు విలువ చెయ్యటం కుదరదు' 'అప్రజ్ఞాతం' అనే కథలో 'సుదర్శనం' 'నా ఎరికలో యీ ఊళ్ళో ఎందరెందరలో రైతులు వ్యవసాయ కూలీలయ్యారు – ఈ భూములు ఆస్తులు ఎవరికి దఖలు పడ్డాయి? ఎలా దఖలు పడ్డాయి? శ్రమించి చెమట్చోదం వల్లా? శ్రమించి చెమట్చోదినవాడు ఒక్కడైనా సెంటు భూమి కొనగలడా?' 'ఒక వ్యక్తి దోపిడి చేయటానికి, అతని వల్ల దోపిడి జరగటానికి మధ్య 'నైతికంగా' ఉన్నతేడానే 'అప్రజ్ఞాతం'. మధ్య తరగతి జీవితాల కథల్లో కూడా ఆనాటి ఉత్తరాంధ్ర 'అస్తివజీవన విధానాల' చిత్రణ కనిపిస్తుంది. ఈ కథలో కా.రా. మాష్టారు చూసేది సామాజిక పరిణామం గురించిన లోతైన ఆలోచనా దృక్పథమే. ఇక్కడ కా.రా గారు 1943 నుంచి 1947 12 వరకు రాసిన కథలను గూడా పరిగణలోనికి తీసుకొని పరిశీలిస్తే పెళ్ళిచూపుల తంతులోని

స్త్రీ జీవన అస్తిత్వానికీ, ఆత్మగౌరవానికి భంగం కలిగించే పద్ధతిని రేవతి పాత్ర ద్వారా తీవ్రంగా వ్యతిరేకిస్తారు. 'అవివాహితగానే ఉండిపోతాను గానీ' అనే కథలో "తలలో నాలుకలా సంఘం కోసం తయారు చేసిన నా స్వభావాన్ని (అస్తిత్వం) వివిధ సామాజిక రుగ్మతలకు ఆధిపత్యం వహించే పురుష పులిజాతి స్వభావానికి ఎలా అప్పగించనూ / అని కథానాయిక చేత అనిపించడం ద్వారా నిరక్షరాస్యులైన సామాన్యులనో, రైతులనో వ్యక్తి అస్తిత్వాభిమానాలకు విఘాతం కలిగించే దౌర్జన్యాన్ని 'బలానికి లక్ష్యం' కథలో తీవ్రంగా నిరసిస్తారు. ఈ ప్రాంతీయ అస్తిత్వం స్వాతంత్ర్యానికి పూర్వం ఉత్తరాంధ్రను చూపుతుంది. కా.రా.మాష్టరి 'యజ్ఞం' కథలో ప్రాంతీయ అస్తిత్వానికి చిహ్మలుగా మిగిలిన అనేకానేక రుగ్మతలను ఈ కథనంలో గమనించవచ్చు. ప్రాంతీయంగా వచ్చిన ఉద్యమాలను విజయం, వైఫల్యాలు వలన వర్గచైతన్యానికి దోహదికారి కావచ్చు. ముఖ్యంగా ఉత్తరాంధ్ర భౌగోళిక స్వరూపంలోని విశిష్ట, ప్రత్యేకతలు వలన ప్రజా జీవనంలోనూ వివిధ చైతన్యవంతమైన సంప్రదాయాలు, విశిష్టతలు ఉన్నాయి. మధ్య తరగతి, దిగువ మధ్య తరగతి, పేదలు వంటి వారి జీవితాలు కేవలం 'కష్టానికే పరిమితం కావటం విషాదం. 'యజ్ఞం' కథ ముగింపులో అప్పల్రాముడు చేసిన పని 'ప్రాంతీయత అనిపించుకోదనే వాదన ఉంది. కానీ... మనిషికి 'ప్రాంతం' ఒక ఆలంబన మాత్రమే. తనదైన అస్తిత్వానికి ముప్పు వాటిల్లినప్పుడు, తన ఉనికికి

భంగం కలిగినప్పుడు గానీ అతడెంత దూరమైన వెళ్ళగలుగుతాడు. 1960ల ప్రాంతంలో రైతాంగ గిరిజన ఉద్యమానికి ఎంతో ప్రసిద్ధి ఉంది. శ్రీకాకుళం రైతాంగం వర్గచైతన్యం లేదా ఉద్యమస్ఫూర్తి దేశదేశాలకు విస్తరించింది. ఈ నేపథ్యం నుంచే భూషణం మాష్టారు 'కాకులు దూరని కారడవి, చీమలు దూరని చిట్టడవిలో షావుకారు దూరాడ'ని అడవంటుకుందిలో రాస్తారు. ఏజన్సీ అనేది ఈ ప్రాంతపు ఓ విభిన్నమైన 'వ్యక్తిత్వపు అస్తిత్వానికి' ప్రతీకగా నిలిచే ప్రాంతం. అక్కడ మనిషిని మనిషే దోచుకొనే విధానం సహజమనిపిస్తుంది. బహుశా ఆటవిక న్యాయం అనుకోవాలి. 'యజ్ఞం' కథలో శ్రీరాములునాయుడు ఓ వర్గానికి ప్రతినిధి. అప్పలరాముడు బలహీన వర్గజాతీయుడు. అప్పలు తీసుకోవడం ఓ సర్వసాధారణమైన స్థితి. కానీ... రక్తం పీల్చే విధంగా, బ్రతుకులను బానిసలుగా, తరతరాలవెట్టిగా మార్చే రీతిలో మార్పులు, తరాల అంతరాలు అనివార్యమవుతాయి. నాలుగు దశాబ్దాల క్రితం ఉన్నట్లు ఉత్తరాంధ్ర ప్రాంతం వర్తమానం లేదు.

ప్రాంతీయ అస్తిత్వం గురించి చర్చకు బయలు దేరేముందు 'ఒక ఉద్యమం ఒక నిర్ధిష్ట విలువలతో సమాజాన్ని సమూలంగా మార్చే ఆశయం సాగుతున్నప్పుడు, సాహిత్యం ఆ ఉద్యమంలో భాగం కావాలనీ, రచనలు ఆ ఉద్యమం ప్రయోజనాకి అనుగుణంగా సాహిత్య సృష్టి జరగాలని కోరుకోవటం తప్పు కాదు. కానీ, గమనించవలసిన విషయం ఏమిటంటే 'ప్రాంతీయతా అనేది నిత్యం మార్పులను తనలో కలుపుకుంటూపోతుంది. ఈ కథలో రచయిత శ్రీరాములునాయుడు, అప్పలరాముడు పాత్రల నుంచి ఈ ప్రాంతపు 'అరాచకం' 'రాచరికపు' వర్గాల ముసుగులో సేవ, మంచితనం వంటివి చిత్రించడం జరిగింది. కథ ముగింపులో శ్రీరాములునాయుడు తీర్పు మరో సంఘటనకు దారితీసింది. ఎన్నెన్నో చర్చలకు అవకాశమిచ్చింది. చివరిలో అప్పలరాముడు పలికే పలుకులు శాంతి, అహింసల పేరుతో పైకి వచ్చిన వాళ్ళెవరో ఏ మార్క్సిస్టు ఆర్థికవేత్తకి తెలియరానంత స్పష్టంగా చూపగలుగుతాడు అదే విధంగా 'భయం' 'ఆర్తి' 'చావు' వంటి కథల్లో రామారావు గారు ఈ 'ప్రాంత అస్తిత్వాన్ని' మనుషుల మనస్తత్వాలని చిత్రించారు. కా.రా. కథలు దాదాపుగా ఏవీ పైకి తెలిసిపోవు. పొరలు పొరలుగా విడదీసి చదువుతూ వెలితే అనేక 'జీవిత సత్యాలు' 'ప్రాంతీయ ఉనికి అస్తిత్వాల' వాస్తవాలు బయటపడుతుంటాయి. రచయిత ఎందుకిలా రాసారు అనే ప్రశ్న పాఠకుడిలో కలుగుతుంది. అలా తప్ప మరోలా రాయలేకపోయాననని' అయనే వినయంగా అంగీకరిస్తారు. అంతర్లీన సత్యమేమిటంటే 'ఆ కథ అలానే రాయాలి' మరోలా రాయడం కుదరదు.

3. వర్ణనాత్మక దృశ్యకావ్యం 'విష్ణుచిత్తీయం'

ఒక దేశపు జీనత్యం... ఆ దేశపు సాహిత్యం. ఈ ఒక్క వేదిక చాలు మొత్తం దేశపు సాహిత్య, సంగీత, సాంస్కృతిక, సామాజిక రీతులను అంచనా వేయడానికి సాహిత్యం ప్రాణం. సాహిత్యం రసపుష్టితో బలమైనదిగా నిలిచి ఉంటే వంద, వేల సంవత్సరాలు జనరంజకంగా సమాజంలో ప్రేళ్ళుకుంటుంది. ఏ దేశ సారస్వత సామాజిక ఉద్యమాలైన ఆ దేశపు సాహిత్యం చేతనే ప్రభావితమయాయి అనటంలో అతిశయోక్తి లేదు. తెలుగు సాహిత్యంలోనే కాదు ప్రపంచ సాహిత్యంలోనే తనదైన ముద్రను వేసుకొన్న, అత్యున్నత శ్రేనికి చెందిన, శతాబ్దాలుగా కోట్లాది ప్రజలను ప్రభావితం చేసిన, భారతీయ సాహిత్య ఆలోచన ధోరణులను, సాహిత్య, సారస్వత సంపదను సమృద్ధం చేసినది శ్రీకృష్ణదేవరాయలు యుగం. రాయలు కవి, పండిత, గాయక, కళాకారులను పోషించిన వాడే కాదు మహావీరుడు, సంస్కృత, తెలుగు కావ్యకర్త, సంగీత విద్వాంసుడు, మల్లయుద్ధవీరుడు, గొప్ప కళాకారుడు, మానవతావాది, సంవసంస్కర్త, పరమతసహనం కలిగినవాడు. ఆంధ్రసాహిత్యంలోని పంచమహాకావ్యాలలో (ఆముక్తమాల్యద, మనుచరిత్ర, పాండురంగ మహాత్యము, వసుచరిత్ర, శృంగారనైషధం) నాలుగు రాయలు కాలం నాటివే కావటం గమనార్హం. ఈ ఒక్క సత్యం చాలు రాయలు సాహిత్యపోషణకు నిదర్శనం. "రాయలు కవిత్వ వీక్షణమంటే తెలుగు భాష హోయలు, లయలు, గమకాలను ఆనందపారవశ్యంతో కళ్ళు చెమర్చటమేనంటారు" విమర్శకులు, అభిమానులు. అటువంటి రాయలు రచించిన 'ఆముక్తమాల్యద'లోని వర్ణనా చమత్కారంను రేఖామాత్రంగా స్పృశియించటమే ఉద్దేశ్యం.

'ఆముక్తమాల్యద' శ్రీకృష్ణదేవరాయలు సమస్త శాస్త్రాల ప్రతిభకు గీటురాయి. ఆరు శ్వాసాల గ్రంథమిది. వేల కొలది గద్య పద్యాలపైన అనేక పరిశోధనా పత్రాలు వచ్చాయి. ఇంకా వస్తాయి. ఆంధ్ర సాహిత్యంలో అనర్ఘరత్నమైన ప్రబంధములో మణిహూసవంటింది 'ఆముక్తమాల్యద', రాయలు వ్యక్తిత్వదర్పణం. 'ఆముక్తమాల్యద' అనే గ్రంథం శీర్షికలోనే గొప్ప తాత్విక బోధన ఉంది. ఈ కావ్యంలో నాయిక 'గోదాదేవి'.... ముక్తమాల్యద.. ('మాల్యము' అంటే 'మాల' 'ద' అనగా ఇచ్చినది) అంటే తాను ధరించి విడిచి పెట్టిన పూమాలను ఇచ్చినది. 'ఆముక్తమాల్యద'కు సరైన పదము 'శూడిక్కొడుత్తాళ్'. తమిళ సారస్వతంలో గోదాదేవి స్తుతులుల్లో మరెన్నో సారస్వత విషయాలు తెలియజేస్తాయి. ఈ ప్రబంధానికి 'విష్ణుచిత్తీయము' అనే పేరు కూడా ఉ ౦ది. వైష్ణవ ధర్మ ప్రవక్తలు 'పన్నెండు మందిలో ఒకరు స్త్రీ' ఆమెయే 'గోదాదేవి'. ద్రవిడ గురుపరంపర గ్రంథము నుండి రాయల వారు కథ వస్తును తీసుకొన్నారంటారు సాహితీకారులు. ఈ కథకు 'మాలదాసరి' కథ తోడుగా ఉంది. ఈ కథ గొప్ప భక్తి తాత్విక చింతనలకు

ప్రతీకగా నిలుస్తుంది. నాటి సమాజంలోని 'జాతి' విభేధాలను సహితం కృష్ణదేవరాయలు స్ఫూర్తిమంతంగా 'నివారణోపాయం' చెబుతూ, భగవంతుని భక్తికి అందరూ అర్హులేనని, నిష్కల్మషమైన భక్తికి వర్ణాలు లేవని ఈ కథలో చెబుతారు. దీనిని ఆయన సంస్కరణావాదానికి రస్మాతక అద్దితో మంచి రసవత్తరం చేసారు. 'ప్రథమాశ్వాసము' ప్రారంభంలోనే "శ్రీ కమనీయహారమణి చెన్నుగ దానును కొస్తభంబునం" గొప్ప ప్రయోగంతో కూడిన వర్ణనలను చేసారాయన. ప్రభందాలు ప్రారంభం 'శార్దులం'తో ప్రారంభమవుతాయి. కానీ రాయల వారు 'ఉత్పలమాల'తో ప్రారంభించారు. 'ఉత్పల' మంటే కలువ. నీలోత్పలమంటే నల్లకలువ. కలువలలో శ్రేష్టమైనది. ఇందులో నాయిక వరించినది 'నల్లన్నయ్యను' ఇటువంటి విశేషాలు ఇంకా ఎన్నో ఉన్నాయి. ఈ పద్యంలో. అదీ రాయల వారి వర్ణనా చమత్కారం.

'ఆముక్తమాల్యద' గ్రంథంలో ప్రతీ అంశాన్ని అత్యంతరమణీయంగా రాయలు వారు వర్ణించిన తీరు ఆయన మేధస్సుకు ఓ మెచ్చుతునక. ప్రదేశాలు, భవనాలు, పురుషులు, దేవతామూర్తులు. భక్తిపారవశ్యాలు ఆహార విహారాదులు ఇలా అన్నీ ఆయన కలం చాతుర్యంతో వర్ణనాత్మక చిత్రాలుగా మారాయి. నేటికి రసిక, భావ హృదయాలను అలరిస్తున్నాయి. 'విల్లుపుత్తారు' వర్ణన వలన ఆ ప్రాంతంలోని సొగసు కన్నులకింపుగా కనిపిస్తుంది. మనసకింపుగా అనిపిస్తుంది. అక్షరాలకు వర్ణాలద్ది దృశ్యాలకు ఫ్రేమ్ కట్టడం కనిపిస్తుంది.

'లలితోద్యాన పరంపరా పికశుకాలాప ప్రతి ధ్వానము' అని మొదలుపెట్టి 16 'విలుబుత్తారు చెలంగు బాండ్య నగరోర్వీర్వ్యరత్న సీమంతమై' అని ముగించగానే లలితమ్ములైన ఉద్యానవనాలు, కోకిలలు, చిలుకల నిరంతర ధ్వనులు, నీలమణులు తాపడమయిన కోకిలలు, మరతకములు తాపడము చేసిన చిలుక ఉంటాయి. ఈ వర్ణనల్లో ఒకటి 'ఆముక్తమాల్యద'లో రాయలు చేసారు. 'బెరపురాళి గృహశీల బెండ్లియాడు....బరుగు వీధులు పురి సూత్ర పట్టినట్లు' అన్న రాయలు దృష్టితో చూస్తే ఆపురములోని గృహముల యొక్క నిర్మాణ సౌందర్య సొగసులు అవగతమవుతాయి, ధృగ్గోచరమవుతాయి. ఇంకా విల్లుపుత్తారు వర్ణనలో నగర సౌందర్యం, స్త్రీ సొగసు, వారకాంతలనోయల, ప్రకృతి అందం, వంటచేలు, బావులు, ఉద్యానవనాలు వంటి వాటిపై ఇరవైనాలుగు పద్యాలు రాయల వారు అత్యుద్భుతంగా వర్ణన చేసారు. 'వేకువ'కు "వేవినన్" అనే ప్రయోగాలు ఎన్నెన్నో చేసారు. 'వేవిన మేడపై వలభివేణికజంట వహించి విప్పగా...జేవడివీణ మీటుటలు చిక్కెడవించుటలు న్సరింబడన్' అనే పద్యములో రాయలు వారి పద విన్యాస క్రీడా వర్ణనా నైపుణ్య మేళవింపు నభూతో...అనక తప్పదు.

వర్తమాన తరం, జనం కనీసం ఊహించలేని 'మనుషుల మర్యాద, మన్ననల మనస్తత్వం ఆనాటి లోగెళ్లలోని భాగవతుల మనసులు అరవిరిసిన మానవతా మందారాలని రాయలు వర్ణించిన తీరు నిజంగా ఓ కలగా అనిపిస్తుంది. ఇలలో ఉంటే బాగుండుననిపిస్తుంది. 'ఎదురేగి సాష్టాంగమెరిగి పాద్యంబిచ్చి.... కౌనరిచి తాంబూల మెసగికుళల' అనే సీసానికి కాసమెరుపు తేటగీతిలో 'భాగవతులకు నప్పురి భాగవతులు అని ముగించిన అనంతరం అతిథి కన్నులే కాదు చదువరుల మనస్సు, నేత్రాలు నీటిమయ్యం కావటం తథ్యం. అదీ ఆనాటి అతిథి మర్యాద 'నేనోస్తే ఏమిస్తావ్...నీవు వస్తే ఏమి తెస్తావ'ని

ఆడిగే వర్తమాన తర మనోవికారాలను రాయలు వర్ణించిన దృశ్యాలు గొప్ప 'మేలుకొలుపులు' కానీ... చదివే వారేరి? వినే వారేరి?

నేటి తరం వారు ఏమి తినాలో కూడా తెలియని వారు. 'ఆఫ్లైన్ ఫుడ్' లేదు, అన్ని 'ఆన్లైన్'లోనే కానిచ్చేస్తున్నారు. వర్తమానం 'ఆన్లైన్' జీవితాల సమ్మేళనం.... దేవరాయలు ఆరోగ్యం కోసం ఏయే కాలాల్లో ఏయే పదార్థాలు తినాలో కూడా ఎంతో రమ్యంగా వర్ణించారు. ఆ వర్ణనాత్మక పద్యాలు చదివితే ఎన్నో 'భోజ్యాలు' మన కళ్ళముందు కదలాడుతాయి. ఇది కాదా 'కలం' చేసే మాయాజాలం? రాయలు రసాత్మక హృదయచిత్రం. వర్షాకాలంలో 'గగనము నీరు బుగ్గకెనగా జడతట్టిన నాళ్ళు భార్యక..... న్నాగిపిన కూరలున్వడియముల్వరుగు లెరుగు నుత ఫ్లటిన్' అని ముగించి ఏమి తినాలో చెబుతారు. అదే విధంగా వేసవిలో 'తెలినులివెచ్చ యోగిరము దియ్యనిచారులు దిమ్మనంబులన్.... న్నెలయగుచెట్టు భోజనము వేసవి చందనచర్చ మన్నుగన్' అని ముక్తాయింపునిస్తారు. మరి శీతాకాలంలోనో అని ప్రశ్నించిన వారికి రాయలు సమాధానంగా 'పునుగుందావినవోదాయనంబు మిరియంపుం బోళ్ళతో జట్టిచు....క్కనునేయ జిరుపాలు వెల్లువగ నాహోరం బిడున్సీతనన్' అని ఆరోగ్య సహిత సూత్రాల ఆహారంను వర్ణిస్తారు. చిత్రమేమిటంటే రాయలు వర్ణించిన అనేక రకాలు పదార్థాలు నేడు చాలా మందికి తెలియవు కూడా...! రాయలు 'రసిక రాయలు'. ప్రభువు తాను రచించునది ప్రబంధమాయె. మరి శృంగార రస పోషణ లేకుంటే ఎలా? కాని... ఈ వర్ణనలును కూడా రాయలు వారు 'గూఢంగా' చేసారు. 'లోతు' తెలిసిన వారికే మాధుర్యం అవగతమవుతుంది.

భాషాపరమైన గుప్త నిఘూడతార్థాలు తెలియాలి. అప్పుడే పెదాలపైన చిరునవ్వు, మనసులో జవరాలి విసురుజివ్వు తెలుస్తాయి. స్త్రీపురుషుల మధ్య సరససంభాషణ చతురతలోని 'అందమైన శృంగార సరసం.... మెత్తనిమేని విరుపుల వయ్యారం'ను రాయల వారు 'వెలది యీ నీదండ వెల యెంత నా దండ..... లమ్ముదురు పుష్పలాలికలపురమున' ఈ పద్యంలో 'దండ' అనే మాటకు పూలదండ, బాహువులు అని కూడా అర్ధాలున్నాయి. ఈ తరహాలో పద్యం చదివితే గూఢమైన సరసం అర్ధమవుతుంది. ఎన్నో శ్లేషలున్నాయి. మరెన్నో మురిపాలు, ముచ్చట్లున్నాయి. ఆంధ్ర సాహిత్యంలో మరెక్కడ కనబడని వర్ణన రాయల వారు చేసారు. ఇది ఆయన ప్రకృతి పరిశీలనకు, వర్ణనా వైదుష్యానికి తార్కాణం.

'ఏసుగు కట్టా విక్రియ నావిరెగయు బగటి

ఎండయుడు కారకుండు భూ మండలమున

బొలిచె మాపట బండు వెన్నెల చకోర

పోతవితతికిజాపట్టు వోసినట్టు'

ఈ పద్యంలో ఆయన ప్రయోగించిన 'చాపట్టు' రాయలు వారి ఆంధ్రుల పాకశాస్త్ర ప్రావీణ్యతను తెలియజేస్తుంది. రకరకాల 'దోశల' వివరాలు నోరూరిస్తాయి.

మనిషి జీవితం అశాశ్వతం. మనుషులు కాలిపోవల్సిన వారే.... మరెందుకీ మనస్పర్థలు, మనోవికారాలు. ఏది శాశ్వతం కాదు కదా! ఉంపుడు కత్తెల సహవాసం శాశ్వతమా? ఈ రాజ్యవైభవములు, భోగములు ఎన్నాళ్ళు. మరణాన్ని తప్పించుకున్న వారేరి? అవతార పురుషులకు తప్పని మృత్యువు తనను మాత్రం ఎందుకు విడుస్తుంది. పోతన 'కారేరాజులు రాజ్యముల్' అన్నది ఈ తాత్త్విక చింతనతోనే కదా? రాయలు వారు కూడా పశ్చాత్తాపపడినదిక్కడే! 'ఎక్కడి రాజ్యవైభవములెక్కడి భోగము లేటి సంభ్రమం.... త్రొక్కుల నమ్మను ప్రభుతులున్ దుర రూపద కుండ నేర్చిరే' అనే జీవన చివర మజిలీ యొక్క నిగూఢత సత్యాలను చెప్పారు. వాల్మీకి సహితం 'సర్వే క్షయాన్తా నిచయా: పతనాన్తా:సముచ్చయా /సంయోగా విప్రయోగాన్తా: మరణాన్తం హి జీవితం' అని కద వ్రాక్రుచ్చారు. ఇదే జీవితతాత్విక సత్యమంటారు రాయల వారు. 'ఆముక్తమాల్యద' ప్రబంధంలోని వర్ణనలు వెనుక ఓ ఆనందం, అనుభూతి, ప్రగాఢమైన సరసశృంగార మనోవిలాస క్రీడాకృత విన్యాసం ఉన్నాయి. ఓ జీవిత తాత్వికతలో కూడిన సమాజపు విలువ 'లోతు'ను కూడా స్పృశియించారు. 'తిరిగి అర్పించడమే' కదా ఎవరయినా చేయవలసింది. కొన్నాళ్లు 'ధరించిన' దేహాన్ని 'ఆయనకే' 'అర్పించాలి' ఈ ప్రాథమిక సూత్రం తెలియక 'నాది' అనే మూఢత్వం మనిషి నరనరాన ప్రవహించడం విచారకరం.

ఈ ప్రశ్నల వెనుక వెతులాటకు సమాధానం 'గోదాదేవి' భక్తితత్త్వం. ఆమెలోని మధురభక్తిని రాయలు వర్ణించిన తీరు ఉదహరిస్తే ఓ పరిశోధనా గ్రంథమవుతుంది. శ్రీకృష్ణదేవరాయలు భక్తి, శృంగార, రసమంతమైన మనోగతం ఈ గ్రంథంలో ఆవిష్కరమవుతుంది. మనసుకు కన్నులు, కనులకు మనసు అవసరమవుతాయి. అప్పుడే 'ఆముక్తమాల్యద'లోని 'తత్వం' అవగతమవుతుంది. రాయలు వారి 'వర్ణనలు' ఇందుకు మార్గమవుతాయి.

4. కలంతో 'అగ్నిధార'లు కురిపించిన కవి

సాగరమంత సాహితీ సృజనకారుని ముఖచిత్ర పరిచయం దుస్సాహం. ఏం తెలసని చెప్పాలి. ఎంత తెలుసని వివరించాలి? శృంగారం, భక్తి, ప్రేమ, విరహం, అగ్నిధారలు, వెన్నెల మెరుపులు, సముద్ర గర్భంలోతు, సాయం సంధ్యా సమయపు ఆహ్లాదం... మంచు... పులుగు..... పుష్ప సౌకుమార్యం... ఇంత వైవిధ్య భరితం అతని కవిత్వం.

ఒక్క మాటలో ఆయనే.. తన ఆత్మకథలో.. ఓ కవితా చివురును "అంతా నేనే... అన్నీ నేనే / అలుగు నేనే... పులుగు నేనే/ వెలుగు నేనే... తెలుగునేనే" అని చెప్పుకున్నారు. ఆయనే.. 'అగ్నిధార' కురిపించిన దాశరధి కృష్ణమాచార్యులు. 'కవి సింహం', 'అభ్యుదయ కవితా చక్రవర్తి', 'ఆంధ్ర కవితా సారధి' శ్రీ దాశరధి.

శ్రీ దాశరధి కృష్ణమాచార్యులు 1925 జులై 22న నేటి మహబూబాబాద్ జిల్లా చిన్న గూడురులో జన్మించారు. ఉర్దూలో మెట్రిక్యులేషన్, ఉస్మానియా నుంచి ఇంగ్లీష్ సాహిత్యను అభ్యసించారు. సంస్కృతం, ఆంగ్లం, ఊర్దూ, తెలుగు భాషలో అనన్య సామాన్యమైన సాధికారికత ఆయన స్వంతం. నాటి హైదరాబాద్ సంస్థానం 'నిజాం' అరాచక ప్రభుత్వానికి వ్యతిరేకంగా జరిగిన ఉద్యమాల్లో పాల్గొన్నారు. 'నా తెలంగాణ కోటి రతనాల వీణ'ని నినదించిన, 'అగ్నిధార'ను కురిపించిన కవి. తెలంగాణ ప్రజల కన్నీళ్ళను కలంతో ప్రపంచానికి అందించిన మానవతావాది. మహాకవి ఇక్బాల్ రాసిన 'ఏ పొలమున నిరుపేదకు దొరకదో తిండి / ఆ పొలమున గల పంటను కాల్చేయండి' అనే ఓ విప్లవ గీతం ఆయనలో ఉద్రేకాన్ని, కవిత వెనుక ఐక్యత సహజమైన సున్నిత 'ఆత్మ'ను తాను పట్టుకొని మురిసిపోయానని చెప్పుకొన్న ఔన్నత్యం అయినది. ఇంత సున్నిత హృదయం కూడా ఉద్యమాల ఒరవడిలో అగ్నిని కురిపించింది.

'ఓ నిజాము పిశాచమా కానరాదు. నిన్ను బోలిన రాజు మాకెన్నడేని' అని గర్జించిన కంఠం కూడా కృష్ణమాచార్యవారిదే. అగ్నిధారకు రాసిన ముందు మాటల్లో 'నా జీవితాన్ని, నా కాలాన్ని స్మృతికి తెచ్చుకొంటే ఆనంద విషాదాలు, శృంగార వీరాలు అహమహమికతో కళ్ళ ముందు పరుగెత్తుతాయి. మల్లెలు, మొదుగులు రెండూ నాకు నచ్చినట్లు శృంగార, వీర రసాలు రెండూ నా హృదయాన్ని పొంగిస్తాయి' అంటారు ఆయన రచనలు చదివిన వారి ఆనందానుభూతి ఇదేనంటం అతిశయోక్తి కాదు.

దాశరథ కృష్ణమాచార్యులు వైవిధ్యమైన వస్తువులతో కథలు, నాటికలు, సినిమా పాటలు (1960–78 సంవత్సరాల మధ్య 124 చిత్రాలకు) కొన్ని వందలు కవితలు కాక 'మీర్జాగాలిబ్' రచించిన ఊర్దూ గజల్సు తెలుగులో 'గాలిబ్ గీతాలు' గా వెలువరించారు. కవి హృదయం రసప్లావితం అయిన వేళ

ఆయన సృజించిన సాహిత్యం నవసరభరితం. ఉద్యమ నేపథ్యమున్న కవి 'భక్తి'ని కూడా ఆర్ద్రతగా ఆవిష్కరించడం చదువరికి రసానుభూతిని అందిస్తుంది. 'నదిరేయి ఏ జాములో' (రంగులరాట్నం) అనే గీతంలో ఓ పేద భక్తురాలి ఆవేదన, ఆర్తి, వేడుకోలు, ప్రశ్నించే తత్త్వం ప్రస్ఫుటింపజేయటం వెనుక దాశరధిగారి 'వ్యక్తిత్వం' కూడా దృశ్యమానవవుతుంది. ఆయన సినిమా పాటలను గమనిస్తే 'ఖుషి, ఖుషిగా నవ్వుతూ", " కన్నయ్య నల్లని కన్నయ్య", "ఒక పూలబాణం", "విన్నవించుకొన చిన్న కోరిక", " ఆవేశం రావాలి ఆవేదన కావాలి" " మంగళగౌరీ మముగన్న తల్లి", "ననుపాలింపగనదచి" ఇలా ప్రతిపాట ఓ పూలచెండు పరిమళం. ఓ ప్రశ్నల పరంపర. ఓ శృంగారసవద్ధటం ఆవిష్కరణలతో మనసున ఓ ఉషోదయపు హోయినందిస్తారు. ఆయన కలంలో 'అగ్ని','శృంగారం', 'ప్రేమ', 'భక్తి' కలగలసిన ఓ మోహనత్వం పాఠకులను ముగ్ధులను చేస్తుంది. 'ఆ చల్లని సముద్ర గర్భం' అనే గీతంలో ఆయన లేవనెత్తిన ప్రశ్నలు దశాబ్దాలు గడచినా... ప్రశ్నలుగానే మిగిలిపోవటం... పాలకుల చేతకానితనమో.. పాలితుల అణగారిన తత్త్వమో" అర్థంకాదు. 'భూస్వాముల దౌర్జన్యాలకు / ధనవంతుల దుర్మార్గాలకు / దగ్ధమైన బతుకులెన్నో' ఇంకోచోట 'అన్నార్తులు అనాధలుందని ఆ నవయుగమదెంతదూరం' అని ప్రశ్నిస్తారు? నిజమే. (నేటికి కూడా) అదెంత దూరమో...?!

    'చిన్న చిన్న దేవుళ్ళు / చిల్లర మల్లర దేవుళ్ళు/ చేయిచాప దేవుళ్ళు/ శతకోటి దేవుళ్ళు' ఆయన రచించిన భక్తిగీతంలోని పంక్తులు. కాని వీటి వెనుక కూడా సమాజంలో పవిత్రమైన కోరికలు లేని భక్తి కన్నా ఓ స్వార్థ పూరిత ఆశతో కూడిన భక్తిని ఆయన పరోక్షంగా ప్రకటించటంలో 'వేదన' కనిపిస్తుంది. చివర్లో 'మనసా ఎరుగవే ఏడుకొండల వాడిని' అని ముక్తాయింపులో ఓ 'మనస్తత్వ వేత్త' చెప్పిన 'సూచిన' కనిపిస్తుంది. నిరాశ పూరిత సమాజంలో ప్రశ్నించే తత్త్వం పూడుకుపోతే 'జనం' నిస్తేజమవుతారు. వారిని మేలుకొనేల కవిత్వం ఉండాలి. 'బానిస ప్రజల రుధిరమ్మును ఉడికించండి/ డేగలతో పిచికలతో పోరాడించండి' అని ఉద్రేక పరుస్తారు (డాక్టర్ ఇక్బాల్ కవిత మూలం) ఎప్పటికి మారుతుంది ఈ అస్తవ్యస్త వ్యవస్థ?/ ఎన్నాళ్ళు ప్రపంచ ప్రజలకీవ్యథ అని ప్రశ్నిస్తారు? 'అసువులు సమర్పిస్తున్న వారు సామాన్యులు/ అసామాన్యులు వారి కోసం అశ్రువులైనా చిందరు' అనే వేదన చెందారు. దశాబ్దాలు గడచినా ప్రభుత్వాలు 'రూపు' మారింది. 'పాలకుల' తరం మారింది. కాని... ప్రజల తలరాతల్లో మార్పు రాలేదు. హిట్లర్ ఉన్నానంటున్నాడు. టోజ్లో ఉన్నానంటున్నాడు/ నయా నయా ఫాసిస్టులు భువిలో / నాట్యం చేస్తూ వస్తున్నారు". కాకుంటే ఆకారాలు మారాయి. దాశరధిగారి వ్యాఖ్యానాలు నిత్యసత్యాలు, ఆయన కవిత్వం అజరామరం.

    ఆయన గురించి ఎంతైనా రాయవచ్చు. నిత్య ప్రాతః స్మరణీయుడాయన. "సుకవి జీవించు ప్రజల నాలుకలయందు" అంటారు జాషువా... కాని.. శ్రీ దాశరధ కృష్ణమాచార్యులు సాహితీ ప్రియుల హృదయాల్లో కూడా జీవించే ఉన్నారు.

5. అతని 'పునర్జన్మ' – కవిత్వమే

కవిత్వం ఓ సామాజిక దర్పణమని, సామాజిక మార్పులను, నినాదాల రూపంలో కాకుండా జీవిత, ఆర్థిక, రాజకీయ, పారమార్థిక కోణాల్లో దర్శించి ఆవిష్కరించాలని నమ్మిన, ఆచరించిన కవి అలిశెట్టి ప్రభాకర్.

ప్రభాకర్ జన్మస్థలం కరీంనగర్ దగ్గర జగిత్యాల. ఆర్టిస్టుగా జీవన ప్రస్థానం ప్రారంభించి 'సాహితీమిత్ర దీప్తి' పరిచయంతో కవిత్వంలోకి ప్రవేశించాడు. 1974లో ఆంధ్ర సచిత్రవార పత్రికలో 'పరిష్కరం' అచ్చయిన మొదటి కవిత, జీవిక కోసం 'స్టూడియో పూర్ణిమ' (1976) 'స్టూడియో శిల్ప' (1979) 'స్టూడియో చిత్రలేఖ' (1983) ఏర్పాటు చేసుకున్నా, 'కవి'గా ఎదిగాడు. సంపాదన కోసం ఆరాటపడని నిరంతర కవితా శ్రామిక జీవి. 'కళ' ప్రజల కోసమేనని మరణం వరకు నమ్మిన కవి. 'మరణం

నా చివరి చరణం'కాదని రాసుకొన్న ఏకైక ఆధునిక కవి. 'ఎర్ర పావురాలు' 'మంటల జెండాలు' 'చురకలు' 'రక్త రేఖ' 'ఎన్నికల ఎండమావి' 'సంక్షోభ గీతం' వంటివి అచ్చయిన అలిశెట్టి కవితా సంకలనాలు. 2013లో అలిశెట్టి మిత్రులు 'అలిశెట్టి ప్రభాకర్ కవిత'ను ఓ సంపూర్ణ గ్రంథంగా తీసుకువచ్చి ఎందరో అభిమానులకు షడ్రసోపేత కవిత్వపు విందు ఏర్పాటు చేసారు. వారు అభినందనీయులు నిజమైన మిత్రులు.

జయధీర తిరుమలరావు గారన్నట్టు 'శ్రీశ్రీ తరువాత అంత ఎక్కువగా' 'కోట్' అయిన కవిత్వం ప్రభాకర్ ది. వర్తమానంలో కూడా కవిత్వానికి 'కాయినేజ్' పెంచిన కవి." కవిత్వంలో సంక్షిప్తత, వస్తువులో జీవిత విస్తృత, సమాజపు లోతుల్ని స్పృశియించిన కవి. సమాజ మార్పులను ఆశిస్తూ.... పేదరికానికి బలైన కవి. క్షయ అతన్ని తినేసింది. జీవన అలుపెరుగని పోరాట యోధుడు. కవిత్వంలో కలం ఎర్ర జెండా ఎత్తిన నిజమైన 'కమ్యూనిస్టు'. వర్తమానంలో కూడా అతని కవిత్వానికి 'రెలవెన్స్' పెరుగుతోంది.

అతను చూసిన సమాజం.... అతను అనుభవించిన 'సమాజం' దాదాపుగా ఒక్కటే. నమ్మినవారు మోసగించినా, 'తనవారికి ఏమి మిగల్చుకుండా' పోతున్నా... కవిత్వం కోసం, తను నమ్మిన ఇజాలు నిజాలు కోసం చివరి వరకు ఒంటరి పోరాటం చేసిన 'కలం యోధ' అలిశెట్టి ప్రభాకర్. 'భారమవుతున్న ఉచ్ఛ్వాస నిశ్వాసం మధ్యే / మృత్యువును హరిహసించేందుకు ఒకింత / సాహసం కావాలి' అని తెలిసిన నిరంతర సాహసి. పదమూడేళ్ళ 'కవిత్వ ప్రాయం'లో ప్రపంచ గతిని, సమాజ రీతిని

సమదృష్టితో తెగడినా, పొగడినా, హెచ్చరించిన కవి ప్రభాకర్. ఏముంది అతని కవిత్వంలో అని ప్రశ్నించుకొంటే 'ఏమి లేదు అతని కవిత్వం' అనే జవాబు మరో ప్రశ్నలా తూటాలా దూసుకువస్తుంది.

సరళంగా, శ్లేష, ధ్వనిలతో తట్టి లేసిన కవిత్వం అతనిది. 'జాలీ'గా అక్షరాలతో, కాగితాలతో కరాబు చేసే కాలక్షేపపు కవి కాదు అతను.... ఎర్రని నిప్పు వంటి అక్షర కణాలను అంతే 'ఎర్ర' గా పాఠకుల హృదయాల్లోకి ఎక్కించిన కవి. 'వందసార్లు' / దేవుడి దర్శనం / చేసుకొనే బదులు / ఒక్క మారు / గారడి ప్రదర్శన చూడు / అక్కడి వృధా మొక్కుల కంటే / ఇక్కడి ఒక్కటిక్కనా /

నీ మొదట్లో కెక్కవచ్చు'నని ధైర్యంగా బ్రతుక నాటకానికి మెక్కులు కన్నా 'ట్రిక్కులు' ఎక్కువ అవసరమని చెబుతాడు. 'వేశ్య' జీవితాన్ని అలిశెట్టి చెప్పినట్టుగా ఇంక్వెవ్వరూ చెప్పలేక పోయారనిపిస్తుంది..... ఆరులైన్ల కవిత...త్యాగం...మోసం...దగా...నటన... వంటి వాటిని విపులంగానే తెలుసుకొనేటట్లు చేస్తాడు... 'తను శవమై / ఒకరికి వశమై / తనువు పుండై / ఒకిరికి పండై / ఎప్పుడూ ఎదారై.... / ఎందరికో ఒయాసిస్సె.....' దోపిడికి గురయిన 'వేశ్య'లోని వివిధ కోణాలను ఆవిష్కరించిన తీరును వర్ణించలేం'. గంభీరమైన భాషాపటాటోపం, అర్ధంకాని శైలి విన్యాసం, నటన ముసుగులతో అవార్డుల కోసం అందమైన అక్షరాల అల్లికలతో కవిత్వం రాసే వారి జాతికి చెందిన కవి కాదు.... అతను 'ప్రభాకరుడు' మండే భాస్కరుడు. నోటు ముక్క, మందుల కోసం 'ఓటు' అమ్ముకోవద్దని మూడు దశాబ్దాల క్రితమే 'జాగ్రత్త / ప్రతీ ఓటూ / ఒక నీ పచ్చి నెత్తురు మాంసం ముద్ద / చూస్తూ చూస్తూ వేయకు ఏదో ఓ గద్దకి / అది కేవలం / కాగితం మీద గుర్తు కాదు.... సోమరులను తయారు చేస్తున్న వర్తమాన రాజకీయ పార్టీల ప్రలోభాల్లో పడి ఓటును 'వేల'కు 'వేలం' వేస్తున్న వర్తమాన ఎన్నికల సరళిని 'అలిశెట్టి' చూసి ఉంటే ఎలా స్పందించేవాడో... కవిత్వంలో మెరుపు 'కవి' జీవితంలో లేవు. ఇదో విషాదం. అయినా 'ఆయన' విషాదమనుకోలేదు. ఏదో చేయాలని వచ్చాడనిపిస్తుంది.... చేసింది చాలని వేగంగా వెళ్ళిపోయాడని కళ్ళలోని చెమ్మ చెబుతుంది. ఎంతో పని చేసేవాడు.... రోజులు గడిచాయి... కడుపు నిండలేదు. 'విద్య' తక్కువయినా... విశాల ప్రపంచంలో చీకటి, వెలుగు, దగా, మోసం, స్నేహం, ప్రేమ వంటి వాటి ఎక్కువగానే చూసిన కవి. దొరికిన 'చెత్త' కాగితాలపైన కూడా కవిత్వం రాసినా... 'చెత్త' కవిత్వం మాత్రం రాయలేదు. నిఖార్సయిన నిజాలను 'నిప్పు' లా రాసాడు. ఎందరికో శత్రువయాడు. జయంతి, వర్ధంతి ఒకే రోజు (12-1-1954 – 12-1-1993) కావటం కూడా ఓ విషాదం....

అతని కవిత్వం గురించి ఎంత చెప్పినా తక్కువే... ఒక్కొక్క కవిత (నిడివి తక్కువయినా) ఒక్కొక్క 'కావ్యం' అనిపిస్తాయి... చదివిస్తాయి... మెదడకు పని కల్పిస్తాయి... సమాజాన్ని చీత్కరించుకొనేలా చేస్తాయి... కాని.... మార్చమని హెచ్చరిస్తాయి.

అతనొక మనిషి

అతనొక కవి

అతనొక కవిత్వ మాంత్రికుడు

అలిశెట్టి పునర్జన్మ..... అలిశెట్టి కవిత్వమే....!

6. భక్తి శతకాలు పారమార్థిక చింతన –

ఆంధ్రశతకవాఙ్మయం భక్తిశతకాలతోనే ప్రారంభమయింది. తొలితెలుగు శతకంగా భావిస్తున్న 'శివతత్త్వసారాన్ని' మల్లిఖార్జున పండితారాధ్యుడు దైవభక్తి ప్రధానంగా రచించాడు. సంపూర్ణ శతక లక్షణాలు కలిగిన తొలి శతకం 'వృషాధిపశతకం' కవి పాల్కూరికి సోమన శైవ భక్తి ప్రాతిపదికగా రచించాడు. శివకవులు వీరశైవ మత వ్యాప్తి కోసం తెలుగులో శతక రచన ప్రారంభించారు. నేటి వరకు సుమారు నాలుగు వేలకు పైగా శతకాలు వెలువడ్డాయి. ఈ శతకాలు ఎన్ని వచ్చినా ప్రధానంగా వస్తువు మాత్రం భక్తితత్త్వానిదే. ఎన్నో నూతనాంశములు ప్రధాన వస్తువుగా స్వీకరించిన 'భక్తే' ముఖ్యమయినది.

భక్తి శతక లక్షణాలను ఈ సందర్భంగా తెలుసుకోవాలి

వామస్తుతి : ఈ శతకాల్లో ప్రధానంగా కనిపించే లక్షణం – భగవంతుని వివిధ నామాలతో స్తుతించడం. నవ విధి, ఏకాదశ భక్తి మార్గాలను విపులంగా వర్ణించే క్రమం వీటిలో కనిపిస్తుంది. శివ, వైష్ణవ, దేవి వంటి దేవతారూపాలను స్తుతించటం ముఖ్యమైనదనిపిస్తుంది.

భగవల్లీ లాభివర్ణ : కవులంతా తమ భక్తి శతకాల్లో భగవంతుని లీలలను కొనియాడటం కనిపిస్తుంది. దేవుని ప్రధాన కర్తవ్యం దుష్టశిక్షణ, శిష్టరక్షణ అని కవులు భావించడం జరిగింది. ఇటువంటి శతకాల్లో ఇతిహాస, పౌరాణిక, క్షేత్ర సంబంధిత కథలు ఉంటాయి.

పశ్చాత్తాప ప్రకటన : మానవ జన్మ దుర్లభమయినది. తెలిసి, తెలియక ఎన్నో తప్పులు చేయటం జరుగుతుంది. చతుర్విధ పురుషార్థాలను భౌతికమైన వాంఛా దృష్టితో పరిగణించుకొని, వాటికి అత్యధిక ప్రాధాన్యమిచ్చి ఆచరించడం, యవ్వన, వృద్ధాప్యాల్లో జరిగే మార్పులు మనిషిని పశ్చాత్తాపం వైపున నడిపిస్తాయి. ఆ దిశగానే భక్తి శతకాల్లో వైరాగ్య భావనలు ప్రకటించడం కనిపిస్తుంది.

వైరాగ్య ప్రకటన : భక్తితత్త్వంలో వైరాగ్యం కూడా ఒక అంశమే. జీవితం క్షణికమని తెలిసినా తెలియని ఆశ, వ్యామోహం 'మనిషి'ని ప్రలోభ పరుస్తాయి. 'పారిమార్థిక' జీవనం కోసం కాకుండా 'సుఖ'వంతమైన జీవితమే పరమార్థమనుకునే సాధారణ వ్యక్తులు... చివరి దశలో వైరాగ్యం ప్రకటిస్తారు. జీవిత తాత్త్విక చింతన అవసరమని గుర్తిస్తారు. శతకాల్లో ఈ విషయం గోచరిస్తుంది..

ఆర్తహృదయనివేదన : సంసారం ఓ సముద్రం. యవ్వనంలో అంతా 'నేను' చుసుకోగలను అనుకొనే 'మనిషి' క్రమేపి 'కాలం హరిస్తున్న' వేళ ఏది 'నేను' కాను... అదృశ్య శక్తి పాత్ర ఉందని గ్రహిస్తాడు. ఆ 'శక్తి' భగవంతుడని జ్ఞానం సంపాదిస్తాడు. కాని సమయం చేజారిపోతుంది. మృత్యువు

పంజా విసురుతుందని గుర్తిస్తాడు. తన 'హృదయ ఆర్తిని' ఆ శరణాగత వత్సలునకి మెరలిడతాడు. తన జీవితానికి ఓ అర్థం, పరమార్థం నీవే చూపాలని పశ్చాత్తాపం ప్రకటిస్తాడు. ఈ విధమైన 'తత్త్వం' భక్తి శతకాల్లో కనిపిస్తుంది.

భక్తి శతకాల్లో శైవభక్తి, వైష్ణ భక్తి, వివిధ దేవతల భక్తి తాత్వికత వంటి వర్గాలున్నాయని కొందరంటారు.

భక్తి అంటే.... పోతన భాగవతంలో నవవిధ భక్తి మార్గాలను గురించి ఇలా చెబుతాడు.... 'తను హృద్భాషల సఖ్యమున శ్రవణమున్, దాసత్వమున్, వందనార్చనముల్, సేవయు, న్మతలో ఎఱుకయున్, సంకీర్తనల్ చింతనంబను నీ తొమ్మిది భక్తి మార్గముల.... ఈ తొమ్మిది మార్గాల్లో భక్తిని ప్రదర్శించిన మానవుడు తన జీవనతాత్వికతను గుర్తిస్తే అతని పారమార్థిక జీవితం సఫలం, పారమార్థిక జీవిత పరమార్థం. పరమాత్మతత్వాన్ని వివిధ మార్గాల్లో తెలుసుకోవాలని భక్తి శతకాలు చెబుతాయి. భగవంతుని 'మకుటంగా' కీర్తిస్తూ చెప్పిన శతకాల్లో పారమార్థిక మార్గాలను జ్ఞాన మార్గంలోనే బోధిస్తారు. ఇలా చేస్తే అలా జరుగుతుంది కనుక, ఆవిధంగా చేయరాదని చెబుతాయి. నీతి, మానవీయ విలువలు, సాంస్కృతిక విలువలు బోధనతో మానవున్ని దివ్యునిగా తీర్చిదిద్దే ప్రయత్నాలు భక్తి శతకాలు చేసాయి. భక్తి వేదాంత భావాలతో మానవునిలో అంతర్గత దివ్య గుణాలను బహిర్గతం చేసే ప్రయత్నం వీటిలో జరిగింది. వీటితో జీవన, జీవిత పరమార్థం తెలుసుకొంటే 'పారమార్థిక జీవితం' లభించినట్టే... ధన్యత నొందినట్టే.

మనిషి వర్తమానంలో 'నరపశువుగా' కనిపిస్తున్న వైనం నిత్యం వార్తా పత్రికల్లో మనం చూస్తున్నాం. డబ్బు, అధికార లాలసత వంటివి మనిషిలోని మానవత్వాన్ని చంపేస్తున్నాయి. 'వాటిని చంపాలని 'మనిషి అనుకోవటం లేదు. అవే శాశ్వతం అనుకుంటున్నారు. కాని... అవి శాశ్వతమా... పోతన ఆన భాగవతంలో కారే రాజులు...! రాజ్యముల్ గలుగవే! గర్వోన్నతిం బొందరే! వారేరి? సిరిమూట కట్టుకొని పోవంజాలరే? భూమిపై తేరైనంగలదే....' అని ప్రశ్నిస్తాడు... ప్రశ్నించుకోమంటాడు. మనిషి మరచిపోతున్న విషయం ఏమిటంటే తల్లి గర్భం నుండి మనమేమి తేలేదు... వెళ్ళేటప్పుడు ఏమీ తీసుకువెళ్ళం అనే 'తత్వం' తెలిస్తే 'పారమార్థికత'కు అర్థం తెలిసినట్టేనని 'నరసింహశతకం'లో శేషప్ప కవి 'తల్లి గర్భము నుండి ధనము తేడెవ్వడు / వెళ్ళిపోయెడి నా(డు వెంటరాదు / లక్షాధికారైన లవణమన్న కాని / మెతుగు బంగారము మ్రింగబో(డు' అనేది మహత్తర నీతి వాక్యం. వేమన కూడా తన వేమన శతకంలో 'భూమి నాది యన్న భూమమి పక్కన నవ్వు / దానహీను జూచి ధనము నవ్వు ధనం, భూమి 'నాది' అని విర్రవీగే వారి అమాయకత్వం ఎంత చెప్పుకున్నా తక్కువ... ఏవి చివరకు 'నావి' కావు అనే చింతన మనిషికి కలగాలి. మనుషులలోని ద్వేదీభావనకు మచ్చుతునకులు ఎన్నో చెప్పుకోవచ్చు 'ధర్మం' గురించి వింటూనే 'అధర్మం' వైపు చూసాడు. 'నీతి' చెబుతూనే 'అవినీతి' చేస్తాడు.

'స్త్రీ'ని గౌరవించాలని ఉపన్యసిస్తూనే 'అగౌరవపరచటం' నిత్య వ్యవహారం కనుకనే ధూర్జటి తన 'కాళహస్తీశ్వర శతకం'లో పరమేశ్వరుడే ఈ 'గుణాన్ని' రూపుమాపాలని కోరమంటాడు. రక్తి, విరక్తి, భోగం, యోగం, ఆపెక్ష నిరపేక్ష ఇలా ఒకే కాలంలో రెండు ఆలోచనలు 'రోసి రోయరు కామిని జనుల తారుణ్యోరుసౌఖ్యంబులు/బాసిపాయదు పుత్ర మిత్ర జన సంపద్రాంతి వాంఛాలతలన్' అని

హెచ్చరించారు. మనసు భగవదత్తం చేస్తే, కోరకలు లేక దుఃఖం కలుగదు. బుద్ధుడు, భాగవతంలో పోతన కూడా ఈ విషయాన్ని వివరించారు. పారమార్థిక జీవితం కోరికలు లేనినాడే సాధ్యం. దుఃఖం లేని జీవితం పారమార్థిక జీవన సూత్రం. శరీరం పైన వ్యామోహం, మమకారం ఎంతటివాడినైనా లోభానికి గురి చేస్తుంది. దాని నుండి బయట పడమని ఎంత చెప్పిన అవివేకం అతని కప్పేస్తుంది. అజ్ఞానం అతన్ని అంధున్ని చేస్తుంది. ధర్మసూత్రాలు, నీతి వాక్యాల గ్రంథాలు, పురాణాలు వంటివి చెప్పిన అంశాలను పెడచెవిని పెడతాడు. ఈ మాటనే తరిగొండ వెంగమాంబ ఓ హెచ్చరిక వంటి 'చురక' లో ఆమె తన 'నృసింహ శతకం'లో 'చూడు మహానుభావ! యొక చోద్యము, జీవుడు దేహకాంక్షలన్ / వీడి(, డవెన్ని వివేకము కల్గదు, ఎంత మత్తు(డో/రా(డు దురాశలన్ విడిచి,' ఇంద్రియ భోగాలలాసతో జీవన పరమార్థం మరచిపోతాడు. భగవంతుడిచ్చిన మానవజన్మలోని అంతరార్థం గ్రహించడు అరిషడ్వర్గాలు చేసే ఇంద్రజాలంలో చిక్కుకో 'పారమార్థికత'కు దూరమయి నాది, నా వారు అనే వలలో చిక్కుకొని దుఃఖంతో మృత్యువు అంచులకు చేరుకున్న సమయంలో నిన్ను తలచటం అవివేకం.

     'పారమార్థికత' అంటే ఏమిటి? అని ప్రశ్నించుకొంటే ఇంద్రియాలు సృష్టించిన వ్యామోహ అంధకారం యొక్క ఆవలి తీరంలోని వెలుగును చూడవచ్చు. కాని మనిషి ఆశ, వ్యామోహం, కామ, క్రోధ, మద, మత్సరాలతో పతనం వైపుగా జారిపోయే సంసారపు జారుడు మెట్ల నుంచి కోలుకోడు.... అలా కోలుకోని.... వెలుగు వైపు దృష్టి సాధించేందుకు దోహదం చేసే సద్గ్రంథాలు 'భక్తి శతకాలు'.

7."ప్రకృతి విప్లవ పురోగతిని" చెప్పిన కవి

'మన రచయితల్లో స్తబ్ధత' అనే లేఖ 1965 భారతి లో అచ్చయింది. 'చైతన్యరాహిత్యాన్ని' ప్రశ్నించింది. అమెరికాలో 'బీట్ జనరేషన్', ఇంగ్లాండ్లో 'యాంగ్రీ యంగ్మెన్' పశ్చిమబెంగాల్లో, 'హంగ్రీ యంగ్మెన్', మావో చైనాలో యువకులలో సాంస్కృతిక విప్లవం ప్రారంభం వంటి ఓ 'నిశ్శబ్ద విప్లవాన్ని' ముందుకు తెచ్చాయి. 1965 ప్రాంతానికి దేశంలో నిరక్షరాస్యత, నిరుద్యోగం, దారిద్ర్యం, పరాధీనత, కుహనా రాజకీయాలు, మత కలహాలు, సాహిత్య వ్యాపారం, పాలక వర్గానికి బాకా ఊదే కవులు, విశృంఖలమైన సెక్స్ రచనలు మొదలైన సామాజిక అసమానతలు బలం పుంజుకున్నాయి. స్వాతంత్ర్యం సిద్ధించినా మారని ప్రజల దుర్భర జీవనం. శ్రీశ్రీ 1940లో కలలుగన్న 'సామ్యవాద స్వర్గం' చిరునామా ఎక్కడో వెతుక్కోవలసిన సందర్భం. ఇంకో పక్క కవిత్వంలో 'రూపవాదం' ప్రాముఖ్యతను సంతరించుకుంటుంది. సాహిత్యం సమాజంలో సగం. నిరంతరం మార్పులను తనలో కలుపుకోవడం కాదు. వాటిలో తామె కలిసిపోవాలి. ఈ నేపథ్యంలో 'దిగంబర కవిత్యోద్యమం' వచ్చింది. విదేశీ ప్రభావం లేదని 'మేము మేముగానే' వస్తున్నామని దిగంబర కవులు ప్రకటించుకున్నారు. తమకంటూ ప్రత్యేకమైన భాష, భావాలు, వారాలు, సంవత్సరాలు, ఋతువులు వంటి వాటిని నిర్మించుకున్నారు. క్రొత్త పేర్లతో కవితా రంగంలోకి అడుగుపెట్టారు.

బద్దం భాస్కరరెడ్డి వారిలో ఒకరు. బహుశా ఈ పేరు చాలా మందికి తెలియదేమో... 'చెరబండరాజు' అంటే టక్కున గుర్తుకు వస్తాడు. 'పదవి కోసం, డబ్బు కోసం దేనికైనా తెగించే నాయకులున్న ఈ 'కుష్టు వ్యవస్థని నాశనం చెయ్యాలి' అనేది వారి ప్రధాన ఎజెండా. చెరబండరాజు కవిత్వంలో మానవత్వం ఉంది. 'ప్రకృతిలోని విప్లవాదాన్ని' గమనించిన కవి. తరచి చూస్తే ప్రకృతి యొక్క వికృత రూపానికి మనిషి కారణం కాదా...?" అటువంటి వేళ విప్లవగళం వినిపించిందా? "పుడమి తల్లి చల్లని గుండెను/పాయలు పాయలుగా చీల్చుకొని/కాల్వలై ఎవరిదో, ఏ తరం కన్నీరో/గలగలా సుళ్ళు తిరిగి / మెల్లగా పారుతుంది' అంటారాయన ఆయన రాసిన 'వందేమాతరం' గీతం ఓ సంచలనం. భరతమాత దౌర్భాగ్యస్థితి ఎంతో వాడిగా, వేడిగా వర్ణిస్తారు. 'దుండగులతో పక్క మీద కులుకుతున్న శీలం నీది/అంతర్జాతీయం విపణిలో అంగాంగం తాకట్టుపెట్టిన యవ్వనం నీది' అంటూనే 'నోటికందని సస్యశ్యామల సీమవమ్మ' అంటారు. వర్తమానం కూడా ఈ 'ఘాటు' వెనుక నిందలు మోయవలసిందే! ఆకలిమంటల ఆర్తనాదాల్ని 'జీవునివేదన'గా వర్ణించే చెరబండరాజు సాహిత్యం వేరు రాజకీయం వేరు అనే కవి కాదు. వర్తమానంలో 'రాజకీయ కవులు' వేరుగా ఉన్నారు. వారి 'సాహిత్యం' కూడా వేరుగానే ఉంటుంది. 'ఏం రాశాను అనే దాని కన్నా, ఏం రాయాలి, ఎవరి కోసం రాయాలి' అనే దాని పైనే ఆయన

ఆలోచనలు సాగినాయి. 'నెన్నక్కనివ్వండి బోను' అనే కవితతో, కవితాలోకంలోకి ప్రవేశించిన 'రాజు' అయన. ఆ కవితలో 'మీ బిడ్డలు కృత్రిమ నాగరికత షోలో / మొదల్గా పనికొస్తున్న వాళ్లు' 'భగవంతుడ్ని అసలు నగ్నప్రియుడంటాను / అంటాను, అంటున్నాను అని నినాదించారు.

చెరబండరాజు కవిత్వం, గేయాలు వంటివి ఆయన సాధారణ కవి కాదని 'బొట్టు బొట్టు'గా తన నెత్తుటిని ఈ నేల తల్లి విముక్తి కోసం విత్తనంగా చల్లిన' వాడని చెబుతాయి. ఆయన గేయాలకు ముందుమాట వ్రాసిన రా.వి.శాస్త్రి గారు 'చెరబండరాజు గారి కవిత్వం, శ్రీశ్రీ గారు చెప్పిన చోటు నుంచే పుట్టుకొచ్చిందని నాకు స్పష్టంగా తెలుస్తుంది' అంటారు. ఆయన కవిత్వం ఏ వర్గానికి అవసరమో కూడా చెబుతారు. వర్తమానానికి ఆయన కవిత్వం ప్రతిబింబమనే చెప్పాలి.

'వాస్తవ జీవితాన్ని వేలమైళ్ల దూరంలో విసిరేసిన /విద్యాలయాలు వదలి/ జట్లు, జట్లుగా మెట్టు మెట్టుగా యువకులు నడిరోడ్డుకు పరుగెత్తుకు రావాలి' అనటంలో వాస్తవం లేదనగలమా? ఇంకో చోట 'ఉపన్యాసాలలో/సానుభూతి కరుణలు/మానవత్వపు విలువలు/చౌల్లు క్రింద కారుస్తున్నారని' వేదన పడతారు. నిజమే కదా.... నేటి నాయకుల మాటలకు, చేతలకు, ఆచరణకు మధ్యనున్న 'స్వార్థపరతి' పై వాక్యాలు అద్దం పడతాయి. ఎవరు మార్చాలి? అనే ప్రశ్నకు జవాబుగా 'యువకులు' అని చెబుతూ 'తరం మనది/ బరువు మనది/బాధ్యత మనది/భావి మనది' అంటారు. 'చిలుంనాకి బజ్జోకండ'ని హెచ్చరికలు చేస్తారు. 'జగద్గురువు'లుగా చలామణి అవుతున్న ఎంతో మందిని ఉద్దేశిస్తూ 'ఆధ్యాత్మిక చింత పేర/నవీన పతివ్రతల్ని పావనం చెయ్యందే వదలరు' నమ్మకు ఈ మతాల సుఖరోగుల్ని' అని కూడా కోపమవుతారు. తెలుసు తెలుసు నాతరానికి/ మాట తప్పని యువతరానికి' అనే చెరబండరాజు కవిత్వంలో తీవ్రత వెనుక 'ఓ దిగంబర సమాజ వాస్తవాలను విప్పి చెప్పే' వేదన కనిపిస్తుంది. ప్రకృతిలోని విప్లవాదాన్ని సహితం ప్రజల సమక్షంలోకి తెచ్చిన కవి చెరబండరాజు. దిగంబర కవులలో 'ఆయన' అసాధ్యుడు. ఈ మహత్తరమైన సంఘం పరిణామం సాధ్యం వెనుక 'సర్వతో ముఖమైన మానవీయలోక దర్శనం అవసరం కాదా? ఈయన కవిత్వం సత్యాన్ని సమగ్రంగా ఆవిష్కరించలేదని అనగలమా? ఆయన కవిత్వం 'కాగితాలపైన అక్షరాలు' కాదు. పోరాట పతాకాలు. వర్తమాన సామాజిక పరిస్థితుల్ని, నిర్మోహమాటంగా, నిర్ద్వంద్వంగా చిత్రించి, ప్రజల త్యాగాన్ని కీర్తించి, భవిష్యత్ మార్గాన్ని నిర్దేశించడమే ఏ కవి/రచయిత అయినా చెయ్యాలి. అలా చేసిన కవి 'చెరబండరాజు'.

చెరబంబరాజుగా కీర్తినొందిన బద్దం భాస్కరరెడ్డి 03.01.1944 అంకుషాపూర్లో జన్మించి జూలై 2, 1982 లో మరణించారు. హైదరాబాద్లో ఉ పాధ్యాయుడిగా పని చేసాడు. ఆలోచన, అక్షరం, ఆచరణల ఐక్యతారూపం 'బద్దం' ప్రపంచ పురోగతి శ్రమజీవి నెత్తుటి బొట్టులోనే ఇమిడి ఉందని నమ్మిన చెరబండరాజుకు శ్రీశ్రీ తన మహాప్రస్థానాన్ని' అంకితమిచ్చాడు. 'పోరాటం డైరక్షన్/పాటనాకు ఆక్సిజన్' అని కలవరించటం, పలవరించటం తెలిసినవాడు. కవితలు, నవలలు, కథలు, గేయాలు అన్ని ప్రక్రియల్లో తను నమ్మిన సిద్ధాంతాలను మాత్రమే 'అక్షరాలు'గా అగ్ని కురిపించిన చెరబండరాజు.

"ఏ రోజైనా ప్రజా పోరాటాల విజయాల్ని రచించకపోతే ఆరోజు జీవించనట్టుందదు" తెలుగు సాహిత్య చరిత్రలో తనకంటూ కొన్ని పేజీలను లిఖించుకొన్నారు. ఆయనో మానవతావాది.....'సే

ఆశయం సూర్యుణ్ణి మాత్రం పిడికిట్లోంచి జారవిడువకు ప్రాణాన్ని పణం పెట్టయినా జగతికి మానవతా బిక్షపెట్టు...' సాహో.....చెరబందరాజు.

8. వర్ణవ్యవస్థను నిరసించిన 'దళిత సాహిత్యం'

భారతదేశం ఎన్నెన్నో ప్రత్యేకతలను కలిగి ఉన్నది. నైసర్గిక, భౌగోళిక, కుల, మత, జాతి, రాజకీయ ఇలా ఎన్నో.. ఎన్నెన్నో విభిన్నతల మధ్య తన మిగిలిన సమాజాలలో లేని కులం, వర్ణం వంటివి ఇక్కడ మాత్రమే 'సహజం' అనే స్థితి గల సమాజమిది. ఈ వర్గాలు కూడా శాఖోపశాఖలుగా విస్తరించి ఉన్నాయనేది సత్యం. ఈ కారణంగా అనేక అంతరువులు, అసమానతలు ఏర్పడ్డాయి. ఋగ్వేదం పదవ మండలంలోని పురుషసూక్తంలో కుల విభజనకు సంబంధించిన ప్రస్తావనుంది. రామాయణంలో నాలుగు కులాల వివరణ ఉంది. భారతకాలం నాటికి నాలుగుగా (చాతుర్వర్ణాం మయాం స్పృష్టం) ఉన్న కులాలు ఆ తరువాత అయిదుగా, తదనంతరకాలంలో అనేకానేక ఉపకులాలుగా విభజించబడ్డాయి. నాటి సమాజం ఈ 'అయిదవ కులం' (పంచమ కులస్థులు) వారిని ఊరికి దూరంగా నెట్టి, నీచమైన వృత్తులు అంటగట్టి, వారిపట్ల అస్పృశ్యతను పాటిస్తూ వారిని కనీసం 'మానవులుగా' కూడా గుర్తించకుండా 'అంటరానివారిగా' ముద్రను వేసింది. మనుషుల మధ్యకు సాటి మనుషులు కూడా రానివ్వని పాపం, నేరం తామేమి చేసామో వారికే తెలియదు. దీనికి కారణం 'కర్మ'లేని ఓ తాత్త్వికతో కూడిన 'కర్మ సిద్ధాంతం'ను తెర మీదకు తీసుకు రావటం జరిగింది. ఈ వర్ణాశ్రమ ధర్మాలను పదిలంగా పరిరక్షించవలసిందేనని రామాయణం (శంభూకుని వధ) శూద్రునికి తపస్సు చేసే హక్కు లేదని (మనుధర్మశాస్త్రం) వంటివి నిర్ణయించిన గ్రంథాలుగా ఖ్యాతి గడించాయి. కాలంలో నిరంతరాయంగా మార్పులు చోటు చేసుకుంటూ వస్తాయి. చరిత్ర క్రమేపి 'మార్పు'లకు లోనవుతూ అంటుంది. కాని... అంతరాలలో నిలిచిన 'తరతరాల అంతరం' అలానే ఉండిపోయింది. ప్రాచీనకాలం నుంచి భారతీయ సాహిత్యంలో వర్ణవ్యవస్థను నిరసించిన కవులున్నారు. కాని ఈ నిరసన 'భక్తి' మార్గంలో కొనసాగింది వేమన, పోతులూరి వీరబ్రహ్మం, అన్నమయ్య వంటి వారు అస్పృశ్యతా దురాచారాన్ని ఖండించారు. వేమన–

> "మాల మాలగాడు మహిమీదనే ప్రొద్దు
>
> మాట తిరుగువాడు మాలగాక
>
> వాని మాలయన్న వాడెపో పెనుమాల" అని కులం కంటే గుణం గొప్పదనే

భావాత్మకంగా చెప్పాడు. వీరబ్రహ్మం సహితం –

"పంచముడని నిను కించ పరచిరని బాధపడకురా కక్కా

తిట్టిన నోరే పొగడుతున్నప్పుడు వదిలేనురా వారి తిక్క"

అని అన్నారు. వర్తమానంలో ఈ దృశ్యం ఆవిష్కరించబడినా.. దాని వెనుక 'వారి' కష్టం, శ్రమ గుర్తింపబడుతున్నదా అనేది ప్రశ్న....?

మనదేశంలో సంఘ సంస్కరణోద్యమం ఆవిర్భావానికి ముందే తెలుగులో అస్పృశ్యతా నిరసన కవిత్వం వెలువడింది. 1909 సం॥లో 'ఆంధ్రభారతి' పత్రికలో ఓ అపరిచిత కర్త (పేరు లేదు – తెలియదు) 'మాలవాంద్రపాట' అన్న గేయంలో ఈ నిరసన కనిపిస్తుంది.

"అందారు పుట్టిరి హిందమ్మ తల్లికి

అందారు ఒక్కటై ఉండాలి సక్కంగా

అమ్మోరు దీవించి అయిశర్యమిచ్చును" (ఉపయోగించిన

భాష కూడా గమనించదగ్గదే..) నాటికాలానికి ఇదో గొప్ప ముందుచూపుగానే చెప్పాలి. 1910లో గురజాడ వారు తను రాసిన 'లవణరాజు' కల అనే గేయంలో–

"మలిన దేహులనుచు

మలిన చిత్తుల కథిక కులముల

నెలనొసంగిన వర్ణధర్మ

మధర్మ ధర్మంచే" అంటారు. 'మంచి అన్నది మాల అయితే మాల నేనగుదున్' అని కూడా నినదించారు. 1915లో మరిగిపూడి వెంకటశర్మగారు

తన 'విరుద్ధభారతం' అనే పద్యకావ్యంలో (ఇది 'తొలి నిరసన కావ్యం' అనే వారున్నారు)

"మాలలన పంచములటంచు మాదిగలని

శ్వపచులని చెప్పగరాని వారటంచు

మరియు జండాలురని తోడి మానవులను

దరిమి వేయుట సాంఘిక ధర్మమగునే" అనే వేదనను వ్యక్తం చేసారు.

గాంధీ రంగ ప్రవేశం తరువాత జాతియోద్యమం, అస్పృశ్యతా నిరసన జోరందుకున్నాయి. గాంధీజి 'హరిజన' అనే పదాన్ని వాడుకలోకి తెచ్చారు. (ఇది కూడా నిరసనకు గురయింది) గాంధీ పిలుపుతో ఎంతోమంది కవులు అస్పృశ్యత కావ్యాల రాసారు. గరిమెళ్ళ వారు తన 'మాకొద్దీ తెల్లదొరతనం' అనే గేయంలో 'అంటు దోషము మాకు లేదండీ పాపమంటూ చాటుదాము రండి' అంటూ ప్రసిద్ధి పొందారు. 1926లో గరిమెళ్ళ రాసిన ఖండకావ్యంలో–

"అస్పృశ్యులని యొక అసదృశంబగుజాతి

నాదరింపక బైటకంపినాము

తలచుకొను కొద్ది హృదయములో దగ్ధమగుచు" అని వేదనను వ్యక్తంచేసారు.

1930 నుంచి హరిజనులు రంగ ప్రవేశం చేసి తమ సమస్యలను తామే గానం చేసుకున్నారు. కుసుమ ధర్మన్న, గుఱ్ఱం జాషువా, జాలా రంగస్వామి, నక్కా చినవెంకయ్య, బోయి భీమన్న, కలేకూరి, కొలకలూరి ఇనాక్ వంటి ఎందరెందరో తమ కలాలకు తమ వేదనలే వస్తువులుగా మార్చుకున్నారు. వీరిలో జాషువాదో ప్రత్యేకమైన పంథా. ఆయన జీవితం అంతా ఇటువంటి 'అస్పృశ్యత'లోనే గడిచిపోయింది. కాని.. ఆయనకు సమాజంపైన కోపం, కసి, పగ వంటివి లేవు. కలంలో కూడా ఆయన తన వేదనను, సమాజం మారవలసిన ఆవశ్యకతను నొక్కి చెప్పారు. ఓ సుస్థిరమైన స్థానం సంపాదించుకున్నారు. 'గబ్బిలం', 'ఫిరదౌసి', 'ముసాఫరులు' వంటి రచనలు జాషువాకు ప్రత్యేక వేదికను నిర్ణయించాయి.

> "నా కవితా వధూటి వదనంబు నెగాదిగాజూచి, రూపురే
>
> ఖామనీయ వైఖరులగాంచి భళి భళి యన్నవాడె, నీ
>
> దేకులమన్న ప్రశ్న వెలయించి చివుక్కున లేచిపోవుచో
>
> బాకున గ్రుచ్చినట్లగును పార్థివ చంద్ర వచింప సిగ్గగున్"

అనే ఆవేదన వ్యక్తం చేస్తారు. అంతేకాదు అలాంటి దళితున్ని చూసి "కసిరి బుసకొట్టు నాల్గు పడగల హైందవ నాగరాజు" అని వర్ణవ్యవస్థ క్రూరత్వాన్ని వెల్లడిస్తారు.

దళిత సాహిత్యం గురించి చర్చించుకొనే సమయంలో అసలు దళితులంటే ఎవరు అనే ప్రశ్నకు కూడా చోటు కల్పించుకోవాలి. దళిత అనే పదానికి సూర్యారాయాంధ్ర నిఘంటువు ఇచ్చిన అర్థాలు..

– ఖండించబడినది, ఛేదించబడినది, చీల్చబడినది

– వికసింపబడినది, విసిరివేయబడినది

– అర్ధి కృతము, సగము చేయబడినది

– నిక్షిప్తము, అటునిటు చిమ్మబడినది.

అర్థాలన్నీ ఖండించబడిన అనే దానికి దగ్గరగా ఉన్నాయనేది వాస్తవం. మరి

దళితులంటే ఎవరు? కె.కె.ఆర్ "తరతరాలుగా అస్పృశ్యతకు గురై, మతం పేరిట, సాంస్కృతికంగా హీనంగా చూడబడి విద్యాసౌకర్యాలు కరువై సమాజంలో ఉంటూ కూడా ప్రధాన జీవన స్రవంతికి దూరమై, ఆర్థికమైన అణచివేతకు, శ్రమదోపిడికి గురైన" వారుంటారు. 1920–1930 నాటికి దళితులు పంచమ, హరిజన అనే పదాలను తిరస్కరించటం మొదలుపెట్టారు. తమని తాము 'ఆది ఆంధ్రులుగా' పిలుచుకోవడం ప్రారంభించారు. 1927లో గూడూరు రామచంద్రరావు నాయకత్వంలో విజయవాడలో 'పంచమ మహాసభ'ను నిర్వహించారు. ఈ సభలో భాగ్యరెడ్డివర్మ పంచమ పదాన్ని తీవ్రంగా వ్యతిరేకించారు. దాంతో ఆసభను ప్రథమ ఆది ఆంధ్ర మహాజన సభ"గా మార్చి నిర్వహించారు. 1933లో కుసుమధర్మన్న 'హరిజన శతకం'లో

"ఆలకింపుమయ్య ఆది హిందు

ఆలకింపుమయ్య ఆదియాంధ్ర

ఆలకింపుమయ్య మాలవర్య" అని పేర్కొంటూ, అలా ఎందుకు రాసారో

'హరిజనులు ఆంధ్రదేశంలోని వివిధ ప్రాంతాల్లో ఆది హిందువులు, ఆదియాంధ్రులు, మాలలు మొదలైన పేర్లతో పిలువబడు కారణంగా ఆయా ప్రాంతాల వారికి అవసరమని తోచినచో అందుకు అనుగుణంగా మార్చి చదువుకోవడానికి అని సూచనలో పేర్కొన్నారు. బొజ్జాతారకం సలంద్ర, కత్తి పద్మారావు వంటి కవుల తొలి రచనల్లో దళిత చైతన్యం కంటే, విప్లవ, హేతువాద చైతన్యాలు ఎక్కువగా దృశ్యమానమవుతాయి. అసలు సాహిత్యంలో 'దళిత సాహిత్యం' యొక్క ప్రవేశం. ఆవశ్యకతలను గురించి కె.కె. రంగాచార్యులు అంచనా ప్రకారం 'ఇటీవలి కాలం వరకు తెలుగు సాహిత్యంలో దళిత చైతన్యం ఒక ప్రత్యేకమైన పాయగా కనిపించదు. బలమైన సామాజిక, రాజకీయోద్యమాలు రావటం, ఇతర సమస్యలతో పాటు అందులో భాగం కావటం దీనికి కారణం కావచ్చు' నంటారు. (ఆధునిక సాహిత్య దళిత స్నృహ). ఈ నేపథ్యంలో దళిత సాహిత్యాన్ని పరిశీలిస్తే క్రీస్తుపూర్వం ఆరవ శతాబ్దంలో బుద్ధుడిలో ప్రారంభమయిందని, కొందరు, మరికొందరు మహోత్మా జ్యోతిరావుఫూలే (1827–1890), ప్రొఫెసర్ ఎ.ఎస్.ఎం. మాలో (1886–1957) ఆరంభమయిందని మరికొందరు విభిన్నమైన అభిప్రాయాలను వెలిబుచ్చారు. "దళితుల సామాజిక, ఆర్థిక సాంస్కృతిక విముక్తి కోసం పోరాడే శాస్త్రీయమైన దళిత సాహిత్యాన్ని రగిల్చి దళిత సాహిత్యానికి ఒక వెలుగు భూమికను అమర్చి సమగ్రమైన తాత్విక దృక్పథాన్నిచ్చిన వాడు డాక్టర్ బాబా సాహెబ్ అంబేడ్కర్' అంటారు కలేకూరి ప్రసాద్ తన 'దళిత సాహిత్యం'లో. అయితే అంబేడ్కర్ ముందు వారు చేసిన సేవ తక్కువది కాదని కూడా ఆయన అంగీకరిస్తారు.

సాహితీ ప్రక్రియలలో దళితుల సమస్యలను మొట్టమొదటిగా చిత్రించిన భారతీయ నవల ముల్క్ రాజ్ ఆనంద్ రచించిన 'అస్పృద్దల్'. ప్రేమ్చంద్, రాగోర్లు తమ అనేక రచనల్లో అస్పృశ్యతను నిరసించారు. మహారాష్ట్రలో 70 దశకంలో ఉవ్వెత్తున లేచి మొత్తం సమాజాన్నిట కుదుపు కుదిపిన **'దళిత పాంథర్స్'** ఉద్యమం దళిత సాంస్కృతికోద్యమానికి అవగాహనను అందించదనే ఒప్పుకోవాలి. ఈ ఉద్యమ నాయకులందరూ 'రచయిత'లే కావటం విశేషం. ఈ ఉద్యమానికి అంబేడ్కర్' స్ఫూర్తి మూలసూత్రం. **అస్పృశ్యతను ప్రధానంగా తీసుకుని రాసిన మొదటి తెలుగు నవల 'హేలావతి'.** 1913లో శ్రీ తల్లాప్రగడ సూర్యనారాయణ దీని రచయిత 1919లో వెంకట కవులు 'మాతృమందిరం' 1922 ఉన్న వారు రాసిన 'మాలపల్లి' వంటివి వచ్చాయి. ఆ తరువాత కాలంలో 1936లో ఆచార్య ఎన్.జి. రంగా 'హరిజన గాయకుడు', అడవి బాపిరాజు 'వరుడు', అంతటి నరసింహం 'ఆదర్శం' (1946) ఇల్లందుల రంగనాయకులు 'మల్లిక' (1950), వట్టికోట ఆళ్వారు స్వామి 'ప్రజల మనిషి' (1952), రంగనాయకమ్మగారు రాసిన 'బలిపీఠం' (1962) (ఇది చలన చిత్రంగా కూడా వచ్చింది) వంటివి దళిత సమస్యలను బలంగా చిత్రించినవే. మహీధర 'కొల్లాయి గట్టితేనేమి' నుంచి 1984 దడాల చంటబ్బాయి రాసిన 'అంతులేని అమావాస్య' వరకు ఉన్నాయి. కథ, నవల, కవిత, పద్యం, గేయం ఇలా అనేక రూపాల్లో

కవులు, రచయితలు, రచయిత్రులు 'దళిత సాహిత్యం'ను పరిపుష్టం చేసారు. కలేకూరి ప్రసాద్ అన్నట్టుగా "కాలం రాజహంస, కాలం చంద్రవంక. కాలం చీకటి వెలుగుల పెనుగులాట. లక్ష కరిమేఘాలు చీకటి కాటుకను వర్ణించనీ, మనది వెలుతురు పాట. మనది ఓడిపోయిన మానవుల తుది విజయగీతం. కథలై గీతాలై, నవలలై, రకరకాల సాహితీ రూపాలై దళిత ఆకాంక్ష వెల్లువగా వ్యక్తం కావాలి. దళిత ప్రజల కలల సాఫల్యానికి మనతరం నడుం కట్టాలి." ఆ దిశగా దళిత సాహిత్యం మరింతగా వెలుగులీనాలి.

9. ధిక్కార స్వరం 'దిగంబర కవిత్వం'

ఆకలి, కామం, కలలూ, కన్నీళ్ళూ
మనిషిలోని మర్మజ్ఞానమంతా ఒక్కటే
దేశమేదైతేనేం? మట్టంతా ఒక్కటే
చనుబాలు తీపంతా ఒక్కటే'

1960 దశాబ్ది ఆరంభం నాటికి తెలుగు కవితారంగంలో ఓ స్తబ్ధత పేరుకుపోయింది. ఇందుకు అనేకానేక సామాజిక, రాజకీయ, ఆర్థిక కారణాలను చెబుతారు. 1950ల నాటికి 'అరసం' వైభవం మసకబారింది. 'కుందుర్తి' చేసిన ప్రయత్నం, ఏర్పరచిన 'ఫ్రీవర్స్ ఫ్రంట్' వచన కవిత్వానికి గొప్ప ప్రారంభమయింది. ఇది కేవలం కవిత్వపు పంథా మార్పునకు చేసిన ప్రయత్నం. 'కవిత్వ స్వభావానికి' పునర్వికాశం తీసుకురాలేదు. అభ్యుదయ కవులు 'సినిమా' ప్రపంచంలో తమ అస్తిత్వానికి 'చిరునామా'ను చూసుకున్నారు. సంప్రదాయవాదులు తమ మార్గం తాము 'రచనలు' చేసుకుంటున్నారు. ఈ నేపథ్యంలో 'సమాజం'లో సమూలమైన మార్పును ఆశిస్తూ రంగ ప్రవేశం చేసింది 'దిగంబర కవిత్వం' నగ్నముని (హృషీకేశవరావు), చేరబండరాజు (బద్దం భాస్కరరెడ్డి), జ్వాలాముఖి(రాఘవాచారి), భైరవయ్య(మనమోహన్ సహాయ్), నిఖిలేశ్వర్(యాదవరెడ్డి), మహాస్వప్న (కమ్మిశెట్టి వెంకటేశ్వరరావు) వీరు సంవత్సరాల పేర్లను కూడా నగ్ననామ, నిఖిలేశ్వర నామ, జ్వాలాముఖి నామ ఇలా అందరి పేర్లమీద ఒక్కొక్క సంవత్సరం ఒక్కొక్క కవితా సంకలనం ఆవిష్కరించాలనుకున్నారు. కాని మూడు మాత్రమే ఆవిష్కరించారు.

'దిగంబర కవిత్వ' ఆరంభానికి కొంత పాశ్చాత్య కవితా ఉద్యమ ప్రభావం ఉ ○ంది. అమెరికాకు చెందిన బీట్నిక్స్ కవులు, బ్రిటన్ యాంగ్రీయంగ్ మెన్ ఉద్యమం వంటి వాటి పాటలు, తన కాలంతో పాటే ఎంతో ముందు రోజుల్ని ఊహించగలిగిన మహో ప్రతిభాశాలి. ప్రపంచ ప్రఖ్యాత రచయిత జార్జి ఆర్సెల్ వంటి వారి 'నీడ' వీరిపైన ఉంది. రష్యాలో 'ఎతుహెంకో" అనుయాయులు. యూరప్లోని హంగేరిలోని గాయపడిన యువకులు, హాలెండ్లోని ప్రోవో ఉద్యమకారులతో పాటు 1958లో కలకత్తాలోని కవితరం కవులు ఆరంభించిన ఉద్యమాలు దిగంబర కవులకు ప్రేరణగా నిలిచాయంటారు సాహితీ విమర్శకులు. ఇవి కాక నాటి భారతదేశ పరిస్థితులు ప్రేరేపించాయి. అవినీతి, దరిద్రం, దిశానిర్దేశం చేయలేని రాజకీయ

నాయకత్వం, స్వాతంత్ర్యం సిద్ధించినా తీరని వ్యధలు, ఆకలిచావులు, ప్రతిభకు దక్కని స్థానం, వ్యక్తి ఆరాధన, ఆశ్రిత పక్షపాతం, ఉపాధిలేమి, భవిష్యత్తై భరోసా నివ్వని 'సామాజిక వ్యవస్థ' వంటి కారణాలతో 'దిగంబర కవిత్వం' ఉవ్వెత్తున లేచిన 'అల'ల వలే తెలుగు సాహిత్య రంగాన క్రొత్త ఆలోచనలకు ఊపిరి పోసింది. దిగంబర కవులు తమ కవిత్వంలోనే కాదు, తమ కవితా సంపుటాలు ఆవిష్కరణలో కూడా నూతన పంథాను అనుసరించారు. సంప్రదాయ ఆవిష్కరణలకు స్వస్తి చెప్పి, అర్ధరాత్రి వేళ పేరు తెలియని సామాన్యులతో పుస్తకాల్ని ఆవిష్కరింపజేసారు. తొలి సంపుటిని 1965 మేలో హైదరాబాద్ నాంపల్లి పాండు అనే రిక్షావాలాతో, రెండవ సంపుటిని 1966 డిసెంబర్లో విజయవాడలో జంగాల చిట్టి అనే వ్యక్తితో, మూడవ పుస్తకాన్ని 1968లో విశాఖనగరంలో యశోద అనే భిక్షకురాలితో ఆవిష్కరణ చేయించారు. సామాన్యులు, అతి సామాన్యులు 'దిగంబర కవితా సంపుటాలకు' ఆవిష్కర్తలు. ఈ కార్యక్రమాలు రోజుల్లో సంచలనాలు సృష్టించాయి. "కీర్తికి షార్ట్కట్ మార్గ్లని' ఈ ధోరణిని వ్యాఖ్యానించినవారు లేకపోలేదు. వారాలు, నెలలు, సంవత్సరాలకు తమదైన నూత్న శైలిలో క్రొత్త పేర్లను ప్రకటించి దిగంబర కవుల కవిత్వం నాటి కవితాభిమానులకు 'ఈ కవిత్వం పైన' 'ప్రేమాభిమాన ఆసక్తు'లను పెంచాయి.

దిగంబర కవులు ఏం ఆశించారు అనే ప్రశ్న సహజం. వారికి కావలసింది సంప్రదాయ విలువల సమర్ధన కాదు, విధ్వంసం. దిగంబర కవులలో కూడా మార్క్సిస్టులు, వ్యక్తి స్వేచ్చా వాదులున్నారు. 'దిగంబర కవిత్వం'లో ఈ 'స్వేచ్చ' కనిపిస్తుంది. శ్రీశ్రీ వంటివారు సహితం 'దిగంబర కవిత్వం' మౌళిక తాత్త్వికత ఏమిటో అంచనా వేయలేక పోయారు. (కొన్ని కవితలను ఆయన ఆంగ్లంలో అనువదించారు.) **'దిగంబర కవులలో రాజకీయ చైతన్యం కంటే కవితా చైతన్యమే'** ఎక్కువ అని శ్రీశ్రీ, 'సమాజం మీద కక్ష కట్టిన వాళ్ళు దిగంబరులు. ముఖ్యంగా మధ్యతరగతి మీద వీరు కత్తి దూసారు. వీళు చేసేది అభ్యుదయ కవిత్వం కాదు. జాగృతి కోసం ధ్వంస రచన చేస్తారు' అంటారు ఆరుద్ర. కొ.కు మాత్రం దిగంబర కవిత్వం పట్ల సదాభిప్రాయాన్ని వెలిబుచ్చారు. **'దిగంబర కవులు ఆధునిక కవిత్వంలో ఒక కొత్త దారి చూపారు. ఇది నిజమైన విప్లవ తిరుగుబాటు. ఈ కవిత్వం ఈనాడు ప్రజలకు అవసరం"** అంటారాయన. ఎవరేమీ అనుకున్న తమకంటూ ఓ ప్రత్యేకమైన కవితా విధానముందని. స్పష్టమైన కవిత్వపు అజెండా తమకుందని వారు చెప్పుకున్నారు. తన మొదటి కవితా సంపుటిలో తాము ఎన్నుకొన్న మార్గ సిద్ధాంతమును స్పష్టంగా ప్రకటించారు. "మానసిక దిగంబరత్వం కోసం నిత్యాస చేతన ఆత్మస్ఫూర్తితో జీవించడమే మా ఆశయం. శ్వాసించే ప్రతి వ్యక్తితో సారూప్యం చెంది వ్యక్తి అస్తిత్వ పరిరక్షణ కోసం, అంతరంగంలో అణగి పడిఉన్న ఆరాటాన్ని ఆ సంతోషాన్ని విసుగును అక్షరాల్లో వ్యక్తీకరించి నూతన విశ్వాసాన్ని ఆశను కలిగించాలని మా తత్పరణ..' అన్నారు దిగంబర కవులు'. వీరిది అతి తీవ్రమైన ఆవేశ వైఖరి. సమాజంలో ఆదర్శవంతమైన మార్పుల సాధన కోసం కవిత్వమనేది వీరి ఆశయం. దిగంబర కవిత్వ ప్రయోజనాల గురించి భైరవయ్య రచించిన 'దిగంబర కవిత'లో

మనిషిలో అట్టడుగున బురద గుంట్లో

పడిఉన్నమనిషిని లేవదియ్యడం

ఎముకల లోతుల్లో ధ్వనించే

స్వచ్చమైన గీతాల్ని ప్రతి ధ్వనించడం

కళ్ళ వెనుక దాగి ఉన్న

సిసలైన కన్నీళ్ళని ప్రసరించడం..."

అని చెప్పుకొచ్చారు. మానసిక ఏకాకి తత్త్వం కూడా సహజమే. కాని ఇదే అస్తిత్వం కాదు. పరిసరాలు, బాంధవ్యాలు వదిలి క్షణం పై క్షణం బరువుగా పడి యాడుస్తూ పోవడం కాకుండా చైతన్యవంతమైన ఆత్మ సంతృప్తితో సాగే జీవితం నిజమైన అస్తిత్వం అని తన రెండో సంపుటిలో వీరు ప్రకటించుకున్నారు. ఇదే తమ తాత్త్విక దృక్పథమని కూడా వివరిస్తారు.

"నవరత్నఖచిత సువర్ణ కిరీటం కోసం

నిలువు దోపిడీల కోసం

నెత్తి మీద జుత్తు కోసం

అమ్ముడు పోయేవాడు కాదు నా దేవుడు" అని భైరవయ్య వ్యతిరేక

ధోరణిలో దేవుడ్ని ఎలా 'తయారు చేసారో' చెప్తూ మత మాధ్యాన్ని నిరసిస్తారు. దిగంబర కవిత్వంలో మానవతావాదం కూడా ఉంది.

"పుడమితల్లి చల్లని గుండెను

పాయలుగా చీల్చుకుని

కాల్వలై ఎవరిదో, ఏతరం కన్నీరో

గలగలా సుళ్ళు తిరిగి మెల్లమెల్లగా పారుతుంది

ఆకాశం వెక్కి వెక్కి ఏడుస్తోంది"   – చెరబండరాజు

"సంకుచిత తత్వాన్ని మనమంతా

సాంప్రదాయ బద్ధం చేసేసుకున్నాం

కాబట్టే మనకింకా అర్థం కానిది

సర్వమానవ కల్యాణం" – జ్వాలాముఖి

ఇటువంటి మానవతావాద కవిత్వంలో జాలి, దిగులు, కోపం, కసి, ఆవేదన వంటి వాటిని సమ్మేళన పరచి ఆలోచింపజేసింది దిగంబర కవిత్వం. బానిసగా జీవిస్తున్న మనిషి, మనిషి మీద నమ్మకం సడలటం వంటివి ఈ కవిత్వంలో కనిపిస్తుంది. ఇక్కడ ప్రధానంగా చెప్పుకోవలసింది చెరబండరాజు 'వందేమాతరం' ఖండిక. ఎంత ఆవేశమో అంతటి సంచలనం కలిగించినది. భరతమాత దౌర్భాగ్య, నిక్పృష్ట స్థితి వాడిగా వేడిగా స్పష్టంగా వివరిస్తుంది కవిత.

దండగులతో పక్క మీద కులకుతున్న శీలం నీది

అంతర్జాతీయ విపణిలో అంగాంగం తాకట్టు పెట్టిన యవ్వనం నీది

సంపన్నుల చేతుల్లో మైమరచి నిద్రిస్తున్న యవ్వనం నీది

ఊసినా, దుమ్మెత్తి పోసినా చలనం లేని మైకం నీది.........

.......నోటికందని సస్యశ్యామల సీమవవమ్మా.." అనే వాక్యాల వెనుక వేదనా పూరిత

వ్యాఖ్యానం ఏడు దశాబ్దాల స్వాతంత్ర్యం సిద్ధి వెనుక 'అభివృద్ధి'ని నిష్కర్షగా 'చిత్రం' మలచిన 'అక్షరాలు' కనిపిస్తాయి. అలాగని దిగంబర కవులకు దేశం మీద గౌరవం లేదని కాదు.

వచనకవిత్వంలో ప్రయోగాలు, క్రొత్త భావాల ఆవిష్కరణ, అభివ్యక్తీకరణను 'వీరు' ఆవిష్కరించుకున్నారు. సరికొత్త ఉపమానాలు, ప్రతీకలు ఈ కవిత్వంలో గోచరమవుతుంది. పాఠకుడి మెదడులోని చాంధసపు పాత భావాల బూజును దులిపే ప్రయత్నం చేస్తుంది. కొన్ని ఉదాహరణలు –

"వడ్డీలా పెరుగుతున్న ఆకలి, ఆకాశం విస్తట్లో అన్నం ముద్ద"

"మహోరణ్యం బురదగుంటలో కాళ్ళు విరిగిపడ్డ ఈగ – మనిషి"

"కట్నాల కౌగిలింతలో / యువతరం తిలాంబరాలు"

"జడలు కట్టిన శిరోజాల కొసలుపట్టుకు / వేళ్ళాడుతున్న పేలు – నాయకులు"

తెలుగు కవిత్వ ఉద్యమాల్లో బయటకొచ్చిన ఓ అలజడి అల దిగంబర కవిత్వం. ఎగిసినంత వేగంగా విరిగిపోయింది. అయినా తన అస్తిత్వ చిరునామాను గర్వంగా నేటికి నిలిపింది. ఏం ఆశించిందీ కవిత్వం..ఏ ఆశయంలో ఉద్భవించింది?

– మంచికోసం, ఆదర్శవంతమైన సమాజ నిర్మాణం

– కుష్ఠు వ్యవస్థ (సమాజం) నాశనం కావాలి

– ప్రజలలో ఉన్న నిర్వేతుక విశ్వాసాట పట్ల నిరసన

– మానవులు అందరిలోనూ నిలబడి తాను జీవించడం నిజమైన అస్తిత్వం

– ప్రాచీన సాహిత్యం, పూర్వపు విలువల పట్ల తిరస్కృతి, నిరసన

పై అంశాలు పట్ల 'సంప్రదాయ కవిత్వపువాదులు'కు ఏవగింపు కలగవచ్చు. వారు 'వ్యూహాత్మక మౌనం'తో ఈ కవితా విధానిన్ని నిరసించవచ్చు. కాని.. సమాజంలోని వాస్తవాలను చెర్నాకోలాతో ఎవరో ఒకరు నాయకులకు, ప్రజలకు చెప్పాలి. నేటికి కూడా మాధ్యమాలు (మీడియా), ప్రజలు ఓ 'అంగడి సరుకులు'గా మిగిలాయనే వారున్నరు. కాదు.. ఇది తప్పు అనే వారున్నరు. కాని.. దిగంబర కవిత్వానికి ఈ శషభిషలు లేవు. 'ఉన్నదానిని ఉన్నట్టుగా' నగ్నంగా విప్పి చెప్పటమే సాహిత్యం చేయవలసిన పని అని వారు 4949విశ్వసించారు. 'సాక్షి' వ్యాసాల్లో పానుగంటి వారి తీవ్రతనే వచన కవిత్వంలో 'దిగంబర కవులు' ప్రదర్శించారనే కవితా విమర్శకుల వాదనను కొట్టి పారేయలేం..!

"అడుగు అడుగులో సహారా ఎడారి

ప్రపంచంలో ప్రతి ఒక్కడి శిరస్సు మీద ఒకొక్క హిమాలయం

నీ ఆశయం సూర్యుణ్ణి మాత్రం పిడికిళ్లోంచి జార విడువకు

ప్రాణాన్ని పణం పెట్టయినా, ఈ జగతికి మానవతా భిక్ష పెట్టు"

–చెరబండరాజు

10.భాగవతం – పోతన భక్తి తత్పరత

భగవద్గీతలో కృష్ణుడు నలుగురు భక్తులను గురించి పేర్కొన్నాడు. 'ఆర్తో జిజ్ఞాసు రర్థార్థీ జ్ఞానీచ భరతర్షభ' అనగా ఆర్తుడు, జిజ్ఞాసువు, అర్థార్థి, జ్ఞాని ఇదే సందర్భంలో 'ఏకాగ్రభక్తి:' అనే పదం కూడా దర్శనమవుతుంది. దీని గురించిన లోతైన చర్చను గీత చేస్తుంది. భక్తి యోగంలో నిర్గుణ ఉపాసన, అనేక క్లేశాలలో కూడినదని, దేహమే నేననే భావం కలవారికి దు:ఖాన్ని కల్గిస్తుందనీ పేర్కొనటం జరిగింది., 'నేను''నాది' అనే పదాలు విషాదసోపానాలని తాత్వికుల బోధ. పోతన, త్యాగయ, రామదాసు తదితరులు దేహభావంతో కూడిన వారికి నిర్గుణోపాసన కుదరదని, సుగుణోపాసనమే శ్రేష్ఠమని బోధించారు. కానీ... జ్ఞాన మార్గం కన్నా ఇది గొప్పదని చెప్పలేదు. 'గీతలో మరో సందర్భంలో భక్త్యామాం అభిజానంతి' అనగా భక్తి ద్వారా నన్ను తెలిసి కొనగలరనే మాటలో జ్ఞాన కోణం తొంగి చూస్తోందంటారు. కంచి పరమాచార్య చంద్రశేఖరేంద్ర సరస్వతీస్వామి. అర్జునితో 'బుద్ధియోగాన్ని అనుసరించు' అని అన్నాడు గాని భక్తియోగాన్ని అనుసరించు అని చెప్పలేదని స్వామి చెబుతారు. శిఖరాగ్ర సదృశభక్తియే జ్ఞాన మార్గంలో ఉంటుంది... మహా భారత, భాగవతాలలో ఎన్నెన్నో కథల్లో 'భగవానుడు' ప్రక్కనే ఉన్నా ఆయనను ఎవరూ పిలువలేదు. ఆయన దయను పొందలేదు. ద్రౌపది వస్త్రాపహరణం, గోపికల వస్త్రాపహరణం, గజేంద్రమోక్షం వంటి ఘట్టాలను ఒక్కసారి జ్ఞప్తికి తెచ్చుకొంటే మానవ తప్పిదాలు... గర్వాలు... 'నేను' అనే అహంకారాలు... వంటివి ప్రధాన అంశాలుగా కనిపిస్తాయి. 'నేను యుద్ధం చేయలేను. నాకు రాజ్యం వద్దు.రాజ్య సుఖాలు వద్దు. అందరూ నా వారే. నేనెలా వారిని వధించడం' ఈ మాటలుతో అర్జునిలోని 'స్వ' అనే అహంకారం ధ్యోతకమవుతుంది. మానవ ప్రయత్నంలో దైవ నిర్ణయాధికారముందనే విషయాన్ని విస్మరించాడు. ప్రక్కన ఉన్నది సాక్షాత్తు నారాయణుడని తెలిసినా... అర్జునిలోని 'అంగీకరించనితత్త్వం' గీతకు ప్రాణం పోసింది. అందుకే ప్రహ్లాదుడు చేత 'అజ్ఞుల్ గొందఱు వేము దా మనుచు మాయం జెంది సర్వాత్మకుం...' అని పోతన చెప్పిస్తారు. గజరాజు కూడా తన పూర్వజన్మ వృత్తాంతము తెలియనివాడై 'తనదైన లోకం'ను సృష్టించుకొని. ఆడ ఏనుగులతో సరసల్లాపాల నడుమ ఆనందమయ జీవితం గడుపుతూ 'జ్ఞాన మార్గం' నుంచి ప్రక్కకు తప్పిపోయిన, శాపగ్రస్త అయిన 'ఇంద్రద్యుమ్నుడ'ను 'భక్తి' మార్గంలోకి 'హరి మళ్ళించిన విధం'ను 'గజేంద్రమోక్షం'లో పోతన రసస్ఫూర్తిమంతమైన పదజాలంతో మాయాజాలం చేసారు.

భారతీయ ఆధ్యాత్మిక గ్రంథ ప్రపంచంలో 'పంచగీత'లుగా పండితులుచేే ప్రశంసలందుకున్నవి భగవద్గీత, అనుగీత, భీష్మస్తవము, విష్ణుసహస్రము, గజేంద్రస్తవము మొదటి నాలుగు మహాభారత కథలోనివి, చివరిది భాగవత గ్రంథం లోనిది. భక్తి మార్గములో మొక్ష సాధన ఎలా చేయవచ్చునో తెలియజేయునది భాగవతం. ఇది పోతన నిజ జీవిత చిత్రణకో ఉదాహరణ 'గజేంద్రుడు' మహావిష్ణువును తనను రక్షించమని ప్రార్థన చేయటమే 'గజేంద్రస్తవము'. దీనినే 'గజేంద్ర గీత' అని కూడా అంటారు.

మన పురాణాల్లో చెప్పిన కాలమానం ప్రకారం ప్రస్తుతం కలియుగం. మూడు యుగాలు గడిచాయి. నాలుగో యుగమైన కలిగియుగంలో ఉన్నాము. సృష్టి ఆరంభం నుండి అంతం వరకు ఉండే కాలాన్ని 14 మన్వంతరాలుగా విభజించారు. ఒక్కొక్క మన్వంతరానికి ఒక్కొక్క మనువునాయకుడు. 'గజేంద్రమొక్షం' కథ నాలుగవ మన్వంతరంలో జరిగింది. తామసుడు అనే మనువు నాయకుడు పూర్వం ద్రవిడ దేశాన్ని ఇంద్రద్యుమ్నుడు అనే రాజు పాలిస్తుండేవాడు. అతడు విష్ణు భక్తుడు. ఒకానొక సమయంలో కార్యర్థిఘై మౌనవ్రతముతో తపస్సు చేసుకొనసాగెను. ఆ సమయంలో అగస్త్యుడు అక్కడకు రావటం జరిగింది. రాజు లేచి పూజించలేదు. మహర్షికి కోపం వచ్చింది. ఏనుగుగా జన్మించమని శాపమిచ్చాడు. త్రికూట పర్వత ప్రాంతంలో మూడు వేల ఏనుగులకు అధీశుడై ఎదురులేని జీవితం వలన మద, గర్వాలు హెచ్చాయి. ఒకరోజు అడవిలో తిరుగుతూ, దారి తప్పి, దస్సి పోయి, నీటికై తపిస్తుండగా ఓ సరస్సు కనిపించింది. అందులోని మొసలి ఏనుగు కాలిని పట్టింది. వారిరువురూ వేయి సంవత్సరాలు యుద్ధం చేసారు. మొసలిని తేలికగా తీసుకొన్న ఏనుగు చివరకు 'ఎవనిచేజనించు జగమెవ్వనిలోపలనుండు' అని తలంపక తప్పలేదు. ఆ సరస్సులోని మొసలి పూర్వజన్మలో 'హూహూ' అను పేరు గల గంధర్వుడు. గొప్పవాడను గర్వముతో దేవలుడు అను ఋషిని అవమనించి అతనిచే శాపం పొందెను. విష్ణువు చక్రము చేత శాపవిమోచనం పొందెను. జ్ఞానులను భక్తి శ్రద్ధలతో గౌరవించకపోతే పరిణామాలు తీవ్రంగా ఉంటాయనేది కథలో గ్రహించవలసిన ఒక నీతి. గర్వం, అహంకారాలు వంటివి మనిషిలోని పశుత్వానికి ప్రతీకలని వాటి వలన నాశనం తప్పదనేది మరో విశేషం.

గజేంద్రమొక్షం కథం ఎందుకు చెప్పుకోవాలంటే... 'కవి తత్త్వాన్ని కవిత్వం – కథ' చెబుతాయి. కవి ఆత్మను... వ్యక్తిత్వాన్ని ప్రతీ కోణంలోనూ ఆవహన చేసుకానే ముందుకు సాగాలి. కవిగా పోతన వ్రాసిన ప్రతీ అక్షరం రామునికే అంకితం చేసాడు. అనగా తనని తాను రామాంకితమని భావించాడు. ఇది గొప్ప ఆధ్యాత్మిక చింతన భోద.

భాగవత రచన తనకు సాధ్యం కాదనుకున్నాడు. కాని 'పలికెదిది భాగవతమట/ పలికించెడివాడు రామభద్రుడంట' అని వినయంగా చెప్పుకున్నాడు. తనని తాను తెలుసుకోవడమే నిజమైన వ్యక్తిత్వం. వ్యాసులు వారిచే విరచితమైన కథను... తనదైన శైలిలో తెలుగులోనికి తీసుకువచ్చిన ధన్య జీవి, భాగవతోత్తముడు పోతన, 'గజేంద్రమొక్షం'లోని ప్రతీ పద్యంలోనూ 'పోతన' దర్శనమిస్తారు. పోతన జీవిత చరిత్రలోని ఘట్టాలను ఒక్కసారి పునశ్చరణ చేసుకానే వారికి ఈ ఘట్టంలోని పద్యాలలో గజేంద్రుడు ఆవేదన కాదు, పోతన ఆర్తి, ఆర్ద్రత దృశ్యమానమవుతాయి. గమనించి చూస్తే 'ప్రహ్లాద చరిత్ర'కు కాసపాగింపు 'గజేంద్రమొక్షమని' నా భావన. పద్యాలలోని ఆ ఆధ్యాత్మిక చింతనాతత్త్వంలో

పోతన వ్యక్తిత్వం అణువణువునా సమ్మిళతమైపోయిందనిపిస్తుంది. 'ఎవ్వనిచే జనించు జగమెవ్వనిలోపలనుండు లీనమై / యెవ్వనియందుడిందు బరమేశ్వరుడెవ్వడు మూలకారణం బెవ్వ...' అనే పద్యమును ఉ దాహరణగా తీసుకొని పోతన జీవిత ప్రస్థానం గమనించినవారికి ఓ విషయం అవగతమవుతుంది. ఈ లోకం ఎవరిది? రాజులదా... కాదు... మరి రాజస్థానాలను ఎందుకు ఆశ్రయించాలి? రాజులు కోసం కావ్యాలు ఎందుకు అంకితం ఇవ్వాలి. 'భాగవతం' తనకంకితమివ్వమని నృసింహభూపాలుడు అడిగితే సున్నితంగా తిరస్కరించినది 'కారే రాజులు రాజ్యముల్' అన్నది ఇందుకే మరో విషయం... వ్యాస మూలంలో 'యస్మిన్నిదం యతశ్చేదం యేనేదం య ఇదం స్వయమ్ / యో(స్మాత్పురస్మాచ్చ పరస్తం(ప్రపద్యే స్వయం భువమ్‖ అనే భావానికి 'ఎవనిచేజనించు' అనే పద్యమునకు మధ్య ఓ చిన్నని సన్నని భావగర్భితమైన లాలిత్యం కనిపిస్తుంది. యథాతథ అనువాదం కాదు 'తన వ్యక్తిత్వ ముద్ర' తో కూడిన సరళ మృదు మధుర అక్షర విన్యాసం పోతన 'గజేంద్రమోక్షణ' చిత్రణ.

గజేంద్రుడు కాలిని మొసలి పట్టుకొంది. మిక్కిలి బాధగా ఉంది. బాధలో 'సహజంగా" తన అసమర్ధత, కోపం, నిస్సహాయత వంటివి తొంగి చూస్తాయి. కానీ... స్థితప్రజ్ఞతతో కూడిన భక్తి భావన సాధ్యమా అనిపిస్తుంది కానీ పోతన తనదైన 'వ్యక్తిత్వ ముద్ర'ను గజేంద్రునిలో ప్రతిక్షేపణం చేస్తారు.

'ప్రేమ ద్వారా అహంకారాన్ని నిర్మూలనం చేసి భగవంతునిలో ఐక్యమే భక్తియని' అంటారు తాత్త్వికులు, ప్రేమ వలన అహంకారం కరిగిపోగా మూలంలో కలిసిపోవునట్లు చేయటమే భక్తి. ఈ భావన కలిగితే 'వ్యక్తి' 'వ్యక్తిత్వం'లో ఐహికమైన క్లేశాలు బాధించవు. పోతన జీవితం ఇదే చెబుతుంది. గజేంద్రుడు తన అహంకారమును వదలి 'భక్తి'ని 'జ్ఞానం' (తెలివితేటలతో కాదు) వలన అవగాహన చేసుకొన్నాడనే భావన 'భక్తుల'లో ప్రసరింపజేయటమే ఈ ఘట్టం ప్రధానోద్దేశ్యం. పోతనమనోగతం, జ్ఞానసిద్ధి పొందిన వైవాహికులకు 'భవబంధాలు' దైవ కల్పితాలు. వాటిని కూడా భక్తి, ముక్తి సాధనలో మార్గంగా ఎంచుకొనేవారికి భగవంతుని నిజస్వరూపం సాక్షాత్కరమవుతుంది. పోతన 'వ్యక్తిత్వం' లో 'నేను' అనేది లేదనిపిస్తుంది. భగవతేశ్వరూపగుణాలైన ప్రేమ, దయ, సానుభూతి వంటి వాటి వలన 'నేను' దూరంగా జరిగి చూడాలి. లేకుంటే దైవసహాయం పొందలేం. ఇదే 'గజేంద్రుని' కథలో వరుసగా వివరిస్తారు. ఏనుగు తాను ఆపదలో ఉన్నా 'నేను' అతనిని కొలుస్తాను... 'నేను' అతనిని ప్రార్ధిస్తున్నాను... 'ఒకపరిజగముల వెలినిడి' 'లోకంబులు లోకేశులు' 'నర్తకునిభంగి పెక్కుగు' తదితర పద్యాలలో 'నేను' 'నాది' అనే మోహంను విడువలేదు, ఇది కూడా 'భక్తే' అనుకొంటాం కాని అందులో కూడా భగవంతుని పట్ల 'అర్పణ' కన్నా 'వ్యామోహం' ఎక్కువగా కనిపిస్తుంది. అది కూడా ఒదిలివేయాలని చెబుతారు పోతన. నిజ జీవితంలో 'తాను వదిలించుకొన్నారు' 'కవులు హాలికులైననేమి' అని చెప్పుకొన్నారు. శ్రీనాథుని జీవితంతో పోతనను సరిపోల్చి చూస్తే విషయం అవగాహనమవుతుంది (వీరు సమకాలికులు అవునా? కాదా? అనేది ఇక్కడ అప్రస్తుతం).

పోతన వ్యక్తిత్వంలో ఒకక్రమపరిణామక్రమం దృశ్యమానమవుతుంది. 'వివేక చూడామణి'లో శంకరులవారు 'అహంకారాది దేహంతాన్ బంధాన్ అజ్ఞానకల్పితాన్/ స్వస్వరూప అవబోధేన మోక్తుమిచ్చామిముక్షుతా‖' అని చెబుతారు. ముముక్షుత అనగా అహంకారం కలిగించే బంధం నుండి

విముక్తి. 'గజేంద్రమోక్షం' లో 'ఏనుగు' విష్ణువుకు చేసుకొన్న ప్రార్థనలో కూడా ఓ 'క్రమ పరిణామదశ' కనిపిస్తుంది. అతని ప్రార్థనలోని 'ఆర్తి' 'ఆవేదన'లలో భగవంతునికి భక్తునికి మధ్యనున్న తెర విచ్చిన్నం కావటం చూస్తాం. 'నేను' నుంచి 'నువ్వే అంతా 'నీవు లేకుంటే నేను' లేను అనే వ్యక్తి ప్రయాణ భావం ద్యోతకమవుతుంది. 'లావొక్కింతయులేదు ధైర్యమువిలోలంబయ్యె, ప్రాణంబులన్/రావుల్ దప్పెను, మూర్చ వచ్చే, దనువున దస్సెన్, శ్రమంబయ్యెడిన్/నీవే తప్పనిత: పరంబెఱుగ, మన్నింపందగున్ దీనునిన్/రావే యీశ్వర కావవే వరద! సంరక్షించు భద్రాత్మకా!' అని వేదనాపూరితమైన వినతిని విశ్వప్రభువుకు విన్నవించుకోవటంలో అతని వివేకం కనిపిస్తుంది. ఇంకా, ఇంకా, భక్తిపరిపక్వతను భగవంతుడు కోరుతాడు. 'వినుదట జీవుల మాటలు' 'ఓ కమలాప్త! యో వరద! యో ప్రతిపక్ష విపక్షదూ' అని తనను తాను అర్పించుకొంటాడు. ఇది గజేంద్రుని ఆర్తనాదం కాదు. పోతన ఆర్ద్రతాపూరిత నివేదన. రాముని దర్శనానికై పడే తపన, కవి 'ఆత్మ'ను ఆవాహన చేసుకొనే సందర్భం పోతన తన జీవితం రామునికే అంకితం.

రాముడు లేని భౌతిక ప్రపంచను పోతన చూడలేదు. ప్రతీ అణువు... రామునికే అర్పితం. ఇదే ఆర్తి 'భాగవతం' అంతటా కనిపిస్తుంది, వినిపిస్తుంది. గజేంద్రుని విముక్తి కోసం 'విష్ణువు పరిగెత్తుకొని రావటంలో కూడా పోతన ఆనదైన 'భక్తిముద్ర'ను వేస్తారు. 'అలవైకుంఠపురంబులో నగరిలో నా మూలసౌధంబుదా' 'సిరికింజెప్పుడు శంఖచక్రయుగముంజేదోయి సంధింప(డే' అనే అమృత గుళికలు వంటి పర్యసముదాయాలలో పోతన వ్యక్తిత్వంలోని 'భక్తి సాంద్రతన' పాఠకులు సహితం 'అనుభవైకవేశ్య' చేస్తారు.

వ్యక్తి వికాసానికి భక్తి మార్గమైన 'ఆధ్యాత్మిక కవచానికి నాలుగులంగాలున్నాయంటారు'. కంచి పరమాచార్య చంద్రశేఖరేంద్ర సరస్వతీస్వామి, గుర్వానుగ్రహం, వివేకం, వైరాగ్యం, ఇంద్రియ నిగ్రహం వంటివి అవసరమంటారు. పోతన 'భగవతం' ను పఠనం చేస్తే ఇవి సిద్ధిస్తాయనిపిస్తుంది. ఆయన 'స్వగతం' 'రామ మంత్రం' మనిషి జీవనంలో నైతిక నిష్ఠ వలన మాత్రమే 'భక్తి' మార్గవాలంబన సులభమవౌతుంది. లేకుంటే 'అహంకారం' 'అధికారమదం' వంటి వాటిపైన 'లోపలి శత్రువులు' దాడి చేయవచ్చు. వానిని నుంచి బయటపడాలంటే 'దైవానుగ్రహం' అవసరం. ఇది అంత సులభసాధ్యం కాదు. కనుక పోతన నిరంతరం వాస్తవాలను 'వర్తమానాలను' మరచిపోరాదని చెప్పడానికే 'గజేంద్రమోక్షం'ను వ్యాసుల వారి మనోభావాలను దాటి,మూలమునెనుసరిస్తూనే' తన వ్యక్తిత్వపు ముద్రలకనుగుణంగా మనకందించారు. 'శ్రీకైవల్యపదంబు జేరుటకునై చింతించెదన్' అన్న భాగవత పద్యంలోని 'భక్తపాలన కళా సంరంభకున్' అనే విశేషణానికి విశ్లేషణ రూపమే 'గజేంద్రమోక్షం' చిన్నతనంలోనే బాలలకు ఆటవిడుపుగా అయ్యివార్లు' ఎంతదయోదాసులపై, పంతంబున మకరిపట్టి బాధింపగ, శ్రీ/కాంతుడు చక్రముపంపెను, దంతావళరాజుగాయ' అనే పద్యాలను చెప్పేవారు. నిజమే కదా! పోతన భాగవంతలో 'రాముడు' స్వయంగా పద్యరచన చేసారు కదా... మరి గజేంద్రుని అనుభవం పోతనది కాదా?

భగవతంలోని 'గజేంద్రమోక్షం' ఘట్టంలో 'అలవైకుంఠపురంబులో...' నుంచి 'కరుణాసింఘ(దుశేరి' వరకు వరుసగా ఏడు మత్తేభవృత్తాలను వడివడిగా నడిపిస్తారు పోతన.

కారణమేమిటని అలంకారికులు, ఆధ్యాత్మికవేత్తలు తరచి చూస్తే శ్రీ మహావిష్ణువుకు 'గజేంద్రుని' ఆర్తనాదం విన్న వెంటనే 'మత్తేభం కష్టంలో ఉంది. కాపాడాలి' అని మనసు నిండా 'మత్తేభాన్ని' నింపేసుకున్నాడు. మహావిష్ణువు మనస్సును తనువంతా నింపుకొన్న పోతన 'విష్ణువుకు దాసుడైనాడు. మహావిష్ణువుకు మహాకవికి సాధారణీకరణం ఏర్పడింది. 'పలికించెడివాడు రామభద్రు (డే' కదా!

'ఖ్యాతి గడించుకొన్న కవులందరు లేరే! అదేమి చిత్రమో పోతన యన్నచో కరిగిపోవునెదంద, జోహారుసేతకై చేతులు లేచు ఈ జనవశీకరణాద్భుతశక్తి చూడగా నాతని పేరులో గలదో! ఆయన గంటములనెనున్నదో! అని జంధ్యాలపాపయ్యశాస్త్రి గారు రాసిన పద్యంలో వివరించిన తీరున ఆ 'కలం'కు అంత సొగసులద్దినది, అశేష పాఠకుల హృదయాలను ఆకర్షించినది పోతన 'వ్యక్తిత్వం' అని భావన. ఆ మహా కవి నిత్యనిరంతర కృషి దండిగా నిండుగా పండించిన 'బంగారు పంట' 'భాగవతం' తెలుగు వారి అదృష్టం.

11. 'గోనగన్నారెడ్డి' – నాటి సమాజ స్థితిగతులు

నవలా సాహిత్యంలో 'చారిత్రిక నవల' ఒక విభాగం. నవలలోని కథాకాలం గతంలో ఉండి ఆనాటి స్థితిగతులను తెలియజేస్తుంది. తెలుగులో అడవిబాపిరాజు, విశ్వనాథ సత్యన్నారాయణ, తెన్నేటి సూరి, మహిధర రామ్మోహనరావు తదితరులు ఈ కోవకు చెందిన రచనలు చేసి, అవి ప్రత్యేక విభాంగా అభివృద్ధి చేసారు. తెలుగులో మొట్టమొదటి చారిత్రిక నవలగా 1914లో దుగ్గిరాల రామచంద్రయ్య గారు రచించిన 'విజయనగర సామ్రాజ్యమ'ని నోరి నరసింహశాస్త్రి, వేలూరి వెంకటేశ్వరరావు తదితర సాహితీవేత్తలు పేర్కొన్నారు. 1932 ప్రాంతంలో విశ్వనాథ వారి 'ఏకవీర' ఈ వర్గం రచనలను మలుపు తిప్పింది. ఈ రచనలో ఆయన ఆనాటి ఎన్నెన్నో సంఘటనలను ఇద్దరు ప్రాణమిత్రుల ప్రేమకథతో చక్కగా అల్లారు. 1951 ప్రాంతంలో ఆంధ్రవిశ్వవిద్యాలయం వారు ఇంటర్మీడియట్కు ఉపవాచకాలుగా నిర్ణయించేందుకు ఆంధ్రచరిత్రకు సంబంధించిన ఉత్తమ నవలలను ఆహ్వానించారు. ఇందులో భాగంగా మల్లాది వసుంధర 'తంజావూరుపతనం', ధూళిపాళ శ్రీరామమూర్తి రచించిన 'భువనవిజయము', పాటిబండ్ల మాధవశర్మ రచించిన 'రాజుశిల్ప' వంటి నవలలు వెలువడ్డాయి. ప్రముఖ రచయిత, చిత్రకారులు అడవిబాపిరాజు 'గోనగన్నారెడ్డి', 'హిమబిందు', 'అడవిశాంతిశ్రీ' వంటి నవలలను విభిన్న చారిత్రక కాలాల నేపథ్యాలుగా రచించారు. నోరి నరసింహశాస్త్రి గారు మూడు శతాబ్దాల సారస్వత చరిత్ర – సాంఘిక చరిత్ర ఆధారంగా 'నారాయణభట్టు' 'రుద్రమదేవి' 'మల్లారెడ్డి' రాశారు. ముదిగొండ శివప్రసాద్ తదితరులు ఈ రకం రచనలు చేసారు. మహిధర రామ్మోహనరావు రాసిన 'కొల్లాయి గట్టితేనేమి'? గురించి సుప్రసిద్ధ విమర్శకులు, అనువాదకులు ఆచార్యరాచమల్లు రామచంద్రరెడ్డి గారు 'చెప్పుకోదగిన చారిత్రక నవలలంటూ లేని తెలుగు సాహిత్యంలో యీ నవలకున్న స్థానం అమూల్యమైనదిని' అంటారు.

అడవిబాపిరాజు గారు గొప్ప చిత్రకారుడు, భావుకుడు. ఈ లక్షణాలు ఆయన ప్రతి రచనలోనూ కనిపిస్తాయి. ఆయన తన రచనను చక్కని రంగుల చిత్రాలుగా చిత్రిస్తారు. ప్రతీ అక్షరం, వర్ణన అద్భుతమైన సొగసును సొంతం చేసుకుంటాయి. ఆయన నవలల్లో సంపూర్ణమైన రంగుల చిత్రం గోచరమైన చదువరుల మనసును ఆహ్లాదపరుస్తాయి. 'అడవిశాంతిశ్రీ' 'గోనగన్నారెడ్డి' తదితరాలు ఇందుకు ఉదాహరణలు. తెలుగు భాషను ఆయన ఓ 'కలర్ కాన్వాసు'గా ఉపయోగిస్తారు. ఆయనలో చిత్రకారుడి వర్ణశోభిత భావాలను 'భావుకుడు' అందంగా కాగితం పైన తర్జమా చేయటం చేత పాత్రల వ్యక్తిత్వంతో పాటు పాత్రలు నడయాతుడున్న 'సన్నివేశాలు' కూడా ఓ రంగుల ప్రపంచంగా పాతకునికి కనిపిస్తాయి. అడవిబాపిరాజు 1895 అక్టోబర్ 8న పశ్చిమ గోదావరి జిల్లా, భీమవరంలో జన్మించారు.

సెప్టెంబర్ 22, 1952లో మరణించారు. ఆయన 'హిమబిందు (1944), 'గోనగన్నారెడ్డి (1945) 'అడవిశాంతిశ్రీ (1946), 'అంశుమతి (1951) వంటి చరిత్ర రచనలు చేసారు. ఈ మొత్తం రచనల్లో ఆయన 'కళాత్మక దృష్టి' అద్భుతం. ఆయన 'సతీ అనసూయ – ధ్రువ విజయం' 'మీరాబాయి' 'పల్నాటి యుద్ధం' వంటి చిత్రాలకు 'కళా దర్శకునిగా' కూడా పని చేసారు.

అడవిబాపిరాజు గారి 'గోనగన్నారెడ్డి' నవలాకాల చరిత్ర – 'రుద్రమదేవి' కాకతీయ గణపతిదేవుని కూతురు. ప్రపంచ చరిత్రలో పైతృకమైన రాజ్య సింహాసనం అధివసించిన రాణులలో మహోత్తమురాలు. ఉత్తమ చరిత, నిర్మాణగుణగణాలంకారశేముషీసంపన్న, నిర్వక్రపరాక్రమధీర. ఈమెకు దక్షిణహస్తంగా మహామాండలిక ప్రభువు, మహాసేనాపతి 'గోనగన్నారెడ్డి'. ఇతను వర్దమానపురం (నేటి వడ్డమాని) రాజధానిగా పశ్చిమాంధ్ర ప్రాంతాన్ని పాలిస్తూ ఉండేవాడు. అతని కుమారుడు బుద్ధారెడ్డి 'రంగనాథ రామాయణమ'నే ద్విపద కావ్యమును రచించి ప్రఖ్యాతి పొందాడు. వర్తమానంలో ఆంధ్రప్రదేశ్ అంతటా ఉన్నరెడ్డి, వెలమ, కమ్మ, బలిజ, మన్నారుకాపు వంటి పూర్వీకులగు ఆంధ్రక్షత్రియ జాతికి చెందిన మహావీరుడు 'గోనగన్నారెడ్డి'యని అడవిబాపిరాజు గారు ఈ రచనలో చిత్రించారు.

'గోనగన్నారెడ్డి' రచనలో ఆనాటి కాకతీయుల పరిపాలన కాలంలో సామాజిక, రాజకీయ, మత పరిస్థితులను రచయిత ఎక్కడా ప్రత్యక్షంగా చిత్రించలేదు. కానీ... సందర్భోచితంగా ఆయా సన్నివేశాల అల్లికలో ఈ అంశాలు సుమాలనడుమ సూత్రంలా చేసారు. ఇదో అందమైన పోహళింపు. నవలా ప్రారంభం గోనవరదారెడ్డి సాహిణి కుమారుడు యొక్క వివాహ వేడుకతో ప్రారంభమవుతుంది. ఈ సన్నివేశంలో అదవోని దుర్గంలో పెద్ద రాచనగరలోనున్న "నూరు స్తంభాల వివాహ మండపమంతా ఆంధ్ర రెడ్ల వైభవం వేన్నోళ్ళ చాటుతుంది. దంతశిల్పం, వెండి ప్రమిదల్లో కమ్మని చందనం, సంపెంగ, మల్లె, జాజి నూనెలతో..." "అని వివరిస్తూ వారి సంపదకు చిహ్నంగా 'వివాహ వేదిక బంగారు స్తంభాలతో, ముత్యాల అల్లికలతో' అంటారు. ఆనాటి కాలంలో సమాజ వ్యవస్థలో స్త్రీలు సహితం చదువుతో పాటు అనేక కావ్యాలు చదివి, రకరకాల కళలలో కూడా ప్రావీణ్యత సంపాదించారనుటకు గుర్తుగా అన్న మాంబికాదేవిని గూర్చి వర్ణిస్తూ "సంస్కృత కావ్యాలన్నీ చదువుకొన్నది. అలంకారశాస్త్రాలు చదువుకొన్నది. ఇప్పుడు శాకుంతలము ప్రారంభించినది. భరతశాస్త్రము, జయువసేనాని నృత్తరత్నాకరము, కౌముది చదువుతున్నది. మనుధర్మశాస్త్రము, శుక్రనీతిసారము, చాణక్యనీతి, మానసోల్లాసము, భారత భాగవత రామాయణాదులు" ఎన్నింటినో చదువుకొన్నది. రుద్రమదేవి వలనే ఈమె కూడా 'మగరాయని'లా పెరిగింది కానీ... యుక్త వయసు రాగనే అదవోని మహారాజు ఆమెను 'స్త్రీ' గానే ఉంచెను ఈమె 'అశ్వారూఢయై ఖడ్గ, పరశ, ధనుర్యుద్ధాలు చేయగలదు. ఇదో కథానాయిక వర్ణన. ఈ వర్ణన వలన నాటి సామాజిక వ్యవస్థలో స్త్రీ స్థానం, ఆమెకున్న సాధికారికత వంటివి రచయిత అద్భుతంగా చిత్రిస్తారు. ఆమె ఒకానొక సందర్భంలో తల్లితో "అమ్మా ఈ కర్కశయుద్ధ రాజకీయాల కోసం స్త్రీలను పణము పెట్టి జూదమాడటం ధర్మమా చెప్పండి" అని ప్రశ్నించటంలో ఆమెలోని 'భారతనారీ తత్త్వను' 'ద్రౌపది' గుణగణాలు కూడా ప్రస్ఫుట మవుతాయి.

ఆనాటి రాజరిక వ్యవస్థలో ఓ 'స్త్రీ' (రుద్రమదేవి) ఆధిపత్యం క్రింద పని చేయటం ఇష్టంలేని మారయమంత్రి, రుద్రమమంత్రి, లకుమాయరెడ్డి తదితరులు కుట్ర చేస్తారు. ఈ సందర్భంగా వారి మధ్య జరిగిన సంభాషణలో ఆనాటి రాజకీయ చిత్రమును రచయిత చూపిస్తారు. శాలివాహనశకం 1182 రౌద్ర సంవత్సరం మాఖమాసంలో గణపతిరుద్రదేవచక్రవర్తి తన కుమార్తెకు సింహాసనం ఎక్కించాడు. ఆనాటి నుండి వారిహరదేవ మురారీకిది ఇష్టం లేదు. ఈ నేపథ్యంలో మారయమంత్రి "ఏ ధర్మ శాస్త్రంలోనూ స్త్రీ పైతృకమైన రాజ్యానికి అర్హురాలు కాదు' అంటారు. ఇందుకు సమాధానంగా రుద్రమ మంత్రి "కాకతీయ మహారాజ్యం నిపింది రేచర్ల వారు, మాల్యలవారు, గోకవారు కదా! మార్పున నతనాటి సీమలో, కొండతూరుపు, కొండపడమటి సీమలలో పలనాడు విషయంలో, పాకనాడు, వెలనాడు, వేంగి విషయాలలో కాకతీయులను కాపాడుతున్నది చాళుక్యులు, వెలనాటి చోడులు, కోటవారు, సాగినారు, కాయస్థులు కదా!" అంటాడు.

ఈ సన్నివేశంలో నాటి రాజకీయ చిత్రంలో కొన్ని వర్గాల వారి పౌరషానికి స్త్రీ అధికార పెత్తనం భరించరానిదని రచయిత వివరిస్తారు. మరో సన్నివేశంలో లకుమయారెడ్డి పూజ కోసం వెడతాడు. విష్ణుపూజ అతని నిత్యకృత్యం. "గోన వారు అద్వైతులు, విష్ణుపూజారులు, గోనలకుమయారెడ్డి తాతగారు బుద్ధమహారాజు సామంతుడుగా భువనగిరి దుర్గంలో ఉన్నప్పుడు బౌద్ధ మతమును స్వీకరించారు. ఆయన కుమారుడు గోన క్షేమమహారాజు వైష్ణం స్వీకరించారు." ఇలా కొన్ని మతపరమైన అంశాలు తరువాతి కాలంలో రాజ్య విస్తరణ, విచ్ఛిన్నత వంటి విషయాలపై ప్రభావం చూపిందని చారిత్రికుల కథనం.

కాకతీయుల సాహిత్యాభిలాషకు, సేవకు గుర్తుగా కాకతీయ గణపతి రుద్రదేవుడిని చెబుతారు. ఆయన అత్యవసరమయితే తప్పా తమ రాజ్య విషయాలు చర్చించవద్దని ఆప్తులకు ఆజ్ఞ వేసాడు. ఆయన వృద్ధుడు. శివసానిజ్యం కోసం ఎదురు చూస్తున్నవారు ఆయన హాయాంలో సాహిత్యం బంగారు వన్నెలు పోయింది. శివమహాత్యం, శైవ సిద్ధాంతాలను ఆయన దిన చర్యలో భాగంగా వింటుంటారు. మహా మహా కవులు తమ రచనలను వారికి వినిపిస్తుంటారు. బహుమతులు స్వీకరించి వెలుతుంటారు కవి బ్రహ్మ, ఉభయ కవి మిత్రుడయిన తిక్కన సింహపురాన్నుంచి తాను రచించిన ఆంధ్రమహాభారత పర్వాలు, ఆశ్వాసాలు ఎప్పటికప్పుడు ఆంధ్ర సార్వభౌమని కడకు పంపిస్తుంటాడు. 'ఇలా ఆ చక్రవర్తి కవి, పండిత కళాపోషకునిగా ప్రసిద్ధి పొందాడు. రాజకీయ వైకుంతపాళిలో పావులు కదిపే కుట్రలకు రాజరికంలో లోటు లేదు. రుద్రమదేవి చక్రవర్తిగా ఉండటం ఇష్టంలేని వారంతా 'కుట్ర' చేస్తున్నారనే వార్తలు సార్వభౌమునికి శివదేవయ్యమంత్రి, శ్రీశ్రీ రేచర్ల ప్రసాదిత్య ప్రభువ చెబుతూ "మహాప్రభూ' గోనలకుమయ, అడవోని కోషరెడ్డి, కందవోలు నందభూపాలుడు. కళ్యాణపుర చోడోదయుడు. వూగినాటి కోటపెమ్మాదిరాయుడు, కందుకూరి కేశినాయుడు వీరంతా కలసి కుట్ర చేస్తున్నారు. తుంబలక, మానువ, హోలునవీరూ ఆ కుట్రలో కలవాలనుకుంటున్నారు." "ఇది రాజకీయ పరిస్థిలుకు ఓ మచ్చుతనక మాత్రమే రచనలోని ఎన్నో సందర్భాల్లో ఇటువంటి సన్నివేశాలు సహజంగానే చిత్రించారు అడవిబాపిరాజు,

"ఆంధ్రులు అశ్వవీరులు కాబట్టే వారిలో అశ్వసాహిణులెక్కువ అశ్వశాస్త్రం తెలియని ఆంధ్రవీరుడు లేనే లేదు. రుద్రదేవి అశ్వసాహిణిలలో మహోత్తమసాహిణి" ఆనాటి సమాజంలో స్త్రీకి 'సహజ'మైన స్త్రీ తత్త్వపు స్వేచ్ఛ తప్పా, సామాజికపరమైన హెూదాలు తక్కువ. రాచరికపు స్త్రీకి అంత:పుర కట్టుబాట్లు ఎక్కువే కాని కాకతీయుల కాలంలో స్త్రీ స్వేచ్ఛను గురించిన పెక్కు చారిత్రక కథనాలు, ఋజువులున్నాయి. రుద్రదేవి

పురుషుని రూపమున రాజ్యపాలనము చేస్తున్న ఆమెలోని 'సహజత్వపు స్త్రీ' ఆలోచనలు భిన్నంగానే ఉండేవి. కానీ... ఆమె మగవాని వేషంలో రాజ్యపాలన చేయకున్న "శాలివాహనులు, ఇక్ష్వాకులు, చాణుక్యులు, కాకతీయులు ఏలిన ఈ పవిత్ర మహేంద్రభూమి విచ్ఛిన్నమైపోతుందంటారు. కాకతీయుల కాలం నాటి సమాజంలో 'కాకతీయ మహారాజులు వారి సామంతులు ఆంధ్రభూమిలో అనేక మానవ సరోవరాలు నిర్మించారు. వ్యవసాయం వృద్ధి చేసారు.' 'భూమి ప్రజలది ఆ భూమిని సంరక్షించినందుకు ప్రభువు ఆరవ భాగం పన్ను తీసుకుంటాడు. ఆ పన్నైనా ప్రజల కోసమే ఖర్చు. ఆ దినాలలో వ్యవసాయం అనేక రీతులుగా చేసేవారు.

ఇంక ప్రభువకు ఇచ్చే రాబడి సుంకాలు, అడవులు, గనులు, స్వంత భూములు మాత్రమే! వ్యవసాయం ఏ వరపు వచ్చి పంట పండకపోయినా, ఆ పంట సగం పండినా వ్యవసాయదారులు పన్ను ఈయనవసరం లేదు (పన్ను కోసం ఈ నాటి వలె మక్తాలు, జాగీరులు మొదలైనవి లేవ) అని రచయిత వివరిస్తారు. పరిశ్రమల వైభవమును కూడా బాపిరాజు గారు ఈ రచనలో వివరిస్తారు. 'ఆంధ్రదేశంలో దూది బట్టల పరిశ్రమ అతి పురాతన కాలం నుండి ప్రసిద్ధి కెక్కినది. పది మడతలు పెట్టి ధరించినా దేహాన్ని స్పష్టంగా కనిపించజేయగల సన్ననూలు వడుకటులో ఆంధ్ర వనితలు జగత్ప్రసిద్ధి పొందినారు. దేశానికి కావలసిన వస్త్రాలు సిద్ధం చేయటమే కాకుండా ఇతర దేశాలకు సరిపోయే వస్త్రాదికాలను నేసి ఆంధ్రులు ఎగుమతి చేసేవారు.... ఆంధ్రదేశంలో పట్టు నూలుపై బంగారము కరిగించి పూత పోసి హోంబట్టు చేయుట పురాతన కాలం నుంచి ఉన్నద'ని కూడా పేర్కొంటారు. మతాంశాలు కూడా వీరు ప్రాధాన్యమిచ్చారు. సర్వమత సౌభ్రాతృత్వము కాకతీయుల కాలంలో వెల్లివెరిసింది. 'శైవమత రహస్యాలన్నీ సమన్వయించి, వానిని 'శివతత్త్వసారమ'నే గ్రంథంగా రచించాడు మల్లిఖార్జునుడు. దేశమంతా వీరశైవమత ప్రచారమెక్కువ. ఆనాటికి బౌద్ధమత ప్రచారం నశించిపోలేదు.

వైష్ణవ మతము పూర్తిగా వున్నది. జిన మతము నశించిపోలేదు. మల్లిఖార్జుని శిష్యుడైన పాల్కూరికి సోమనాధుడు అద్భుతమైన శైలిలో పండితారాధ్య చరిత్రము రచించెను.' "కాకతీయ సామ్రాజ్య ప్రారంభకాలంలో శ్రీరామానుజాచార్యుడు వైష్ణవి విశిష్టాద్వైతవాదం తీసుకొని శ్రీ భాష్యం రచించి లోకం అంతా ప్రచారం చేసాడు." అనే అంశాలు 'గోనగన్నారెడ్డి'నవలలో పేర్కొనటం జరిగింది. అన్నంబికకు, మహారాణికి మధ్య జరిగిన సంభాషణలో స్త్రీల దీన గాధలను వ్రాస్తారు రచయిత. ఓ సగటు స్త్రీవలనే

అంత:పురకాంతలు, అందునా రాణివాసపు స్త్రీలు కూడా కాస్తంత విషాదమునే పలికించటం వెనుక బంగారు పంజరంలో చిలుకల పలుకులు మాదిరిగానే వారి అంతరంగ మధనవాక్కుల వినిపిస్తారు బాపిరాజు.

కాకతీయులకా పేరు 'కాకతమ్మ' అనే కుల దేవత రూపంగా వచ్చిందంటారు. ఈ విషయమై వివరణలో రచయిత 'కాకతమ్మ ఉత్సవాలు 1186 రుధిరోద్గారిక సంవత్సర ఆశ్వీయుజ పాడ్యమి నుంచి ప్రారంభమయ్యాయి. ఓరుగల్లు నగరంలో కాకతమ్మ ఉత్సవాలకు ఆంధ్రదేశం అన్ని విషయాల నుండి లక్షల కొలది జనం వచ్చి పడతారు. ఆ సమయంలోనే 'ఏకవీరాదేవి' ఉత్సవాలు జరుగుతాయి. కాకతీయగణం ఆర్యక్షత్రియ గోత్రాలలో ఒకటి. ఆ గణం వేద కాలం నుంచి ప్రసిద్ధికెక్కింది. ఆ పురాతన కాలంలోనే కాకతీయగణం ఆంధ్ర దేశానికి వచ్చి వారి దేవతను ఆంధ్ర దేశంలోనూ నెలకొల్పారు. 'ఓరుగల్లు' 'ఏకశిలా నగరం' అనే పేర్లు వెనుక ఆసక్తికర కథనాలను రచయిత ఈ నవల్లో వర్ణిస్తారు.' 'కృష్ణవేణి' నది జన్మ వృత్తాంతం కూడా ఆసక్తికరంగా ఉంటుంది.

'గోనగన్నారెడ్డి' నవలలో ఆడవిబాపిరాజును రాజకీయ, మత, సామాజిక,

ఆర్థిక అంశాలెన్నింటినో సందర్భానుసారంగా వర్ణిస్తారు. ఓ చిత్రం గీసినట్లు... ఓ 'దృశ్యం' చిత్రించినట్లు.... ఓ గేయం వ్రాసినట్టు "భావకవి హృదయం" నుంచి ఉద్భవించి రసవర్షట్టం ఈ రచన. ఈ వ్యాసంలో పై అంశాలను రేఖామాత్రంగానే స్పృశించటం జరిగింది.

క్రీ.శ.750 నుండి క్రీ.శ.1323 వరకు నేటి తెలంగాణను, ఆంధ్రప్రదేశ్ను పరిపాలించిన రాజవంశం. క్రీ.శ 8వ శతాబ్దము ప్రాంతంలో రాష్ట్రకూటులు కుటుంబ సేనానులుగా రాజకీయ జీవితాన్ని ప్రారంభించిన కాకతీయులు ఘనమైన పరిపాలన అందించారు. శాతవాహనుల అనంతరం తెలుగు జాతిని సమైక్యం చేసి ఏకచ్ఛత్రాధిత్యం క్రిందకి తెచ్చిన హైందవ రాజవంశీయులు కాకతీయులొక్కరే అనటం అతిశయోక్తి కాదు. వీరు క్రీ.శ.1050 మొదలు 1350 వరకు దాదాపు 300 సంవత్సరాలు రాజ్యపాలన చేసారు. అనక మహమ్మదీయ దండయాత్రలకు ఎదురునిల్చి పోరాడి విశాల సామ్రాజ్యాన్ని నిర్మించారు. ఆంధ్రజాతికి ఒక కర్తవ్యాన్ని, విశిష్టతను చేకూర్చారు. ఈ నేపధ్యంలో ఎన్నెన్నో అంశాలు అడవిబాపిరాజు గారు 'గోనగన్నారెడ్డి' రచనలో ప్రస్తావించారు.

12. ఉత్తరాంధ్ర కథలు – జీవిత శకలాల జీవన చిత్రణ

ఆర్నాల్డ్ బినట్ 'నవల రాయటం కథ రాయడమే సులభమైన పని' అన్నాడు. కానీ.. కథను రాయటం కష్టమైన ప్రక్రియ. బహుముఖాలుగా, వేగవంతమైన జీవన గమనంలో దూసుకుపోతున్న వర్తమాన సమాజంలోని జీవిత శకలాలను ముక్కలు ముక్కలు ఏరి, చిత్రిక పట్టి కండపుష్టి కలిగించే కథ రాయటం కష్టం. కారణం కథలోని క్లుప్తత, తీవ్రత. ప్రతీ కథలోనూ సామాజిక, బౌద్ధిక, సాహిత్య నేపథ్యంను చిత్రించాల్సిన బాధ్యత రచయిత పైన ఉంది. కథకు క్లుప్తత, అనుభూతి, ఐక్యత, సంఘర్షణ, నిర్మాణ సౌష్టవం వంటి మంచి లక్షణాలు ఉండాలంటారు వల్లంపాటి వారు. తెలుగులో సమగ్రమైన జీవితాన్ని కాన్వాస్ పైన చిత్రించిన కథకులున్నారు. 1910 (1902ని కూడా కొద్దిమంది అంటారు.) గురజాడ కథలో ప్రారంభమైనకథాక్రమంలో శతాబ్దాలకి పైగా కాలం గడిచింది ఎన్నెన్నో మంచి కథలు వచ్చాయి. సమాజంలో వస్తున్న పెను మార్పులను సూక్ష్మమైన పరిశీలనలో రికార్డు చేశారు కథకులు. కార్డు కథలు నంచి కాలమ్కథలు, పెద్ద కథలు వంటివి అనేక రూపాలను సంతరించుకుంది కథ. నాటి గురజాడ నుంచి నేటి అట్టాడ వరకు ఉ త్తరాంధ్ర కథకులు ఈ ప్రాంతపు విభిన్నతల భౌగోళిక, రాజకీయ, సామాజిక వ్యక్తిగత అంశాలను చిత్రించారు. ఈ కథలన్నీ నాటి ఉద్యమాల నుంచి (నక్సల్బరీ – రైతాంగ పోరాటం) అనేకమైన సంఘర్షణాయుత అంతరంగా, భాష్యమైన వ్యక్తి అంతరాలను, ఆంతర్యాలను చిత్రించుకొచ్చారు. వస్తున్నారు. గురజాడలో ప్రారంభమైన ప్రస్థానంలో ఎందరెందరో కథకులు వేదిక మీదకు వచ్చారు. వారిలో తన పరిధిలో మధ్యతరగతి, దిగువ తరగతి వర్గీముల కథలను తనదైన శైలిలో చిత్రిస్తూ వచ్చిన కథకుడు భమిడిపాటి గౌరిశంకర్. ఈయన రచించిన కథ సంకలనం

'బరె పోనాదండి'. నేను మా కళాశాలలో ఆయన కథను గూర్చి విద్యార్థులకు వివరించిన ఉపన్యాసం విన్నాను. ఇందుకు నేను మా కళాశాల తెలుగు ఉపన్యాసకుల వారికి కృతజ్ఞతలు తెలపాలి. ఒక రచయితలో ముఖాముఖి మాకు అదే కొత్త. ఓ మంచి అనుభవం. ఆయన పుస్తకం 'బరె పోనాదండి' నాకు నచ్చిన పుస్తకం. ఎందుకు నచ్చింది అనేందుకు కూడా రకరకాలు నా చుట్టూ ఉన్న సామాజికాంశాల నేపథ్యం. మా ప్రాంతం ఏజెన్సీ ఇక్కడి ప్రజలంతా కాయకష్టం నడుమ 'అనుబంధాలను' నమ్ముకున్న వారు. 'బరె పోనాదండి' లో కొన్ని కథలలో మా ప్రాంతం నాకు కనిపిస్తుంది. మనుషులలో భిన్న స్వరూపాలు, అనేక తత్త్వాలలోని 'వ్యక్తిత్వం' కనిపించనితనం గౌరిశంకర్ కథలలో నాకు కనిపించింది. కథను స్థూలంగా సూటిగా చెప్పే సమయంలో పాత్రల యొక్క సంభాషణలు సహితం నావంటి గ్రామీణ (ఏజెన్సీ) విద్యార్థులకు కొంత కొత్తగాను.. కొంత నాకు తెలిసినది గాను ఉండటం కూడా 'నచ్చుడానికి' ఓ అంశంగానే చెప్పాలి.

'బ్రే పోనాదండి' పుస్తకంలోని కథలు వివిధ వర్గాల నేపథ్యం కొనసాగాయి. వాటిని చిత్రించిన విధానంలో 'ప్రాంతీయత' తన అస్తిత్వమును కనబడుతుంది. పుస్తకమును చదివి తరువాత నా మనసులోకి అభిప్రాయాలకు అక్షర రూపం కల్పించడంలో అన్ని విధాలా సహకరించిన వారు నా గురువు డా॥ దార్లపూడి శివరామకృష్ణ గారు. ఈ కథా సంపుటంలో కథలన్నీ వివిధ ప్రసిద్ధ దిన, వార, పక్ష, మాస ప్రతికలలో వచ్చినవని, కొన్ని బహుమతులు కూడా అందుకున్నాయని రచయిత 'తనమాట'గా చెప్పుకొన్నారు. ప్రతి కథలోనూ 'రచయిత' యొక్క 'పాత్ర'ను స్పష్టంగా చెప్పటం బాగుంది. నా వంటి విద్యార్థులకు సహితం అర్థమయ్యే భాషను రచయిత గౌరీ శంకర్ ఉపయోగించారు. ఉన్న 12 కథల్లో ప్రతి కథ ఇంకొక 'కథావస్తువు'ను పోలిక లేకపోవటం, సుదీర్ఘంగా ఉండకపోవటం నావంటి వారికి ఆసక్తిని కలిగించాయి. సరళత, స్పష్టత కూడా అదనంగా సమకూర్చారు రచయిత.

ప్రతి కథలోనూ మానవ ప్రవృతి, ప్రకృతుల మధ్య అసమతుల్యతలను గూర్చి వివరించడంలో 'కథావస్తువు' ను ఒక ఆయుధంగా ఉపయోగపడిందని నా భావన. ఉన్నవాడు ఇంకా ఇంకా దోచుకోవాలని తపన, అందుకోసం నీతి, నియమాలను వదిలివేయటం. పల్లెల్లో 'జమీల' మునుగుల్లో నేటికీ కొనసాగుతున్న అక్రమాలు, వాటికి పరోక్షంగా కొమ్ము కాస్తూ తమ పబ్బం గడుపుకానే 'బ్యూరోక్రసి' బృందాలు వీటి మధ్య ప్రాణాలు కోల్పోతున్న అమాయక అబలలు, దుర్బలురైన రైతు వర్గాలు వంటి వాటిని విషాదక ముగింపులో ముగింపు చెప్పిన కథ 'బ్రే పోనాదండి'. 'చావు' పరిష్కారం కాదనుకుంటాం గాని, 'చావు' కూడా అణగారిన వర్గాలలో నిబిడీకృతంగా ఉన్న 'అగ్నిని' రాజేస్తుందని చెబుతుంది కథ. చావులో ముగింపు పలికిన కథలు ఎన్నో వచ్చాయని మా తెలుగు మాస్టారు నాకు చెప్పారు. ఎలిజిబెత్ బోనన్ అనే కథా రచయిత many of stories are quetions asked, many end with a swing, a query or to the readers "over- to you" అని చెప్పారని నా ఇంగ్లీష్ మాస్టారు నాకు వివరించిన అంశాలు. 'బ్రే పోనాదండి' కథ చదివిన తరువాత అర్థమయింది. నాటి కాలంలో రచయితలు స్వంత పుస్తకాలు వేసుకోవటం, వారికి ఆవిష్కరణోత్సవాలు జరుపుకోవడం వెనుక రచయితలు పడిన శ్రమ, ఇందు కోసం సన్మానాలు చేసే సంస్థలు యొక్క లౌక్యంతో కూడిన ఆదాయ వనరుల సమీకరణాలు మంచి హాస్యాన్ని అందించాయి. 'మనిషి'ని 'మనిషి'గా సమాజంలో అస్తిత్వాన్ని కల్పించేదేమిటి? అంతస్తా? సిరిసంపదలా? అధికారమా? తాత్త్విక జ్ఞానమా? ఇలా ఏది.. అనే ప్రశ్నలకు సమాధానంగా 'పాకుడు' కథ ఉంది. 'ఒక్కసారి ఆలోచించు', 'రేపు', 'శిక్ష', 'ఇల్లిస్తాను కానీ' వంటి కథలు సమాజంలోని భిన్నత్వాన్ని సూచిస్తూ 'కథావస్తువు'లు రూపొందించుకున్నారు రచయిత గౌరీ శంకర్. ఈ కథలకున్న శీర్షికలు సూటిగా 'కథను' చెప్పకపోవడం ఒక విశేషం. పేరును చూడగానే ఒక ఆలోచన వస్తుంది. కానీ... కథ, కథనాలు పాఠకుడి సాధారణ ఆలోచనలను త్రుంచివేసి 'క్రొత్తదానాన్ని' చూపించి 'మెరుపు'ను సృష్టిస్తాయి. 'నీవు ఇక్కడకు రావద్దు' కథ- వర్తమానంలో వృద్ధాశ్రమాలలోని పిల్లలు ఉండి, లేని వారిగా బ్రతుకుతున్న ముసలివారి ఆవేదనలకు ఆకరరూపం. తన తరువాతి తరం వారు (తమ పిల్లలు) ఇక్కడకు (వృద్ధాశ్రమలకి) రావద్దని వారు ఆశిస్తూనే... అందుకు ఈ తరంతమ పిల్లలకు ఎటువంటి నైతికతను తెలియజేయాలో అని కథ చెబుతోంది. కాస్తంత విషాదమును మరికొంత వివేచనను కలిగిస్తోంది. ఒంటరి

స్త్రీ జీవిత ప్రయాణాన్ని తెలియజేసే కథ 'యాత్ర'. 'అప్పారావు – అదృష్ట సంఖ్య', 'కబ్జా' వంటి కథలు సాహిత్యం చదువరిలో ఆలోచనలను కలిగిస్తాయి. కథ జరగడానికి కాలం, స్థలం, కారణం ఉంటాయి. వీటిని కలిపి చిత్రీకరించడమే నేపథ్యం. గౌరీశంకర్ కథల్లో ఇవి బలంగా కనిపిస్తాయి. విద్యార్థి దశలో నేను ఇటువంటి పుస్తకం చదవటం వలన సమాజం, వ్యక్తులలోని భిన్న దృక్కోణాలను స్పృశించే అవకాశం కలిగిందని భావిస్తున్నాను.

13.సంస్కర్త, మానవతావాది... మల్లయ్యశాస్త్రి

"గతంలో ఉన్న మంచినంతా అవగతం చేసుకొని, దానిని పండిత పామరులకు సరిసమానంగా అందజేయగలవాడే నిజమైన విజ్ఞానవేత్త బంకుపల్లిమల్లయ్యశాస్త్రి గారు ప్రశంసనీయమైన ప్రజాశ్రేయోభిలాషులు... వేదాలలో ఏముందో సాధారణ జనానికి తెలిస్తే సనాతనులు బుకాయింపులు చెల్లవు. అందుచేత నిజమైన సంఘసంస్కర్తలు వేదాన్ని ప్రజలకు విశదపర్చాలి." అనే ఆరుద్ర వ్యాఖ్యానంకు నిలువెత్తు అక్షరరూపం మల్లయ్యశాస్త్రి గారు. హిందూ మతానికి జీవశక్తి అయిన వేదాలను, విద్యారణ్యుల భాష్యానుసారంగా తెలుగు చేసారాయన. ఆయనను గురించి తెలసుకోవలసిన అవసరం వర్తమానంలో ఉంది.

జీవితం కొందరికి పోరాటం. పోరాటమే కొందరికి జీవితం. రెండో వర్గానికి చెందిన వారు మల్లయ్యశాస్త్రి. బంకుపల్లి మల్లయ్యశాస్త్రి గారు 1876వ సంవత్సరం, ఏప్రిల్ 9న జన్మించారు. జన్మించింది. మేనమామల గ్రామమైన సింగుపురం. ఈ గ్రామం శ్రీకాకుళం – నరసన్నపేట మధ్యనున్న చరిత్ర ప్రాధాన్యం కలిగిన పల్లె. తల్లి సూరమ్మ గారు, తండ్రి గంగన్నశాస్త్రి. వీరిది నరసన్నపేటకు ఎనిమిది కిలోమీటర్లు దూరంలో ఉన్న జమీందారి గ్రామం 'ఉర్లాం'. మల్లయ్యశాస్త్రి గారికి నాలుగో ఏటనే తండ్రి గంగన్నగారు స్వయంగా అక్షరాభ్యాసం చేయించారు. ఋగ్వేదం, జ్యోతిష్యం బోధించారు. గంగన్నగారు అభ్యుదయవాది. మారే కాలపు మార్పులను గమనించగల దివ్య దృష్టి ఆయనది. కనుకనే కొడుకు మల్లయ్యశాస్త్రి గారికి ఇంగ్లీష్ కూడా నేర్పించారు. ఇందుకోసం ప్రత్యేకంగా ఓ మాష్టారిని నియమించారు. శాస్త్రి గారికి వ్యాయమం అంటే మక్కువ. పన్నెండెళ్ళ ప్రాయం నుంచి నేర్చుకున్నారు. మిత్రులతో దండపట్లు పట్టేవారు. క్రమంగా వ్యాయమం ఆయనకు వ్యసనమయింది. కొన్ని విషయాల పట్ల కాలం కొట్టే దెబ్బలకు తటుకొనే మానసిక, శారీరక ధృడత్వం ఆయనకు ఈ అలవాటు వలననే సాధ్యమయిందనే మిత్రులున్నారు. ఆయన శ్రావ్యంగా పాడేవారు. చదువులో మేటి. నేర్చుకోవడమంటే ఆయకెంతో ఇష్టం. ఈ ఇష్టం ఆయన మరణం వరకు కొనసాగింది. కష్టపడేతత్వం ఆయనది. గురువు నేర్పిన పంచకావ్యాలతో పాటు స్వంతంగా సంస్కృతంలోని ఎన్నో కావ్యాలను అధ్యయనం చేసారు. 'భోజప్రబంద' వంటి రచనలను చదివి సంస్కృతంలో కవిత్వం చెప్పారు. మల్లయ్యశాస్త్రి గారికి చిన్నప్పటి నుంచి పదిమందిలో మాట్లాడలంటే బిడియపడేవారు. ఈ విషయంలో తండ్రి మందలించేవారు. కానీ... తరువాత కాలంలో స్నేహితలవలన పర్లాకిమిడి చేరి, గిడుగు రామ్మూర్తి గారితో స్నేహం వలన ఎంతో నేర్చుకున్నారు. శాస్త్ర చర్చలను, అస్పృశత విధవాపునర్వివాహాలు వంటి విషయాలను ఎందరో పీఠాధిపతులతో అవలీలగా వాదోపవాదలు, శాస్త్ర చర్చలు సుదీర్ఘంగా జరపి తన వాదనా పటిమ, పాండిత్య ప్రకర్షలతో వారిని తన

కనుగుణంగా మార్చుకోగలిగారు. శాస్త్రి గారిది ఓ విచిత్రమైన సంఘర్షణాశైలి. ఆయన స్వతహోగా సంప్రదాయవాది. సబ్రాహ్మణ కుటుంబం. ఆయనలోని సంస్కరణవాది ఎలా బహిర్గతమయేదనేది, ఓ కుటుంబ నేపథ్యపు ఘర్షణాయుత నేపథ్యం. ఇందుకు బీజం తునిలో పడింది. మల్లయ్యశాస్త్రి గారు తన పదిహేను సంవత్సరాల ప్రాయంలో తునిలోని రంగాచార్యుల గారి వద్దకు శిష్యరికానికి వెళ్ళారు.

రంగాచార్యులు వారు 'స్త్రీ పునర్వివాహ సంగ్రహం (1875) అనే గ్రంథాన్ని రచించిన మేధావి. ఆయన దగ్గర శాస్త్రి గారు వ్యాకరణంతో పాటు స్త్రీలకు మళ్ళీ పెళ్ళి గురించిన భావాలను తెలుసుకున్నారు. ఇవి ఆయన హృదయంలో స్థిరపడిపోయాయి. 'ఉర్లాం' జమిందారు తన సంస్థానంలో ప్రతి ఏడు శ్రావణ పౌర్ణమి రోజు నిర్వహించే 'శ్రావణి' ఉత్సవం నెల రోజులపాటు సాగేది. ఈ ఉత్సవం పాల్గొని 'పట్టా' పొందినవారు. 'ఘనాపాటి' గానే కీర్తి పొందేవారు. ఉపాధిని అందుకానేవారు. వీటి గురించి శ్రీపాద సుబ్రహ్మణ్యశాస్త్రి గారు ఓ కథలో పేర్కొన్నారు. శాస్త్రి గారు 1895 (1896) సంవత్సరం జరిగిన 'శ్రావణి' పరీక్షలో తర్కవ్యాకరణంలో పట్టా పొందారు. అప్పుడే వారికి టెక్కలి దగ్గర రావివలసకు చెందిన 'నగరంపల్లె సీతమ్మ' గారితో వివాహమయిందని ఉద్యోగ ప్రయత్నంలో భాగంగా ఉర్లాం సెకండరీ పాఠశాలలో తన పందొమ్మిదో ఏట ఉద్యోగం చేరారు.

బంకుపల్లి మల్లయ్యశాస్త్రి గారి జీవితం నుంచి వర్తమానతరం నేర్చుకోవలసినది ఎంతో ఉంది. ప్రతీ చిన్న విషయానికి 'సున్నితత్వం' పేరుతో ఆత్మహత్యలకు పాల్పడుతున్న ఈ తరం యువత, శాస్త్రి గారు చదువు కోసం పడిన శ్రమను తెలుసుకుంటే కొంతలో కొంతయినా మార్పు వస్తుందేమో? కనీసం తల్లి దండ్రులయినా ఇటువంటి వారి 'జీవితం'ను చదివితే పిల్లలకు పోరాడేతత్వం నేర్పవచ్చు. పారిపోవటం కాదు జీవితమంటే... పోరాడటం అని నిరూపించిన కథ శాస్త్రి గారిది. ఎవరు నేర్పుతారు? వర్తమాన వ్యాపారపంథా విద్యావిధానంలో ఇటువంటి వారి గురించి బోధించే పాఠ్యంశాలేవి? మల్లయ్యశాస్త్రి గారు తన పదహారవ ఏటనే (1892) ఉర్లాంలో పంచకావ్యాలను క్షుణ్ణంగా చదివారు. వీటితో వీటితోపాటు తర్కంలో – తర్క సంగ్రహం అనేది ఒకటి. వ్యాకరణంలో 'లఘుసిద్ధాంత కొముది ప్రారంభించేవారు గురువులు' గురువుగారయిన భళ్ళమూడి వెంకటశాస్త్రి ఈ 'కౌముది'ని సంవత్సరం గడచిన చెప్పలేదు. ఆయన శిష్యులతో సేవ చేయించుకోవటంలో చూపిన శ్రద్ధ ఈ గ్రంథం బోధనలో చూపటంలేదని తెలుసుకొన్న శాస్త్రి గారి బృందం ఓ రాత్రి చర్చించుకుంది. వెంటనే ఓ నిర్ణయం కూడా తీసుకాని 'చలో తుని' అని బయలుదేరిపోయారు. ఎవరికి చెప్పకుండానే...? తునిలోని పరవస్తు వెంకటరంగాచార్యుల గారి వద్దకు వారి ప్రయాణం... శాస్త్రి బృందం... చదువుకోసం... కష్టపడి... తిండితిప్పల కోసం ఆలోచించకుండా 228 కిలోమీటర్లు నడిచి... ఉర్లాం నుంచి తుని చేరుకొన్నారు. వీరి కథ తెలుసుకొన్న గురువు రంగాచార్యులు గారు 'పదిహేను సంవత్సరాలు కూడా లేని బుడతలు చదువుకోవాలని ఇంత పట్టుదల...' అని ఆశ్చర్యపోయి వెంటనే శిష్యులుగా చేర్చుకొన్నారు. అక్కడ రోజుకు ఒక పూటనే తినేవారు. రాత్రికి పేలపిండితో సర్దుకానేవారు. 'సిద్ధాంతకౌముది' నేర్చుకొన్నారు. మల్లయ్యశాస్త్రి గారు నేర్చుకొన్నంత వేగంగా గురువు గారు నేర్పారు. వారి గొప్పతనం అది...

ఆనాటి గురువుల జౌనత్యం ఇది. ఆఖరి రోజున గురువు గారి పాదాలపైపడి గురదక్షిణ ఏం చెల్లించమంటారని అడిగిన శాస్త్రి గారితో రంగాచార్యులు గారు. "ఉ ర్లాం నుండి చద్దన్నం కట్టుకొని కాలినడకన వచ్చావు నా చెంతకు. బాల్యంలోనే చదువు యెడల నీ తృష్ణా, పట్టుదల అప్పుడే తెలిసి వచ్చాయి. ఓ పూట తిని, రెండో పూట ఏ పేల పిండితోనే సర్దుకొని, అదీ దొరక్కుంటే ఎస్తుండి కొముదిని నేర్చుకున్నావు. ఎందరినో చూశాను. బాలుడినైనా నీలో ఈ లక్షణాలు ఆశ్చర్యాన్ని కలిగించాయి. ఏముందయ్యా నీ దగ్గర దక్షిణగా ఇవ్వడానికి... పేద బ్రాహ్మడవు... బాగా అభివృద్ధిలోకి రా... రేపు నీ కొడుకుల్లో ఒకడికి నా పేర పెట్టుకుందువు గానీ" అని ఆశీర్వదించారు. మల్లయ్యశాస్త్రి గారు ఒక కుమారుడికి 'రంగాచార్యుల'ని పేరు పెట్టారు. ఇది భారతీయ గురుశిష్యపరంపరలోని ప్రేమవాత్సల్యాల మూలసూత్రం. మరి... నేడు...? అటువంటి గురువులు... శిష్యులు...?

మల్లయ్యశాస్త్రి గారి జీవితంలో సంఘర్షణ సమాజంతో ఘర్షణ ప్రారంభమయింది కూతురు కృష్ణవేణి వివాహంతోనే ఆమెకు అందరి ఆడపిల్లలు వలనే ఆనాటి సమాజపు సిద్ధాంతరీతిగానే 1918లో వివాహం చేసారు శాస్త్రి గారు. పెళ్ళికోడుకు మావుదూరి లక్ష్మీనారాయణ, ఇతను పహాత్తుగా చనిపోయాడు. భర్త చనిపోయిన నాటికి ఆమెకు తొమ్మిదేళ్ళు. ఆరోజు కృష్ణవేణి తన ఈడు పిల్లలతో కలిసి మట్టిలో ఆడుకుంటున్నది. తల్లి ఆ బిడ్డను కొట్టి మరీ ఏడవమంది. ఏమయిందో తెలియని కృష్ణవేణమ్మ భోరుమని ఏడ్చింది. భర్త మరణం కోసం కాదు తల్లి కొట్టిన దెబ్బలకు అక్కడితో కథ ముగియలేదు. శాస్త్రి గారు శాస్త్రాలతో పోరాటం ప్రారంభమయింది. నాటి సమాజం ఆ చిన్న పిల్లను తమతో కలవనీయలేదు. తెల్లబట్టలు కట్టుకొని, గుండు చేసుకొని, మూలన కూర్చోమన్నది. అభం శుభం తెలియని పిల్ల కృష్ణవేణి ఎన్నోమార్లు ఏడ్చింది. తల్లిని ప్రశ్నించింది. ఆ పిల్లకు సమాధానం చెప్పలేని తల్లి పిల్లలతో సహా నూతిలోకి దూకాలనుకుంది. ఇద్దరూ నూతి దగ్గకు చేరారు. ఇంతలో శాస్త్రి గారు కాలేజి నుంచి వచ్చారు. భార్యను మూడేళ్ళు గడువు అడిగారు. శాస్త్రాలు వేదాలను జౌపసన పట్టారు. గిడుగు రామ్మూర్తి గారు, పర్లాకిమిడి జమిందారుల సహకారంతో అప్పటి (1921) ధర్మశాస్త్రాల్లో 'వివాహ వ్యవస్థ స్వరూపాన్ని' అధ్యయనం చేసారు. చివరకు 'అక్షతయోని పునర్వివాహం శాస్త్రసమ్మతం' అంటూ నిర్ధారణకు వచ్చారు. 'వివాహతత్త్వం' పేరిట సిద్ధాంతీకరించారు. దీనిని ఆమోదించమంటూ 5 మత పీఠాలకు పంపారు. పూరి పీఠం తప్పా నాలుగు పీఠాలు అంగీకరించాయి. తెలుగు ప్రాంతంలోని పండితుల ముందుకు చర్చకు తెచ్చారు. ఈ శాస్త్రపరమైన నిరూపణలతో సంఘసంస్కరణకు శ్రీకారం చుట్టిన మల్లయ్యశాస్త్రి గారు 1929లో కృష్ణవేణి వేదుల సత్యన్నారాయణ శాస్త్రి గారికిచ్చి వివాహం చేసారు. అప్పటికి శాస్త్రి గారి వయసు 53 సంవత్సరాలు. ఆనాటి ఎంతో మంది పండితులు ఆయనను గౌరవించారు. "ధర్మశాస్త్రములు ఆమూలగ్రము విశాల హృదయంలో పరిశీలించి తప్పుద్రోవనుపడియున్న వారికి ప్రబోధము గావించి మంచి మార్గమున ప్రవేశపెట్టినారు. శాస్త్రి గారు శాస్త్ర సమ్మతముగానే సంఘసంస్కరణము చేయదలిచిన మార్గదర్శకులుగా ప్రవర్తించినారు" అని కొనియాడారు.

ఆ తరువాత కాలంలో ఆంధ్రదేశం నలుమూలలా ఆయన ఖ్యాతి విస్తరించింది. ఆ కాలంలో ఆయన లేని సభలేదంటే ఆతశయోక్తి కాదు. 1932–40 ప్రాంతంలో ఆయన అవలంభించిన

హరిజనోద్యమం దశదిశలా ఆయనను ఓ సంఘసంస్కర్తగా నిలిపింది. ఆక్కడ కూడా ఆయన తనదైన శాస్త్రాలను మథించే 'జాతి'లోని అస్పృశ్యతను నిషేదించమని పోరాడారు. "మల్లయ్యశాస్త్రి నిశ్శబ్దంగా, జ్ఞానాన్ని పెంచుకొని, ఆధునిక అవగాహనను సంతరించుకొని, మౌనంగా దానిని పాటించే వ్యక్తిత్వం గలవారు" అంటారు డా॥కె. ముత్యం గారు. మల్లయ్యశాస్త్రి గారిది బ్రాహ్మణమత ధృక్పథమే 'వివిధ దేశాచార మతాచార సంఘర్షణ కల యీ శతాబ్ధమున స్వమత పరిజ్ఞాన సాకలక్యము స్వమత క్షేమంకరము' అనే బంకుపల్లి మల్లయ్యశాస్త్రి గారి మాట... బంగారు మాట... వేదాలు, పురాణాలు, ఉపనిషత్తులు వంటి అనువాదాలు మరియు 28 గ్రంథాలు రచించిన, బహుకుటుంబీకుడు శాస్త్రి గారు జీవన పోరాటల నడుమ వెలిగే సూర్యునిలా ప్రజ్వరిల్లి 1946లో అస్తమించారు. ఆయన జీవితం వర్తమాన తరాలకు ఓ పాఠ్యగ్రంథం కావాలి.

14. ఇనాక్ గారి 'ఊరబావి' – కథాశిల్పం

వర్ణ వ్యవస్థకు మూలాలు భారతీయ సమాజంలో అనాదిగా సుదీర్ఘంగా నాటుకుపోయాయి. మనుషుల్ని విడదీసిన సమస్య. సౌభ్రాతృత్వాన్ని నాశనం చేసింది. ఆర్థిక, సామాజిక రంగాల్లో అసమానతలను సృష్టించింది. శ్రామికుల్ని 'సహితం విడదీసిందని' అంబేద్కర్ అంటారు. భారతీయ ప్రజాస్వామ్య నిర్మాణంలో ఓ అపరిక్రమ నిర్మాణం అస్పృశ్యత. సామాజిక, సాంఘిక మర్యాదలకు దూరంగా 'మనుషుల్ని మనుషులే' జరిపేయటం ఏ నాగరికత సంస్కృతో ఎవరికి వారు ప్రశ్నించుకోవాలి. ఇటువంటి సమస్యకు అనేక కోణాలున్నాయి. పూట గడవటం కష్టం... శ్రమ తప్పా మరో మార్గం లేకపోవటం వంటివి, కొన్ని కర్మ, పునర్జన్మ సిద్ధాంతాలు ఈ వ్యవస్థతను 'క్రమబద్ధీకరించి' – 'సహజన్యాయమని' సమర్థించే పనికి పూనుకున్నాయి. ఇదో దురదృష్టకరమైన అంశం. కాని... ఇక్కడ గమనించవలసిన విషయం ఏమిటంటే 'పరస్పరం సహకారం లేకుండా మనుషుల జీవనం ముందుకు పోదు' అనే సామాజిక ఒడంబడిక సూత్రాన్ని 'విస్మరించే వర్గం 'అత్యున్నతమైన' స్థానాల్లో కుదురుకోవటం. వారు చెప్పిందే 'చట్టం' 'శాస్త్రం' గా సిద్ధపడిపోవటం. అయినా ఉనికి అస్థిత్వాల కోసం 'పోరాటం' అనివార్యం అనే విషయం గ్రహింపుకొచ్చిన విషయం విస్మయంపరానిది. చారిత్రక నేపథ్యం నుంచి పౌరాణిక – ఐతిహాసిక కథలు సహితం ఈ విషయంలో తమకు తోచిన సలహాలు, సూచనలు, సూత్రాలను వెల్లడించాయి కాని – మనుషుల మధ్య ఉండవలసిన 'అవసరమైన ఐక్యతను వివరించలేదు. ఓ 'సామాజిక అవసరం'ను వర్ణించలేదు.

తెలుగు కథానిక పది దశాబ్దాలు పూర్తి చేసుకుంది. నాటి నుంచి నేటి వరకు కూడా దళిత సమస్యను విస్మరించలేదు. సమాజ పరిణామంతో సమాంతరంగా సామాజిక సమస్యలను అవగాహనతో చిత్రించడం కనిపిస్తుంది. దళితుల సమస్యలను చిత్రించిన తొలి భారతీయ నవల 'అన్టచబుల్' (ముల్కరాజ్ ఆనంద్) తరువాత కాలంలో ప్రేమచంద్, రవీంద్రనాద్ ఠాగూర్ వంటి ప్రసిద్ధులు ఈ తరహా రచనలు చేసారు. తెలుగులో ఉన్నవారు కూడా ఈ కోవలో రచనలు చేసారు. ఉన్నవ వారి మాలపల్లి, జ్యోతిబాఫూలే 'బానిసత్వం', 'పూజారితత్వం బయటపడింది' వంటి పుస్తకాలు రాశారయన. అంతటి గొప్ప జీవమున్న రచనలను ఓ సామాజిక ప్రయోజనంగా సాంఘిక అవసరంగా రచించిన వారు ఆచార్య కొలకనూరి ఇనాక్ గారు. ఈయన రాసిన కథలకు వస్తువు ప్రధానంగా పైన ఉదహరించిన సమస్యలే! వీటిలోని 'జీవితాన్ని' అవసరమయినంతమేరలో సున్నితత్వాన్ని 'జీవన సరళి'ని వివరిస్తారు ఇనాక్ గొప్పవారిలోని 'పేద మనసు'ను లేని వారిలోని 'గొప్ప సోదరతత్వాన్ని, క్షమించే గుణాన్ని' చూడగలిగేతత్వం ఈయన కథల్లో కనిపిస్తుంది. 'ఓ సజీవమైన జీవిత విధానంలోని మార్మికతలోని పోరాటం ఓ సామాజిక అవసరమని' చెప్పటం ఈయన రచనల యొక్క స్వరూపం. మనిషి జీవితంలోని ఆర్తి, ఆర్ద్రత, గుండెలోని తడి, క్షమాపణ వంటి వాటి యొక్క గొప్పతనం ఈయన కథల్లో కనిపిస్తుంది.

'వ్యక్తిత్వ అస్తిత్వానికి కావలసిన పోరాటం అనివార్యమని' కూడా ఆయా అంశాలు మాటున వివరిస్తారు. ఇనాక్ గారి కథలో 'ఊరబావి' కథ ఎంతో గొప్పదని నా భావన. ఇది 1969 లో ఆంధ్రప్రభ వారి పత్రికలో ప్రచురితం అయింది. 'దళిత కథలు –1'లో చేర్చబడింది. ఇనాక్ గారి 'ఊరబావి' కథలో 'వస్తువు' ప్రధానంగా 'ఊరబావి' దాని చుట్టూ పరిభ్రమించిన పాత్రలు రాముడు, చిదంబరం, సత్యన్నారాయణ, మునసబు, నాంబరయ్య వంటివి. ఈ పాత్రలకు మరికొన్ని సహాయ పాత్రలున్నాయి. ఊరంతటికి ఆ 'బావి' ప్రాణాధారం. జలాధారం. అటువంటి బావిలో 'ఎద్దదట్టెం' ఓ ఉదయాన్ని దర్శనమిస్తుంది. అక్కడ నుండి కథ ప్రారంభమవుతుంది. 'ఎవరుచేసారీపని' అనేది మునసబు అధికారయుతమైన ప్రశ్న. 'అన్నిటికి ఆడే అనటం ఎం బాగుంటుంది' అనేది జనాల సమాధానం కాని 'ఆడేనని అందరికి తెలుసు (?). కాని వాడేనా? కాదా? అనేది కూడా సందేహమే. చివరకు ఏం జరిగిందనేది కథ ముగింపు. ఈ మొత్తం వ్యవహారంలో అనగా కథావస్తువు'ను విస్తరించే క్రమంలో 'రచయిత' చేయి తిరిగిన కథా నైపుణ్యం' కనిపిస్తుంది. ఓ ఉత్కంఠతను రేపుతుంది. 'ఓ సామాజిక కథా వస్తువును విస్తరించే క్రమంలో సామాజికతను ఓడిస్తూ పాఠకులను తనవైపుగా తిప్పుకోవటం – తనతో ప్రయాణింపజేస్తూ తన పాత్రలలో వారిని మమైకం చేయటం వంటివి గొప్ప శిల్ప చాతుర్యం' అనేది ప్రసిద్ధ రచయిత బుచ్చిబాబు గారి వాఖ్యానం. కొలకలూరి ఇనాక్ గారి 'కథన' నిర్మాణం ఇందుకు అక్షర సత్యం. క్లుప్తత, అనుభూతి ఐక్యత, సంఘర్షణ, నిర్మాణ సౌష్టం, కథావస్తువు, రూపం వంటి లక్షణాలు మంచికథకు అవసరమంటారు వల్లంపాటి వారు. ఊరబావి కథలో ఇవన్నీ ఉన్నాయి. గొప్ప కథగా కీర్తినొందటానికి ఇవి కూడా కారణమే. 'ఊరబావి' కథను రాముడు, చిదంబరం వంటి వారి ద్వారా, వారి నేపధ్యం నుంచే అందరూ చూడటం పాఠకుడికి తెలియకుండానే వారికి మున్సబు, కరణాలపైన 'సకారణ వైరం' కలగటం జరుగుతుంది. ఇది 'శిల్పం' విజయం. 'శైలి–వ్యక్తిత్వం' అనేవి ఓ రెండు విభిన్న అంశాలు. శైలి కోసం రచయిత తన వ్యక్తిత్వాన్ని వదులుకోలేడు. 'శైలిని ఓ యజ్ఞంలా భావించడం 'తప్పు' అనేది ఓ అసందర్భ పతిపాదన. ఇనాక్ గారి 'ఊరబావి'లో రచయిత వ్యక్తిత్వాన్ని మరింత పదును తెచ్చే విధంగా వారి 'శిల్పం' కానసాగుతుంది. 'శిల్పం' గురించిన చర్చ ఇక్కడ (అనవసరం) వస్తువును సూటిగా చెప్పడంలో మెళుకవలు, చమత్కృతి, వయ్యారం, పాఠకుల్ని తన వైపుకు లాక్కోని లొంగదీసుకోవటం, అతని అంతరంగంలోకి చొరబడి ఆలోచింపజేయగల శక్తి శైలికి ఉంది. ఇది ఇనాక్ గారి 'కాలం'లోనే ఉంది. ఆ విషయం 'ఊరబావి' కథలో స్పష్టంగా తెలుస్తుంది. ఇతి వృత్తానికి అనువైన శైలిని ఎన్నుకోవటం ఈ కథలో కనిపిస్తుంది. కథలోని శక్తిని పాఠకుడు పట్టుకోవాలి అనుకొంటారు రచయిత.

'ఊరబావి' కథలోని మలుపులు, భాష, యాస వంటివి కథకు అందాన్ని సహజతత్వాన్ని తెస్తాయి. 'ఊరబావి' ఉన్న గ్రామ వాతావరణం, మున్సబు అధికారం, ప్రజల అమాయకత్వం, గడుసుదనం, పల్లెలోని 'సామాజిక అవసరాలు' వంటివి కథనంలో భాగంగా 'స్పష్టంగా' చెప్పటం రచయిత 'గొంతు ధ్వని'లో సూటితనంగా కనిపిస్తాయి. 'ఊరికి విసిరేసినట్లుందా బావి అనటంలో 'ఓ ప్రతికాత్మక సందేశం' – సూచన' కనిపిస్తాయి. 'ఊరబావి' లో 'ఎద్దతొట్టెం' వెనుక గల మున్సబు కారణాలుకు 'వేణుగోపాలస్వామి' ఆలయంలో చిదంబరం పెళ్ళి, రైల్వేస్టేషన్లో చిదంబరం ప్రవర్తన, బావి

దగ్గరకు వచ్చిన స్త్రీ చేతిని యువకుడు పట్టుకోవటం (అసభ్యకరంగా ప్రవర్తించడం) వంటి వాటి పట్ల 'ఆ వర్ణం' వారి 'ఐక్యత' 'ఉన్నతి' ప్రధాన అంశాలు. కథకు కూడా ఇదే ఆయువు పట్టుగా నిలిచే పరికరాలు. మన్సుబుకు ప్రక్కనే ఉన్న సత్యన్నారాయణ తరువాత రాముడు, చిదంబరాలకు సహకరించటం ఇందులో కాసమెరుపు రాముడిని చితకబాదిన సమయంలో మునసబులోని అధికార దర్పం కనిపిస్తుంది. అదే మునసబును తరువాత జనం కొట్టే సమయంలో రాముడిలో సానుభూతి 'ఒక్కసారి ఊ అను' ఆడిని సంపేత్తా' అని తండ్రిని అడిగితే 'వద్దు' 'తప్పు' అనటం రాముడి జనత్యం కనిపిస్తాయి. అతడి మాటల్లో 'తడి' పాఠకుడి కంటిలో చేరుతుంది. 'కథన నైపుణ్యం'కు ఇదో మచ్చుతునక. కథలో ఎక్కడ అప్రస్తుతమైన, అవసరమైన వ్యాఖ్యలు కనిపించవు. వొస్తువుకి అవసరమైనవి, అనవసరమైనవి అనే వాటి మధ్య స్పష్టమైన అవగాహన ఇనాక్ గారిది.

'నీళ్ళు పాడయిపోయాయి. తోడిపారబోసి పూడిక తీసుకుందాక బాయికి' అన్నాడు రాముడు. పల్లెలోని వారంతా పోగయ్యారు. చేరితాళ్ళు, కడవలు, బిందెలు, మాటలు, తట్టలు, పారలు, పలుగులు బావి దగ్గరకు చేరాయి (అందరూ ఏకమయ్యారు సంకేతం) కాని 'బావిలోని దట్టెం ఎలా వచ్చిందో ఏక్రగీవంగా అర్థం కాలేదు' 'అందరూ' నీళ్ళుతోడి పారబోసారు. నూతిలో దొరిగిన వస్తువులను సరదాగా చూపుకున్నారు. 'అందరూ నీళ్ళు తోడుకుంటున్నారు' – 'ఊరు చూస్తూ ఊరుకుంది' అని ముగిస్తారు రచయిత కథను.

కథ వస్తువుకు తగిన ముగింపు లేకుంటే ఆ కథ గొప్ప కథగా మనలేదు. దాదాపు ఇదు దశాబ్దాల క్రితం నాటి కథ 'ఊరబావి', ఈ నాటికి ఆ సమస్యలు నిత్యనూతనంగానే ఉన్నాయి. ఈ 21వ శతాబ్దంలో కూడా దళితుల పట్ల ప్రభుత్వాలు, ప్రజలు అనుసరిస్తున్న విధానాలుకు ఈ కథలోని చాలా 'వాఖ్యానాలు' అద్దం పడతాయి. ఒకసారి రామకృష్ణపరమహంసను ఎవరో అడిగారట 'ఏమయ్య నువ్వేదో కొండల్లోకి వెళ్ళి తపస్సు చేస్తే ప్రపంచానికి ఏమిటి లాభం' అని, అందుకాయన 'నాలో ఒక భావతరంగం లేచి ప్రపంచం అంతటా వ్యాపిస్తుంది 'అన్నారట' ఒక కథకుడు రాసిన వందలాది కథల్లో ఒక్క కథ అలాంటి అనుభూతి తరంగమైన విశ్వవ్యాప్తం చెందుతుంది. అటువంటి గొప్ప కథకులు కొలకలూరిఇనాక్ గారు. అటువంటి గొప్ప కథ (నా వరకు) 'ఊరబావి', రచయిత బుచ్చిబాబు అన్నట్లు 'సాహిత్యం ఆత్మని రక్షించలేదు. రక్షించతగిందిగా చేస్తుంది'. ఇనాక్ గారి సాహిత్యం వ్యక్తిని తట్టిలేపుతుంది. మేలుకొలుపుతుంది... 'మేలు'కోమంటుంది.

15. జానపద కథలు.... సమాజం

మానవ సమాజంలోని 'సంఘ సంస్కృతిని' అధ్యయనం చేస్తుంది 'జానపద విజ్ఞానం' ప్రాచీనులు ఈ విజ్ఞాన సంబంధ విషయాలను జనప్రియయములైన ప్రాక్తన విషయాలని పిలిచారు (**Popular Antiquities**). తొలిసారిగా ఆ దిశ గా ఆసక్తిని ప్రకటించిన కారు గ్రిమ్ సోదరులు (విల్హెల్మ్ మరియు జాకోబ్). వీరు తమ కాలం నాటి జానపద సాహిత్యాన్ని సేకరించారు. జానపద విజ్ఞానాన్ని ఎంతో మంది ఎన్నో రకాలుగా నిర్వచించారు. "**Standard Dictionary of Folklore, Legend and Methology**" అనే గ్రంథంలో 21 నిర్వచనాలు ఉ న్నాయి. జెఅశ్రీశ్రీఅశీఅ =. దీంఎశీఅఅ ఈ సాహిత్యాన్ని 'శాబ్దికకళ' లేదా 'వాగ్రూప కళ' అని పేర్కొన్నాడు.

'మానవశాస్త్ర పరిభాషలో జానపద విజ్ఞానమంటే మౌఖిక ప్రచారంలో ఉన్న పుక్కిట పురాణాలు, ఐతిహ్యాలు, జానపద కథలు, సామెతలు, పొడుపు కథలు, కవిత్వం మరియు కళాత్మక వ్యక్తీకరణ ఉన్న అనేక ఇతర ప్రక్రియలు' అని కూడా నిర్వచించాడు. జానపద విజ్ఞానం మూడు సార్వత్రిక లక్షణాలను కలిగి ఉంటుంది. అవి సంప్రదాయకవ్యాప్తి (**Traditional circulation**) విభిన్న రూపాంతరాలు (**Different Versions**) సార్వజనీనత (**Popularity**).

జానపద విజ్ఞానం తరతరాలు ఒకరి నుంచి మరొకరికి విస్తరిస్తున్న కళ. జానపదుల జ్ఞాపక శక్తికి సంబంధించిన 'కళ' ఇది. పునరుద్ధాటనశక్తి, అనుకరణ, వీక్షణం అనే వారి శక్తి పైన ఆధారపడి విస్తరించిన సాహిత్యం. సంప్రదాయవ్యాప్తికి ప్రధానంగా రెండు లక్షణాలు కనిపిస్తాయి. మౌఖిక సంప్రదాయ ప్రసరణ, వీక్షణ సంప్రదాయ ప్రసరణగా వీటిని పేర్కొంటారు. మొదటిది శాబ్దిక (**Verbal**) కళ, రెండవది శాబ్దికేతర (**Non-Verbal**) కళకు చెందినది. ఇక్కడ గమనించదగ్గవి విషయమేమిటంటే 'జానపదం' అనే పదాన్ని కేవలం ఒక నిర్దిష్టమైన సమాజానికి సంబంధించినదనే కంటే ప్రజల మానసిక స్థితిగతులను సూచించే సంఘంగా పేర్కొనడం మంచిది. 'జానపదత్వానికి' ప్రాధాన్యతనివ్వాలి.

It is not the folkishness that – Matters జానపద సాహిత్యాన్ని సమగ్రంగా అధ్యయనం చేసిన R.S.Boggs జానపద విజ్ఞానంలో ముఖ్యమైన గణాలు (Groups)ను పేర్కొన్నారు. సామాన్య జానపద విజ్ఞానం, గద్య కథనాలు, కథాగేయం, గేయం, నృత్యం, ఆట, సంగీతం, గద్యం, నాటకం, ఆచారం, ఉత్సవం, వాక్కు, భూగోళం, భాష, చేతిపనులు, వాస్తువు, పానీయం, నమ్మకం, సామెత, పొడువుకథ ఇలా ఉ న్నాయన్నారు. RIchard M.Dorson Óáq It is Folklore And

Floklife అనే గ్రంథంలో జానపద విజ్ఞానాన్ని స్థూలంగా నాలుగు విధాలుగా పేర్కొన్నారు. అవి వాగ్రూప జానపద విజ్ఞానం లేదా మౌఖికజానపద విజ్ఞానం (Oral Folklore), సాంఘిక జానపద ఆచారం (Social Folklore) వస్తుసంస్కృతి లేదా భౌతిక సంస్కృతి (Material Culture), జానపదకళలు (Flok Arts).

కథ, జానపద కథల మధ్య ఓ సన్నని రేఖామాత్రపు విభజన ఉంది. కథా లక్షణాలున్నప్పటికీ జానపదకథలు మాత్రం సాధారణ కథగా గర్తించవీలు లేదు. ప్రపంచమంతటా 'జానపద కథ' ఉంది. సరళంగా ఉండేది, కుతూహలాన్ని రేకెత్తించేది, కల్పనలతో కూడినది. జనప్రయత్వం పొందినది జానపద కథ. ఈ కథలు పిరిమిడ్లు కంటే ప్రాచీనమయినవనే 'వాడుక' ఒకటి కూడా ఉంది. ఈ కథలు ఎప్పుడు పుట్టాయి అనే ప్రశ్నకు 1812లో గ్రిమ్ సోదరులు జానపదకథల సంకలనాన్ని ప్రచురించటం ప్రారంభించినప్పటినుంచని చెప్పవచ్చు. ఆ తరువాత ఐరోపా అంతటా ఎటువంటి కథాసంగ్రహణలు ప్రారంభమయినవి.and గ్రిమ్ సోదరులు వెలువరించిన "Kinder Hausmarchen" అన్న గ్రంథమే ప్రప్రథమ జానపద కథాసంకలనం. ఆ తరువాత థియోడర్ బెన్ఫె తన 'పంచతంత్రాని'కి (1859) ప్రస్తావన రాస్తూ జానపద కథలకు భారతదేశమే మూలమని అభిప్రాయపడ్డారు. 'కథలు పురాతనకాలపు' అవశేషాలని అండ్రూలాల్యాంగ్ అంటారు. ఈ కథల్లో 'మానవీయశాస్త్రీయ సిద్ధాంతం' 'చారిత్రక–భౌగోళిక సిద్ధాంతం' 'స్వప్నమూల సిద్ధాంతం' 'కర్మకాండల సిద్ధాంతం' 'మనోవిశ్లేషణ సిద్ధాంతం' వంటివి ఉన్నాయని అంటారు.

నిర్మాణపరమైన విశ్లేషణలు చేసినవారున్నారు. వారిలో ప్రాప్, అల్డండెస్, బ్రూమండ్ వంటి పండితులు ప్రముఖులు. ఈ సిద్ధాంతాల వలన కథలపుట్టుక, వికాసం, నిర్మాణం వంటి వాటి గురించి తెలుసుకొనే అవకాశం ఉంది. జానపద కథల్ని సంకీర్ణ కథలు, సరళ కథలు అని రెండు విభాగాలు కనిపిస్తాయి. వీటిలో కట్టు కథలు, ధార్మిక కథలు, కాల్పనిక కథలు అని మూడు విధాలుగా, ప్రాణి కథలు, వినోద కథలు, లాక్షణిక కథలు అని మరో మూడు విభాగాలుగా విభజిస్తారు. మొత్తంగా జానపద కథలను పురాణ కథల, ఐతిహాసిక కథలు, హాస్య కథలు లేదా మూర్ఖుల కథ, మోసగాండ్ర కథలు, సుదీర్ఘ కథలు, సమస్యాత్మక కథలు, అద్భుత కథలు, నీతి కథలు, సామాజిక కథలు, సాంస్కృతిక కథలు వంటి వర్గీకరణలు కూడా జరిగాయి. జానపద కథలలో శిల్పం, కథనం వంటి వాటిని 'కథన ఘటం' 'మాదిరి' అనే విధంగా కూడా పిలవటం కనిపిస్తుంది. మొత్తంగా జానప కథలను గురించి ప్రస్తావించుకొంటే సమాజంలోని అనేక కోణాలు ప్రతిఫలిస్తాయనిపిస్తుంది. సరదాగా చెప్పుకొనే కథల వెనుక ఓ 'మనిషి చరిత్ర' కున్నంత 'విషయం' ఉందనిపిస్తుంది.

తెలుగు సాహిత్యంలో జానపద కథ ఎంతో ఆసక్తిపరమయినది చిన్నతనంలో పిల్లలకు ఈ కథలు ఓ అద్భుత ప్రపంచాన్ని, నీతివంతమైన సాహసోపేతమైన మానవ జీవిత పార్శ్వాన్ని చవిచూపుతాయి. రెక్కల గుర్రాలు, రాజకుమారులు, రాజకుమార్తెల అద్భుత కథనాలు 'చందమామ' 'బాలమిత్ర' 'బొమ్మరిల్లు' వంటి పత్రికలలో చదవటం అలాంటి సమాజాన్ని ఊహిస్తూ ఆనందించటం ఎంతో మందికి అనుభవైకవేద్యమే. సమాజంలోని చెడు, మంచి, తెలివి, మూర్ఖత్వం, ధైర్యసాహసాలు

వంటివి విభిన్నమైన వర్ణాలకు చెందిన 'మానసిక కోణాలను' ఎత్తి చూపుతాయి. తెనాలి రామకృష్ణ కథలు, భట్టివిక్రమార్క కథలు, మాంత్రికుల కథలు, మర్యాద రామన్న కథలు వంటివి గేయ, రచన, వాగ్రూపంలో చలామణి అవుతున్నాయి. వ్యక్తులలో అపూర్వమైన మేధను, మానవీయ విలువలను ఇవి దృశ్యమానం చేస్తాయి. గుహుడు, శబరి, చెంచులక్ష్మి వంటి కథలలోని 'పురాణత్వం' వర్తమాన సమాజానికి వర్ణ, జాతి రహిత సమాజం నాటి కాలపు వ్యవస్థ తీరును పట్టి చూపుతాయి. ఆధునిక దృక్పథంలో వీటిని మరో కోణంలో విశ్లేషించిన వారున్నారు. హనుమ, అంగదుడు, వాలి సుగ్రీవుల కథ, లక్ష్మణదేవర నవ్వు వంటి పురాణ కథల్లో నాటి సమాజంలోని ఓ 'అసమానత చిత్రాల'ను చూడవచ్చు. మానవ పరిణామక్రమంలోని భాష, నమ్మకాలు, విశ్వాసాలు, విలువలు, మానవీయకోణం ఆవిష్కరణ ఈ కథల్లో గమనించవచ్చు. 'హరిపోటర్' వంటి వాటి కథలకు తెలుగు జానపద కథలు ఓ క్రొత్త ఒరవడిని అద్దాయనటంలో అతిశయోక్తిలేదు. జానపద కథల్లోని సామాజికత, మానసిక విశ్లేషణలు కూడా కనిపిస్తాయి. మాయమయిపోయిన రాకుమార్తె జాడను తెలుసుకొనేందుకు వెళ్ళిన రాకుమారుడు ఎదుర్కొన్న కష్టాలు వాటిని తనకు తాను పరిష్కరించుకొన్న తీరులో వ్యక్తిత్వ వికాస సూత్రాలు ఇమిడి ఉన్నాయి. మాంత్రికుని చెర నిర్మాణం, అద్భుతమైన కళాకృతులతో నిండిన రాజమందిరాలు, వనాలు వంటి వాటి వెనుక మానవ విజ్ఞాన, శిల్ప, చిత్రకళా నైపుణ్యాలను 'ఊహ'గా ఆవిష్కరించడంలో రచయితల యొక్క మేధస్సు కనిపిస్తుంది. దాసరి వెంకట్రమణ,

కా.కు.ఎమ్.వి.వి.సత్యాన్నారాయణ,   బెహరా   ఉమామహేశ్వరరావు,   నారంశెట్టి బాపురమణలు, యండమూరి, పోలాప్రగడ, జొన్నలగడ్డ రామలక్ష్మి మధుబాబు, యుగంధర్, క్రొవ్విల ఇలా ఎందరెందరో మహా రచయితలు జనపద కథలను నిర్మించడంలో తమ ప్రతిభను ప్రదర్శించారు. నేటికి వారి రచనలు అలరిస్తాయి. జానపద కథలలో రాజు, రాణి, రాజకుమారికి వచ్చే కలలు వారికి జరగబోయే 'సంఘటనలు'ను తెలియజేయటం అనేది ఫ్రాయిడ్ మనో విశ్లేషణ సిద్ధాంతను కారణమంటారు.

కోరికలు, భయాలును అణచిపెడితే అవి కలలుగా రావటానికి కారణమవుతాయని ఈ సిద్ధాంతం చెబుతుంది. పక్షుల, జంతువుల కథలు ద్వారా ఆయా రచయితలు సమాజంలోని నీతి, దయా, పగ, శత్రుత్వాల నడుమ చెడుగును వివరిస్తారు. "పంచతంత్రం' కథలు ఇందుకు ఓ ఉదాహరణ. వీటిలోని కథలుపైన ఎందరెందరో పరిశోధనలు సహితం చేసారు. అదేవిధంగా 'పరమానందయ్య శిష్యులు' 'వెర్రి వెంగళప్ప కథలు' ద్వారా సమాజంలోని 'సహజమైన అమాయకత్వం'లోని కుట్రలు, మోసాలు, దగాలు లేని నిజమైన మనిషి స్వభావం యొక్క సహజ సువాసనలు పాఠకులు తెలుసుకుంటారు. వారి అమాయకత్వం వెనుకనున్న సమజా ప్రయోజనాలు బహిర్గతం చేస్తాయి. ఇటువంటి కథలు, ఈ కథలలోని అంతర్లీన సైద్ధాంతిక చర్చలు సహితం ఆలోచింపజేస్తాయి.

జానపద కథల వర్గీకరణ నేపథ్యంలో ఆయా కథలను విశ్లేషిస్తే సమాజంలో భిన్న కోణాలు గోచరమవుతాయి. ముఖ్యంగా పురాణ, ఇతిహాసిక, హాస్య విషాద కథలు, ధార్మిక కథలు వంటివి మనుషలలోని విభిన్న అంశాలను స్పృశియస్తాయి. విశ్లేషిస్తాయి. ఈ కథల నేపథ్యంలోను లోతుగా

అధ్యనం చేయటం వలన సమాజ సహజరీతిని అవగతం చేసుకోవటానికి మార్గముంటుంది. సాంఘీకరీతి ని అవగతం చేసుకోవటానికి అవకాశముంటుంది. మానవ జీవితంలో క్లిష్టతను సరళతరం చేసుకోవటంలో వ్యక్తుల మనస్తత్వాలు నిరాశ, నిస్పృహలకు గురవుతున్నాయి. వీటిని 'లైటర్వే' (సున్నితంగా) తట్టిలేపే అంశాలు ఈ కథలలో కోకొల్లలుగా ఉన్నాయి. కానీ... వీటి సహితం అనేకానేకమైన అసహజమైన మార్పులు, చేర్పులు 'జానపదుల' పేరుతో చొచ్చుకుపోవటం ఒకరకమైన విపరీతమే! కథ, కథనాలలోని సహజత్వంను కోల్పోయి కృతిమత్వం చోటు చేసుకోవటంలో సమాజం యొక్క సహజత జానపద కథల్లో లోపిస్తుంది. మారుతున్న తరాలకు దగ్గర దృశ్యశ్రవణ రూపాలలో కథలను రూపకల్పన చేయవలసిన అవసరముంది. డా॥హరికిషన్ వంటి వారు ఈ తరహా ప్రయత్నాలు చేస్తున్నారు. అందివస్తున్న ఆధునిక సాంకేతికతలను సహితం 'జానపద కథలకు' అద్దుకోవలసిన అవసరముంది.

జానపదకథలు ఏ జాతి ప్రజలలోనైనా తమ ఉనికిని ఏర్పరుచుకోగలవు. ఇక్కడ 'జాతి' అనేది 'నాగరికత' 'అనాగరిక' సంఘాలకు ఉద్దేశించబడింది. Georgetterzog అనే ఆయన అభిప్రాయం ప్రకారం Folklore thus exisits in the city as well as in the country side, and within groups that cut across such a division but by preference it has been that of contry side..

16. జాషువా కవిత్వంలో కాల్పనికత

'కాల్పనికత కవిత్వం యొక్క ప్రధాన గుణములను డా॥ సి. నారాయణరెడ్డి గారు తన "ఆధునికాంధ్ర కవిత్వం సంప్రదాయాలు, ప్రయోగాలు" గ్రంథంలో ప్రకృతిప్రీతి, గత వైభవ పునరుద్ధరణము, ప్రణయతత్త్వము, ఆత్మాశ్రయత్వము, అద్భుతత్వము, సాహస ప్రయత్యము అని వివరిస్తారు. ఆంగ్ల సాహిత్యంలో ప్రారంభమయిన కాల్పనికోద్యమమును భావ కవిత్వంగా కూడా పేర్కొంటారు. భావ కవిత్వంలో కూడా ప్రకృతి ప్రీతి, స్వేచ్ఛా ప్రణయత్వం, ప్రణయం – ఊహాసుందరి – విరహం – వేదన – భక్తి, దేశభక్తి, సంఘ సంస్కరణాభిలాష, మార్మికత –సూఫీతత్వం, స్త్రీ ఉదాత్తచిత్రణ, దేశభక్తి, సామాజిక స్పృహ, స్మృతి వంటి లక్షణాలును విమర్శకులు వివరిస్తారు. గురజాడ అప్పారావు, విశ్వనాథ సత్యన్నారాయణ, రాయప్రోలు, దువ్వూరి, పింగళి, కాటూరి, కవికొండల, తిరుపతి వెంకట కవులు తదితరులు రచనలు పరిశీలిస్తే పై అంశాలన్నీ కనిపిస్తాయి.

జాషువా కవిత్వంలో భావ (కాల్పనికత) కవిత్వ భావాన్ని సహితం తనదైన శైలిలోనే వినియోగించుకున్నారు. సుమారు 1920 నుంచి 1970 వరకు జాషువా కవితా రచన చేసారు. మారేకాలం, మారుతున్న సమాజ స్థితిగతులు ఆయన అవగాహనలో ఉన్నాయి. వాటిని విస్మరించలేదు. ఆ ఐదు దశాబ్దాల కాలంలో ఓ సమగ్రమైన సామాజికత రూపుదిద్దుకుంది. సాహిత్యంలో సహితం ఓ క్రొత్త రూపు, చూపు ప్రారంభమయింది. జాషువా కాలానికి తన 'కలం" జోడించి రచనలు చేసారు. 'జీవితం నాకు ఎన్నో నేర్పింది. నా గురువులు ఇద్దరు పేదరికం, కులమత బేధం. ఒకటి నాకు సహనాన్ని నేర్పితే రెండవది నాలో ఎదురించే శక్తిని పెంచింది కాని బానిసగా మాత్రం మార్చలేదు. చివరి వరకు తన కవితా విశ్వరూపంలో ఈ శక్తిని ప్రదర్శిస్తూనే వచ్చారు. 'నా కత్తి కవిత' అని కూడా అన్నారాయన.

'నా కవితా వధూటి వదస్సు నెగాదిగ చూచి రూపరేఖా కమనీయ వైఖురులు గాంచి, భళీయన్నవారే....ఆనే పద్యంలో కవిత్వానికి జీవితానుభూతి ఎంతగా ఉ పకరిస్తుందో ఆవేదన భరితంగా చెప్పారు జాషువా. రాయప్రోలు, గురజాడ, కృష్ణశాస్త్రి వంటి వారి భావకవితా వాదం జాషువా పైన ప్రభావం చూపినా, ఆయన 'వారి' 'భావన'లను తన 'భాష'లోకి తర్జుమా చేయలేకపోయారు. 'ప్రేయసి' అనే ఊహాసుందరికి తన కవిత్వంలో స్థానం కల్పించలేదు, అంతమాత్రాన జాషువా కవిత్వంలో 'ప్రకృతి' 'ఆత్మీయత' 'ఆవేదన' లేవని చెప్పరాదు. కాని అతను 'దు:ఖానికి' తావివ్వలేదు. 'నా కొరకు చెమ్మగిల్లని నయనమ్ము లేదు' అనే తత్త్వాన్ని కవిత్వంలో వివరించలేదు. కాని... సరళమైన భాషలోనే క్లిష్టమైన అన్వయాల్ని ప్రజానుభాషలో 'సాధారణంగా'నే వ్యక్తీకరించారు. అదెపల్లి వారు అన్నట్టు "ప్రతి పదాన్ని భావ విద్యురంగా ప్రయోగించడం, ప్రజాలక్షణమైన హృదయ స్పందనలో భాగం చెయ్యడం" వంటివి

జాషువా తన కవిత్వం ద్వారా సాధించారు. EZRA Pound చెప్పినట్లుగా "Great Literature is simply language charged with meaning to the utmost posible degree. అనే సూత్రం జాషువా కవిత్వానికి అన్వయిస్తుంది.

ఆరిపోవని వీడు శరీర శోభ

దపమైనది కాళింది తిన్నియలకు

మంజులలంబైన నీ కొసకుమార్యమెల్ల

పంచుకొన్నవి తన్నదీ పంకజములు ఎంత అందమైన రసాత్మక భావ నిర్మాణమో ద్యోతకమవుతుంది. జాషువా 'పదాల'లోని 'భాష'లోని సౌకుమార్యానికి 'అందం' అద్దిన అక్షరాలు ధన్యం. చంద్రుణ్ణి వర్ణించే వేళ....

'వెన్నెల వెండి నీట వృధి వీరలయంబు మునింగె రాత్రికిన్

కన్నులు వచ్చె మింటనధికారమము చేసే నిరంకుశంబుగన్

పున్నమ చందమామ, జగమున కనుమొడిచె 'వెన్నెల రాత్రికి కళ్ళలా ఉందనే

ఉపమానం రససృష్టి సూత్రం, పరిస్థితులను లోభరుచుకొనే అర్హత జాషువా కలానిది.

'గిజిగాడు' వర్ణనలో 'జిలుగుం బంగారు రంగు రంగులకు మేల్చిన్నారి పూగుత్తిసో/ముడులు గీలించిన తుమ్మ కొమ్మలకు, నీవున్ నీ సతీరత్నము....." అని ప్రకృతిలోని 'గిజిగాడి' కళా నైపుణ్యాన్ని తన కవిత్వంలో ఎంతో హృదయంగా చెబుతారు.

1920-1950ల మధ్య భావ కవిత్వం తనదైన ముద్రను 'కవిత్వం' లో వేసుకుంది. జాషువా తన 'సంప్రదాయ కవిత్వం'లో భావుకతను 'ప్రక్కకు తప్పించే సమయం వచ్చిన సందర్భమది. కాని జాషువ భావ కవిత్వాని వ్యతిరేకించారు. జాషువా దృక్పథానికి భావకవిత్వపు నడకకు నప్పుడు. అయితే 'భావ కవిత్వం' (కాల్పనిక కవిత్వం) లోని 'అనుభూతి' 'ఆవేశం' వంటివి జాషువా మౌలికాంశములు.

'కవి సమయంబు తప్పి నుడికారపు సొంపును పాడు చేసి

నీ వెవతక కోసమో కుమలి ఏడ్చుము

చక్కని కైత కాయువులు కుదించి' అని భావ కవిత్వంలో అస్పష్టతను, 'అవాస్తికత'ను కూడా ఎత్తిచూపారు జాషువా. జాషువా తనలోని 'కాల్పనికావేశాన్ని' తన సొంత ముద్రగా 'కవిత్వ' సృజన చేసారు. అలాగని జాషువా కవిత్వంలో 'భావుకత' లేదని చెప్పకూడదు. ఆయన తన అభిప్రాయాల్ని 'సౌందర్యవంతం' చేయటంలో సిద్ధహస్తులు. 'సాలీజీ' కూడా అందంగా వర్ణించగలరాయన.

'కలపన్ పున్నమినాటి వెన్నెలలు దిద్దంతాలు

నీ నూలు పోగులు సింగారము చూడవచ్చి

అసువుల్ కోల్పోయెడిన్ ప్రాణలు ఓతులుగా!

నెత్తురు కావు నేతపనులెందుంజోడము,

కాల్పనికత కవిత్వంలో ప్రధానమయిన అంశం ప్రణయ భావన. ఒక లోతైన ఆత్మాశ్రయమైన అనుభూతి. సౌందర్యాన్ని వ్యక్తం చేయడంలో జాషువాకు ఓ ప్రత్యేకమైన 'భాషా నిర్మాణం' ఉందనిపిస్తుంది. అందులో ఓ 'చమత్కారం" మెరుపు ప్రాయమవుతుంది. మగ నెమలి నాట్యంతో 'ఆడ నెమలి' ఆనందాన్ని మానవ స్వభావానికి అన్వయిస్తూ...

భర్త హొంబట్టు జీలుగుటంబరము దాల్చి

విలీన వీధులలో తాండవించు చుండ

చేరువను నిల్చి, మాసిన చీరగట్టి

మురిసికొను పతివ్రతవు సుందరులలోస' అని ఎంతో సామాజిక, రాజకీయ వేదనకు

అక్షర రూపం ఇస్తారు జాషువా. 'శిశువు'లో శైశవ దశను 'ప్రకృతి'లోని ప్రధాన వస్తువుగా స్వీకరించిన విధం... బొటట్రేల ముల్లోకములు చూచి లోలోన నానందపడు యొగితల్లిదండ్రుల తనూ వల్లరీ ద్వయికి వన్నియ బెట్టు తొమ్మిది నెలల పంట..... వివర్ణిస్తారు. 'వికుంజము' అను ఖండికలో మధుమాసాన్ని ఆద్యంతంగా ఆవిష్కరిస్తారు.

'భోగమునానులై కుసుమవుంజిఱునవ్వుల చిమ్ముతేంట్లకున్

ద్రాగుడు నేర్చుచందురు కదా? వనకన్యలు....

నెల బాలుడు 'లో' చందమామ' అందంగా వర్ణిస్తారు.

పున్నమి నాడు నీవు పరిపూర్ణ శరీరుడవై సుధావిలా

సొన్నతి నవ్వుడం బొడమచందువులోకము సంతసింపవో

క్రొన్నెల బాల...' 'నెమలి నెలత', 'తమ్మెద పెండ్లికొడుకు' 'శ్మశానవాటిక' 'సాలీడు'.

'అర్ధరాత్రము' 'తుఫాన్' 'హెచ్చరిక' 'చీకటి' 'అఖండ గౌతమి' 'లోకబాంధవుడు' 'మాతృప్రేమ' ఇలా ఈ జాబితా పెద్దదే ఉంది.

జాషువా ఏ రచన చేసినా, ఏ 'కవిత్వ పంథా ననుసరించినా 'పీడితుల కోసమే తన 'ఏకీభావన' అనేది సత్యం. సమాజంలో 'తాను అనుభవించిన' చూసిన సమాజాన్ని అన్వయించుకోవడంలో

'అనుభూతి చెందిన' దానిని మాత్రమే అక్షరీకంచడం సహజం, జాషువా రచనల్లోనూ ఇదే సూత్రం కనిపిస్తుంది. వైముక్తికమైన 'అనుభూతి' సామాజికమైన ఆవేశం జాషువా సహజాత సూత్రం. జాషువా 'ప్రాచీన సాహిత్య అధ్యయన శీలి' అన్ని రకాల కవిత్వాలు ఆయనను ప్రభావితం చేసాయి. అన్నింటిని తాను ప్రభావితం చేసాడు. ఆయా 'కవితారీతుల"ను అనుసరిస్తూనే తనదైన సొంత ముద్రను నిర్మించుకున్నారు జాషువా. ఆయనే అన్నట్లుగా ఆయన విశ్వనరుడు.

17. తెలుగు సాహిత్యంలో 'నాటి నేటి' కాశీ

శీతాహార్యసుతాళినీ వికచరాజీవంబు, విశ్వేశ్వర

జ్యోతిరింగ విశుద్ధరత్నఖని, మొక్షోపాయ ముక్తాద్ధివే

లాతీరావని, దంతినామకగజాలానంబు, గంగామృత

స్రోస్మృతి చంద్రగోళి, యనమించు గాశి శ్రీరాశియై

'పాండురంగమహాత్మ్యము' ప్రథమాశ్వాసములో తెనాలి రామలింగడు చేసిన కాశీవర్ణనము ఇది. కాశీని అక్షర రూపంలో దృశ్యమానం చేసిన పద్యాలలో ఇదే మొదటిది. 'కాశీ' లేదా వారణాశి భారతదేశపు అత్యంత పవిత్రమైన ఆధ్యాత్మికాత్మిలీతమైన పుణ్యక్షేత్రం. 'కాశ్యాన్తు మరణాస్ముక్తి' 'కాశీలో మరణిస్తే ముక్తి లభిస్తుంది' అని హిందువులు విశ్వాసం. ద్వాదశ జ్యోతిరింగాల్లో ఒకటైన 'విశ్వేశ్వర' లింగం ఇక్కడ ఉంది. కేవలం హిందువులకే కాదు బౌద్ధులు, జైనులకు కూడా ఇది పుణ్యక్షేత్రమే! వారణాసి నగరానికి ఉత్తరాన 'వరుణ' సంగమస్థానం, దక్షిణాన 'అస్సి' (ఇది చిన్న నది) సంగమస్థానం ఉన్నాయి. మరొక కథనం ప్రకారం 'వరుణ' నదికి 'వారణాసి' అని పిలిచేవారంటారు. 'వారణాసి'ని పాళీభాషలో "బారనాసి" అని వ్రాసేవారని, అది తరువాత 'బనారస్'గా మారిందని కొద్ది మంది అభిప్రాయం. ఈ నగరాన్ని ఇతిహాస పురణాలలో 'అవిముక్తక' 'ఆనందకానన' 'మహోస్మశాన' 'సురధాన' 'బ్రహ్మవర్ధ' 'సుదర్శన' 'రమ్య' 'కాశీ' అనే వివిధ పేర్లతో ప్రస్తావించారు. కాశీ శివస్థాపితమంటారు. పాండవులు యుద్ధానంతరం సప్తముక్తిపురాణాలలో (అయోధ్య, మధుర, గయ, కాశీ, అవంతిక, కంచి, ద్వారక ఒకటైన 'వారణాసి'ని దర్శించుకున్నారు. 11–12 శతాబ్దాలలోనే ఇక్కడ నివాసాలు ఆరంభమయ్యాయని చెబుతారు. ప్రపంచంలో నిరంతరంగా నివాసయోగ్యమైన ప్రదేశాలలో కాశీ ఒకటి. సుమారు 5,000 సంవత్సరాలు క్రితం శివుడు ఈ నగరాన్ని స్థాపించాడని పౌరాణిక గాథల సారాంశం.

అనేక భారతీయ ఆధ్యాత్మిక గ్రంథాలలో కాశీనగరం ప్రసక్తి ఉంది. విద్య, పాండిత్యానికి, శిల్పం, వస్త్రం, సుగంధద్రవ్యాల వంటి వస్తువుల వ్యాపారానికి వారణాసి కేంద్రంగా ప్రసిద్ధమయినది. గౌతమబుద్దుని కాలంలో కాశీ రాజ్యానికి ఇది రాజధాని. చైనా యాత్రకు యువాన్ త్సాంగ్ ఈ నగరాని గొప్ప ఆధ్యాత్మిక, విద్యా, కళా కేంద్రంగా పేర్కొన్నాడు. వారణాసి 3000 సంవత్సరాల నుండి ఉందని, గంగానది తీరాన 5 కిలోమీటర్ల పొడవున విస్తరించి ఉందని అధ్యయనకారుల భావన. అమెరికన్ రచయిత మార్క్‌ట్వెయిన్ "బెనారస్ నగరం చరిత్ర కంటే పురాతనమైనది. సంప్రదాయలకంటే

పురతనమైనది. గాథలకంటే ముందుది. వీటన్నింటినీ కలిపినా బెనారస్ నగరం కంటే తరువాతివే అవుతాయి" అని ప్రశంసించాడు.

సాహిత్యంపరంగా 'మహాభారతం' 'రామాయణం' 'స్కాంథపురాణం' 'ఋగ్వేదం' వంటి వాటిలో కాశీ ప్రస్తావన ఉంది. తులసీఘాట్ వద్ద తులసీదాసు తులసీరామాయణాన్ని, ఆదిశంకరుడు తన బ్రహ్మసూత్రభాష్యాన్ని, భజగోవిందస్తోత్రాన్ని ఇక్కడే రచించాడంటారు. కబీర్, తులసీదాస్, రవిదాస్, కల్లూకభట్టు (15వ శతాబ్దంలో మనువ్యాఖ్య రచయిత), భారతేందు, హరిశ్చంద్రప్రసాద్, జయశంకరప్రసాద్, ఆచార్యరామచంద్రశుక్లా, మునీప్రేమ్చంద్, జగన్నాథప్రసాద్తాకర్, దేవకీనందన్ ఖత్రీ, తేఫ్లీ, క్షేత్రేశచంద్రభోపాధ్యయ, బలదేవ్ ఉపాధ్యాయ, వాగీశశాస్త్రి, విద్యానివాస్మిత్రా, కాశీనాథ్ సింగ్, నమ్వార్ సింగ్, రుద్రకాశికేయ, నిర్గుణ, 'శుశ్రుతసంహిత' వ్రాసిన ఆయుర్వేద శస్త్ర చికిత్సా నిపుణుడు శుశ్రుతుడు తదితరులు వారాణాసికి చెందిన కవులే... తమ తమ కావ్యాలకు శ్రీకారం 'కాశీ'నే చేసుకున్నారు. తెనాలిరామలింగడు, శ్రీనాథుడు, ఏనుగులపీరాస్వామి, తిరుమలరామచంద్ర వంటి నిన్నటితరం రచయితలు, కవులు, ఎ.ఎన్.జగన్నాథశర్మ, తేజ, ఆత్రేయ (సినీ కవి కాదు) వంటి నేటితరం కవులు వరకు తమవంతు సాహితీ సృజనలో కాశీకి పెద్దపీట వేశారు. 'ఈషా' ఫౌండేషన్ 'సద్గురు' జగ్గీవాసుదేవ్బాబా సహితం 'కాశీ'ని గురించి అద్భుతమైన వ్యాఖ్యానపూరిత సాహిత్యను అందించారు. ఆంగ్లంలో రచనలు చేసారు. వాటిలో కొన్నింటిని రేఖామాత్రంగా స్పృశియించి నాటి నేటి కాశీని గురించి చెప్పడమే నా ఉద్దేశ్యం. ఈ వ్యాసం ప్రారంభంలోనే పాండురంగ మహాత్యంలోని పద్యంను చెప్పటం జరిగింది. తెనాలి రామలింగ కవి కాశీనగరంను గూర్చి వివరిస్తూ

"చదువుల పుట్టినిండ్లు, శమసంపదయిక్కళు, పుణ్యలక్ష్మికి

మొదటి దివాణముల్, సురసమూహము నాకటి పంట, లంచితా

భ్యుదయ నిసర్గబంధువులు, ప్రోదతనంబుల రాణముల్, పురి

బోదలెడి భూసురోత్తముల భూరిపవిత్ర శరీరవల్లరుల్" ఇలా తెనాలి రామకృష్ణ కవి కాశీ నగరంను కళ్ళకు కట్టిన విధంగా అక్షరదృశ్యాలను చిత్రించిన విధం అబ్బురమనిపిస్తుంది. అతని రచనా కౌశలంలో 'కాశీ' చిత్రాలు చదువరులను అలరిస్తాయి.

శ్రీనాథుడు రచించిన 'శ్రీ కాశీఖండం' గురించి పండితులకు ప్రత్యేకంగా వివరించనదేమీ లేదు. అయినా సరే కాశీ ప్రస్తావన వచ్చిన తరువాత శ్రీనాథుడు 'కాశీవిశ్వనాథుని'తో మమేకమయిన విధానం, ఆయన కవితా వైదుష్యం గమనించవలసిందే... చదివి తరించవలసిందే. 'కాశీ'ని వర్ణించటంలో శ్రీనాథుడు తనకుతానే సాటియనిపించుకున్నాడు. ద్వితీయాశ్వాసములో 'ఎన్నుదును సేగిలేనట్టయిమమ్మహశ్మ/శానమునయందు' అని మొదలిడి కాశీ నగరమును గూర్చి ధర్మార్థకామ మోక్షముల ధామం కాశీ క్షేత్రమని వర్ణించిన తీరు రసదాయం.

"ధర్మంబు కాశీస్థాన మధ్యంబున

నాల్గుపాదంబుల నడచియాడు

నర్ధంబు కాశీపురాంగణంబునయందు

నానా ప్రకారమైనటన మిగులు

గామంబు కాశికా కటక ఘంటా వీధి

గర్వించు రాజలోకంబురేవ

మొక్ష సంపదలు గాశీ క్షేత్రమున యందు

బవ్వి తండబులై నివ్వటిల్లు" అని వివరిస్తూనే, మరింత స్తుతిస్తూ "గాశీ కల్యాణమున కాదికారణంబు/కాశీయణిమాదిసిద్ధులకట్టుపట్టు/కాశీజనలోకసంకల్ప కల్పవల్లి/ కలుషపిశితంబు మొసపురాకాసి కాశి' అన్న శ్రీనాధుడు ఈ గ్రంధంలో కాశీ ఘనతను ఎంతగానో వ్రాసారు. శ్రీనాథుని గురించిన వర్ణన పీఠికలో 'ఈక్షోణిన్నిను బోలుసత్కవులు లేరీ నేటి కాలంబునన్ దాక్షారామ చాళుక్య భీమ వరగంధ ర్వాప్పరరోభామినీ' అని ఆ కవి సార్వభౌమున్ని విశేషకీర్తిని వివరించడం జరిగింది. తెనాలి రామకలింగ కవి, శ్రీనాధుడు తదితరులు కాశీవిశ్వనాధున్ని గురించి ఎంతో చెప్పారు. అదంతా ఇక్కడ వివరించ సాధ్యం కాదు. ఆధ్యాత్మిక, భక్తి, వైరాగ్యాల సమ్మేళనంగా వీరిరువురూ కాశీక్షేత్ర వర్ణన చేసారు. ఆయన తన 'భీమ ఖండం' నందు కూడా కాశీ గురించిన ప్రస్థావన చేసారు.

కాశీ యాత్ర గురించి చెప్పుకోతగ్గ పుస్తకం 'కాశీ యాత్ర చరిత్ర' రచయిత ఏనుగుల వీరాస్వామి తెలుగులో వెలువడిన తొలి సర్వసమగ్రమైన యాత్రచరిత్ర గా దీనిని పేర్కొంటారు. రచయిత వీరాస్వామి 1830 మే నెల నుంచి సుమారు 15 మాసాల పాటు సాగిన సుదీర్ఘమైన యాత్రా విశేషాలు ఇందులో పొందుపరిచారు. ఇది మూడు భాగాలుగా ఉంటుంది. రచయిత నాగపూర్ నుంచి కాశీ, కలకత్తాల మీదుగా పూరీ యాత్రలో చేసిన వివరాలు రెండవ భాగంలో వివరించారు. కాశీనగరంలో ఉండే విశేషాలను చెబుతూ "కాశీలో గంగాపుత్రులనే వాళ్లు యాత్రికుల వద్ద డబ్బు వసూలు చేసుకొనే హక్కులు వంశపారంపర్యంగా అనుభవిస్తూ అనేక మంది యాత్రికుల్ని చాలా బాధపెడుతున్నారు. "మరో సందర్భంలో" ఎత్తయిన స్థూపాలున్న మసీదు. పూర్వం

మహ్మదీయ నబాబులు కాశీలో దేవాలయాలు నాశనం చేసే ప్రయత్నంలో ఆ మసీదు కట్టబడిందట. ఇంగ్లీష్ పాలనలో దేవాలయన్ని తిరిగి మరమ్మత్తులు చేయబడి శోభాయమానంగా వున్నాయి. కాశీలో అనేక మంది దేవతలు, ఋషులు శివలింగాలను ప్రతిష్ట చేసి శివున్ని ఆరాధించారని ఆయన రాశారు. ఈ విధంగా ప్రసిద్ధి పొందిన దేవాలయాలే అగస్తేశ్వరాయలం, రామేశ్వరాయలం ఇవి ఈనాటికి పూజలందుకుంటున్నాయి. గంగాపుత్రులు, భాటియాలుకాకా పంచద్రావిడులు పంచగౌడ

అయిన యాత్రికులు పది హేనువేల వరకు ఉన్నారట (1831)లో'' మరో తమాషా అయిన విషయంను వీరాస్వామి గారు చెబుతారు.

కాశీపట్నంలో మూడు ఉపద్రవాలున్నాయి. అవి రాండు (వితంతువులయిన యాచకులు), సాండ్లు (వృషభం – భక్తితో అక్కడ విడిచిపెట్టే అచ్చోసిన ఆంబోతులు), చీడి (అనగా మెట్లు) అక్కడ మెట్లు ఎక్కడం, దిగటం మహాప్రయాస, ప్రమాదం (ప్రస్తుం అంత ప్రమాదాలు అయితే లేవనే చెప్పాలి) కాశీలో వర్ణభేదం తక్కువ. ఈ కారణంగా 'క్రిస్టియన్ మతము' ఎక్కువగా ప్రాచుర్యం కాలేదంటారు రచయిత. 'విగ్రహారాధనలోని అంతరార్థన్ని అర్థం చేసుకోవటం లేదని' ఆవేదనను వెలుబచ్చుతారు. కాశీ గురించిన ఎన్నెన్నో విషయాలను ఆయన తన కాశీ యాత్రలో వివరిస్తారు. ఇవి ఆనాటివే అయినా నేటికి కూడా మనకు కనిపిస్తాయి. రూపాలు మార్చుకొన్న వాటి అంతర్గత ఆలోచనలు.... అనుసరణ మార్గాలు మాత్రం పాతకాలంనాటివే అనిపిస్తాయి. కాశీ భాగోళికంగా ఎన్నెన్నో మార్పులకులోనైన ప్రాచీనకాలపు పవిత్రతను నిలుపుకానే ప్రయత్నం విడిచిపెట్టలేదు. ఇదే భారతీయ ఆధ్యాత్మిక ఆత్మ అనుకోవలసిందే... నిజం కూడా...

ఈషా ఫౌండేషన్ వ్యవస్థాపకులు సద్గురు జగ్గీవాసుదేవ్బు గారు కాశీని గురించి ఎన్నో విధాలుగా వివరించారు. అక్కడ నివశించడానికి ఎన్నుకొన్న వేలాదిమొంది ప్రజలను ఒక ఆధ్యాత్మిక మార్గానికి తీసుకువెళ్ళే ఒక ద్వారంలా పని చేసేలా ఈ నగరం మొత్తాన్ని ఒక యంత్రంగా ఎలా ప్రతిష్టించారో ఆయన ఓ అధునాత ఆధ్యాత్మిక ఆలోచనా విధానాన్ని ఆవిష్కరించారు. కాశీ ఎందుకు సృషించబడింది అనే అంశంలో సద్గురు "ఎథిక్స్ గురించిన కనీసం ఆలోచన కూడా చేయని సమయంలోనే కాశీ ఉ ంది అంటారు." ఒక నగర రూపంలో, ఒక పరికరంగా నిర్మించడబడింది. ఇది అందపింద బ్రహ్మాండాల మధ్య, ఇక్యతను తీసుకువస్తుంది. ఈ చిన్న మనిషికి ఈ విశ్వంతో ఒకటి అయ్యి, విశ్వతత్వంతో ఒకటి అవ్వడంలోని సుఖాన్ని, పారవశ్యాన్ని, ఇంకా అందాన్ని తెలుసుకోగల అద్భుతమైన అవకాశం ఉంది". అనే సద్గురు అభిప్రాయంలో ఆధునిక మనిషి ఇంకా తెలుసుకోవలసిన ఓ తాత్విక మార్గదర్శకసూత్రంలోని సుదూరమైన సాకారమయ్యే దైవత్యం ఉందనిపిస్తుంది. "అక్కడ 72,000 మందిరాలు ఉన్నాయి. ఇది మానవ శరీరంలో ఉండే నాడు సంఖ్య ఈ మొత్తం ప్రక్రియ కూడా మరింత పెద్దదైన విశ్వ శరీరాన్ని తాకడం కోసం, ఒక అతి పెద్ద మానవ శరీరాన్ని తయారు చేయడం లాంటిది. ఇందువల్లే మీరు కాశీ వెళితే ఇక్కడ ఇక చాలు అనే ఒక సంప్రదాయం మొదలయ్యింది. మీరు ఆ చోటుని విడిచి వెళ్ళాలనుకోరు. ఎందుకంటే, మీరు విశ్వతత్వం సంబంధం ఉన్నప్పుడు, మరెక్కడికైనా వెళ్ళాలని ఎందుకనుకుంటారు" అనేటటువంటి ఓ క్రొత్త భావనను సద్గురు కలుగజేస్తారు.

కాశీ ఉన్నది భూమి మీద కాదు అది శివుని త్రిశూలంపైన ఉన్నది అని చెప్పిన సద్గురు శివుడు కాశీలో ఎందుకున్నాడు అనేటటువంటి ప్రాచీన కథలను తనదైన ముద్రతో ఆధ్యాత్మిక కోణంలో వివరించారు. జ్ఞానవాసి కథను కూడా ప్రమాణాలకనుగుణంగా చారిత్రక, ఇతిహాసికి బుజువులతో చెపుతారు.

నిజాలు తెలుసుకోకుండా అసంగతాలననుసరించి వాస్తవాలను అవాస్తవాలని చెప్పే ఒక వర్గపు రాజకీయాలు వర్తమాన భక్తులను తప్పుద్రోవనుతోస్తాయి. కనుకనే కఠినమైన వాస్తవాలను చెప్పే ఇటువంటి వారి రచనలు చదవాలి. సత్యాలను శోధించేందుకు జ్ఞానమార్గం అవసరం. సప్తర్షి హారతి గురించి కూడా సద్గురు ఉన్నతమైన, ప్రమాణసహిత తాత్త్విక బోధ చేసారు ఇది "ఒక సుదీర్ఘమైన వ్యవస్థ. దాన్ని ఇప్పుడు చేస్తున్న ప్రజలకు దాని గురించి ఏమీ తెలియదు. కానీ వారు కేవలం ఆ ప్రక్రియను సజీవంగా ఉంచుతున్నారని చెప్పాలి." కాశీలో హారతి దృశ్యం చూసి తీరవలసిందే... తరించవలసిందే... "కాశీలోని ఎనిమిది కాలభైరవ ఆలయాలు మొత్తం మండలాన్ని రక్షిస్తూ కాశీ యొక్క ఎనిమిది దశలలో ఉన్నాయి. అవి – ఉన్మత్ భైరవ, క్రోధనభైరవ, కపాలభైరవ, అసితంగా భైరవ, చందభైరవ, రురుభైరవ, భాషనభైరవ ఇంకా సంహోరభైరవ" అని అంటారు సద్గురు. కాశీలో జరిగే ప్రసిద్ధమైన గంగాహారతిని గురించి సద్గురు జగ్గీబాబా గారు ఎంతో ఆర్తిగా... అర్థవంతంగా... భక్తిపూరితంగా చెప్పారు. "గంగా హారతి అనేది సంప్రదాయపరంగా ప్రతీ సాయింత్రం సూర్యాస్తమయం సమయంలో కాశీ నది తీరాన జరుగుతుంది. ఇది మీరు ఆస్వాదించగల ఎంతో అందమైన వాతావరణం ఇది ఒక విధంగా పంచభూతములనుండి స్వేచ్చను సృష్టించడం కోసం పనిచేయటం అన్నమాట. సృష్టి అనేది కేవలం ఈ అయిదు మూలకాల ఆట మాత్రమే." ఈ వ్యాఖ్యానం వెనుక గల నిగూఢార్థమైన జీవితతాత్త్వికతన అర్థం చేసుకోవాలంటే ఆ రచనలను పూర్తిగా తెలుసుకోవాలి. ఇక్కడ వివరించే స్థలం లేదు. సద్గురు కాశీపై రచించిన ఇంగ్లీష్ రచనలో **"The Great Kashi lost in the folds of human memory/Now left graceless by the invad- ing nords...."** అంటారు.

వర్తమాన కాలంలో యాత్రానవలలు దాదాపుగా వెలువడడంలేదనే చెప్పాలి. మల్లాదివెంకటకృష్ణమూర్తి రాస్తున్న ఒకటి, ఆరా రచనలు ఉన్నాయి. అవి ఎటువంటి పుణ్యక్షేత్రం గురించి చెప్పినవి కావు అయితే నవ్య వార పత్రిక సంపాదకులు, రచయిత, జర్నలిస్టు అయిన ఎ.ఎస్. జగన్నాధశర్మ గారు 2017లో వ్రాసిన "కందుగాడి కాశీయాత్ర" నవల కాశీలోని నేటి పరిస్థితలును తెలియజేస్తుంది. ప్రస్తుత కాలంలో కాశీ, గయ, త్రివేణి సంగమం వంటి ప్రాంతాల్లో వ్యాపారాత్మక దోపిడి, ఒకరి అవసరం మరొకరి ఆర్థిక వనరుగా మారటం వంటివి ఈ రచనలో కనిపిస్తాయి. చాలాచోట్ల భక్తి కన్నా చిరాకు, అసహ్యం కనిపించటం కూడా ఇందులో ఉంది. కానీ... తిరుమల కొండపైన వెంకటేశ్వరస్వామి, కాశీలో శివుడు నిరంతరం భక్తులను రక్షిస్తుంటారనే విషయం తెలుస్తుంది. ఇందుకు ఈ రచనలో భైరాగి పాత్ర ద్వారా పరమశివుని అంశ కాశీ అంతటా విస్తరించి ఉందని చెబుతారు. మనసు మహాశివునిపైన సంపూర్ణంగా లయమయితే ఉద్ధమూర్తి అయిన శివుడు తన వారిని తానే కాపాడి తీరుతాడు అనేది ఈ రచనలో రచయిత వివరిస్తారు.

టీ అమ్ముకొనేస్త్రీతో చిల్లర ఉంచుకో అని కంతు బృందం చెప్పినపుడు "నేను టీ అమ్ముకునే దాన్నే కానీ, బిచ్చిగత్తెను కాను" అవి చిల్లరను విసిరి కొట్టడం కాశీలోని మరో (నిజాయితీ) కోణంను దృశ్యమానం చేస్తుంది. గంగా హారతి చూస్తున్నపుడు, వివిధ ఘాట్ ల్లో శవదహనం జరుగుతున్న సన్నివేశాలు మానవమస్తిత్కాలలో జరిగే భక్తి, వైరాగ్యాల తాత్పర్యాలను కళ్ళకు కట్టి చూపిస్తుంది.

'వాస్తకాశి' వంటి కథలు కాశీలోని పౌరాణ గాథలను వివరిస్తుంది. కాశీ ప్రయాణంలో ఎన్నెన్నో అనుభవాలు... ఎందరెందరో గుండెను బరువెక్కించే పాత్రలు మనకు పరిచయమవుతాయి. రైలు ప్రయాణంలో కంతు బృందానికి తారసపడే వృద్ధలజంట (కాశీలో చనిపోదామని బయలుదేరుతారు) బిడ్డను వదిలించుకుందామనే ఓ అభాగ్యతల్లి, భర్త అస్తికలను గంగలో కలపాలనుకొనే వాణి, పండిట్స్ దాష్టీకం భరించలేక అసలు పిండప్రధానమే చేయమనుకొన్న డాక్టరుబాబు, తనవాడు అనుకొన్న కారు డ్రయివరే పడవవాడితో కుమ్మక్క డబ్బులు దోచుకోవడం (ధర్మబద్ధంగా – బాదుగ రూపంలో) బాధను కల్గిస్తాయి. అయినా... కొన్ని వేలమంది అనునిత్యం కాశీని దర్శిస్తున్నారు. బ్రతుకు కోసం కొందరు, బ్రతుకును చాలించుకుందమని మరికొందరు. ఏది ఏమైనా శివుని ఆజ్ఞ కావల్సిందే...."పట్టు పంచెలు", పట్టు ఉత్తరీయాలు, ఎరుపురంగు స్వెట్టర్లు, చేతిలో హారతి దివ్వెలు, కళ్ళలో భక్తి ప్రపత్తులు, హారతులు, చల్లనిగాలులు, గంభీరంగా సాగిపోయే గంగామాత.... మంద్రంగా... వినిపించే శివుని దేవాలయ గంటలు, అమ్మ చల్లని ఆశీర్వాదాలు... ఇదే కాశీ... మళ్ళీ మళ్ళీ రావాలనిపించే వారాణాసి..." ఇవన్నీ జగన్నాథశర్మ గారు చక్కని ఉత్కంఠతను కలిగిస్తూ వ్రాసారు. నేటి కాశీకి ఇదో ప్రతిబింబం వంటి రచన.

తేజ, ఆత్రేయ వంటి ఒకరిద్దరు కవులు కాశీని కవిత్వంలో చూపే ప్రయత్నం చేసారు. తేజ తన కాశీ కథలు శీర్షికల ఒకటైన 'ఆగమనం' కవితల్లో "మా కాశీ ప్రయాణం /పిండాలు, అస్తికలు /కన్నీళ్లు – మాసికాలతో నిండిన తోటి ప్రయాణికులు / అందరి కళ్ళు /నీళ్లని ఆపే ఆనకట్టలు అని ప్రారంభంలోనే గొప్ప వ్యధను, జ్ఞాపకాలను భద్రంగా మనసులో దాచుకానే ప్రయత్నంలో భాగంగా గంగలో భౌతికంగా నిమజ్జనం కోసం వారి ప్రయాణమనే విషయాన్ని ఆర్తిగా చెప్పారు. "కీర్తి శేషులైన కుటుంబాలు మా చుట్టూ /స్ఫటిక లింగపు కటిక నేల కాశీ మొక్కాల సాకును చిద్విలాసమొందె కన్నీటి కాశీ" మరో చోట, "నిత్య అభిషేకపు బూడిద శ్మశానం /స్వర్గమా? నరకమా? నేనింకా బ్రతికేవున్నానే /తెల్చి చెప్పెదెలా /అందుకే కాశీ చావు,బ్రతుకుల మధ్య, మిధ్య.... అందరూ ఏదో అస్థికతోనో, కోరికతోనో వచ్చిన వాళ్ళే అని బ్రతుకు చిత్రను భిన్న కోణంలో ఆవిష్కరించినవైనం చూడవచ్చు." "సంతవాకిట వ్యాసారపు జీవితాలకి... ఒక్క బియ్యపు పిండి ముద్దకే మోక్షమా? అనే ప్రశ్న వెనుక జీవిత వేదన, వ్యక్తి వ్యధ కనిపిస్తాయి. కటిక నిజాలకు దర్పణమైన కాశీ అని అనటంలో ఆ నిజాలు యొక్క రూపాలు లీలా మాత్రంగానైన హృదయాన్నితాకక మానవు. చివరిలో కాశీ విశ్వేశ్వరా /కాటి కాపరినైన నీవ /చావు మీద వీళ్ళు చేసే వ్యాపారాలు నీకు కనబడవా? అని ఘాటుగానే ప్రశ్నించిన తీరులో కూడా కాశీలో వ్యాపారులు మీద కోపం కనిపిస్తుంది. ఆత్రేయ కొండూరు అనే కవి కుండలలో మనిషి జీవితాన్నిపోలుస్తూ "కాశీలో కాలం చేసేవి కొన్నైతే..." అనే మాటను వాడారు. ఇలా మరికొంత మంది కాశీని తన కవిత్వంలో పొందుపరిచారు.బౌద్ధ జాతక కథలలో సహితం కాశీ ప్రస్తావన ఉంది.

తెలుగు నవల, యాత్రనవల, కావ్యం, కవిత, సంభాషణ, వ్యాసం కథ ఇలా పలు రచనా ప్రక్రియలలో నాటి నేటి కాశీ కనిపిస్తుంది. ఓ ఆధ్యాత్మిక భావనలను మనసు నింపుతుంది.... 'భీమఖండం' లోలాగానే 'కాశీఖండం' లో కూడా అన్నపూర్ణ కన్నతల్లిగా పలకరిస్తుంది.

"ఓ మునీశ్వర వినవయ్యా! యున్నయూరు

గన్న తల్లియనొక రూపన్న రీతి

యుటు విశేషించి శివుని అర్ధాంగి లక్ష్మి

కాశీ యప్వీటి మీద నాగ్రహముతగునే..."

కాశీ ప్రయాణంలో వ్యాపారం మనిషిని విసిగించవచ్చు. మనసులను బాధకు గురి చేయవచ్చు. మానవ సంబంధాలు కన్నా... అనుబంధాలు, ఆత్మీయతలు కన్నా ఇక్కడ డబ్బే ప్రధానమా అనే ప్రశ్న ఉదయించవచ్చు. సగం కాలిన శవాలను గంగలో త్రోసివేసే దృశ్యాలు వేదనను కలిగించవచ్చు... పడవ ప్రయాణంలో ఓ శవం చేయి బ్రతికున్న మనిషి చేయిని తాకి భయానికి తావ్వివచ్చు.... వ్యాపారం... వ్యాపారం.. ఇదే దృశ్యం.. అన్నీ చోట్ల కనిపించవచ్చు..కానీ... వాటన్నింటిని మించిన మోక్షసూత్రం, నిత్య అన్నపూర్ణ చల్లని క్షుదతీర్చే మార్గం కాశీలో నిత్యకృత్యం. ఇది మరువరాదు... మోక్షసాధన ప్రయాణంలో ఎన్నెన్నో కరిన పరిస్థితులు దృశ్యాలు ఎదురవుతాయి. వాటిని సంయమనంతో విశ్లేషించుకొని కాశీని చూస్తే ఆ విశ్వనాధుని విశ్వరూప సందర్భం వెనుక చల్లని విశాలాక్షి తల్లి హృదయం గోచరమవుతుంది పరమాత్మ మానవజన్మలో పొందుపరచిన పరమార్థం అర్ధమవుతుంది. ఆ దిశగా జ్ఞాననేత్రం కాశీ భక్తులకు ప్రసాదిస్తుంది. ఇది త్రికాలసత్యం.

18. బహుజన సాహిత్య వేగుచుక్క – కలేకూరి

సంఘ సంస్కరణ.... మానవ పరిణామ క్రమంలో కులాల విభజన నాటి నుంచి ఏదో రూపంలో వినిపిస్తున్న మాట... ఏదో విధంగా 'చుండూరుల'ను ప్రదర్శింపజేస్తున్న మాట... ప్రతి చోట 'కంచికర్ల కోటేశులు' త్యాగాలును ప్రశ్నిస్తున్న ప్రశ్న... స్వర్ణోత్సవ వేదికపైన ఆడంబరంగా ప్రదర్శిస్తున్న 'అదృశ్యరూప దృశ్యం'. రాజా వారి వస్త్రాలు వంటి మాట... అయినా నేటికి సజీవంగా కవులు నిలదీస్తున్నారు. 'కవులను' ప్రశ్నించారని జైలులో పెడుతున్నారు. ఇది కూడా సంస్కరణల్లో భాగమంటున్నారు. జాతియోద్యమ సమయంలో కవితా రచన చేసిన ప్రతిభావంతుల్లో మాధవపెద్ది బుచ్చిసుందరరామశాస్త్రి ఒకరు. ఆయన రాసిన కవితల్లో 'అంటరాని వారెవరంటే మా వెంట రాని వారే' అన్నది ప్రసిద్ధి పొందింది. నిజమే... వారి వెంట వెళ్ళే వారి కన్నా... వారినే లేకుండా చేసిన వారే ఎక్కువగా ఉన్నారు. ఇది కూడా ఒక సంస్కరణే. 'ధిక్కారాన్ని' (ప్రశ్నించడాన్ని) సహించలేని రాజ్యం నా దృష్టిలో జీవం లేనిది. మనుగడ సాగించలేనిదంటారు మార్క్స్. వర్తమానంలో పరిస్థితి ఇందుకు సోదాహరణ చిత్రం....!?

కవులను సమాజం ప్రేరిపేస్తుంది. పరిస్థితులు 'వాడి' అయిన కవిత్వానికి ప్రేరణగా నిలుస్తాయి. ప్రజాపక్షం వహించిన కవి 'తన కులం' చట్రం నుండి విశాల మానవహితాన్ని ఆశ్రయిస్తాడు. తన వారి కోసం పరితపిస్తాడు. కవిత్వగుణం, లక్షణం 'సంఘం' అనుకానేవారు 'మనుషులు' స్వేచ్ఛా స్వాతంత్ర్యాలను ఆకాంక్షిస్తారు, ప్రశ్నిస్తారు... కవిత్వం రూపంలో ప్రశ్నల శరపరంపరను సంధిస్తారు. తమ ధిక్కారస్వరాన్ని వినిపిస్తూనే 'రాజ్యహింస'లో వర్గపోరును సమాజానికి ఎఱుక చేస్తారు. అటువంటి ఓ ధిక్కారస్వరం... కలేకూరిప్రసాద్ కవిత్వం. 1984 నుండి 2012 మధ్యకాలంలో ఆయన "కవిత్వం"ను వెలువరించారు. నూకతోటి బాబూరావు, డప్పు ప్రకాశ్, చందుశ్రీలు ఆయన గేయాలకు తమ గొంతులను వేదికలుగా చేసి 'వేనోళ్ళ'కు చేరవేసారు. కుల నిర్మూలన కోసం గొంతెత్తిన కవి కలేకూరి. స్వతంత్ర రచనలకెంత ప్రాధాన్యమిచ్చారో అనుస్యజనుసహితం అంతగా అక్కున చేర్చుకున్న కవి. బెంగాళీ, రష్యన్, మరాఠీ దళిత కవితను తెలుగు పాఠకుల మెదళ్ళలో చొప్పించారు. ఆలోచించమని అగ్ని రగిలించారు. ఆయన కవిత్వాన్ని గురించి గద్దర్ ఒక మనిషిగా గుర్తించబడని మనిషి గురించి రాసిన కవిత్వాన్ని దళిత కవిత్వమని ఎట్లా అంటారు మీరు? అది మహోన్నత కవిత్వమవుతుంది. కవెకూరి దళిత కవి కాదు. మహాకవి" అంటారు. ఇది అక్షర లక్షల విలువ చేసే ఓ అక్షర చిత్రం. కలేకూరి సహితం 'దళిత సాహిత్యోద్యమంలో ఒకడిగా చేరే అవకాశం తనకు కలిగిందని' వినయంగా చెప్పుకొన్నారు. ఆయన

రచనల్లో సమసమాజం పట్ల అచంచల స్వప్నం, కుల నిర్మూలన పోరాటం కనిపిస్తుంది. బలంగా వినిపిస్తుంది.

అతని వెనుక మూడు దశాబ్దాల ఉదాత్తమైన కవితా వ్యాసంగం ఉంది. తన కవితలు గురించి కలేకూరి 'కాలానికి నిలబడగలిగే శక్తి ఉంటే ఉంటాయి. లేకపోతే లేదు' అంటారు. కాని... కాలక్రమ ప్రవాహంలో స్థిరంగా నిలిచిన కవిత్వాన్నే ఆయన సృజియించారు. సాహిత్యేతర ప్రయోజనాల కోసం సాహితీస్రజన చేసిన కవి కలేకూరి ప్రసాద్ కాదు, రోహిత్ వేముల నుండి ప్రణయ్ పెరుమాళ్ల వరకు బలితీసుకున్న ఈ దేశపు వ్యవస్థానిర్మితా అస్తవ్యస్థల విలువలకు ఆ రచనలు ఓ కత్తి గాటువంటివి. 'దుర్రా'గతమే' పునరావృతమవుతున్న వర్తమానంలో ఈ కవిత్యం ప్రాసంగితను గురించి ప్రత్యేకంగా చర్చించుకోనక్కరలేదని' ప్రసాద్ కవిత్వానికి పుస్తక రూపమిచ్చిన 'నామిడి శ్రీధర్' అంటారు.

సమాజం ఓ పద్మవ్యూహమయే వర్తమానంలో కలేకూరిని నిరంతరం జ్ఞప్తికి తెచ్చుకోవలసి అవసరం ఉంది. కులం, మతం, వర్గం, జాతి ఇలా విభజన కార్యక్రమం ముమ్మరంగా చాప కింద నీరులా నిర్వహిస్తున్న వేళ 'హింస' ఓ అంతర్లీన సూత్రంగా జరిగిపోతున్న సందర్భంలో కవేకూరి ప్రసాద్ ఓ కవితలో మానవీయ సమాజం/ కులాలుగా, మతాలుగా, వర్గాలుగా, వ్యక్తులుగా/ ఒంటరులుగా నిర్వీర్యమవుతాంటే... అది హింస/ ఏ బలిపీఠమైనా గొర్రె పిల్లల కోసమే తయారవుతుంది/ఏ బలిపీఠం పైన ఏ గొర్రె పిల్ల బలైనా/అది 'ఇచ్చికా'ర్పణే!' అంటారు. ప్రతీ చోటా అణగారిన వర్గీయులుబలైనా (ఇది ఏ రూపమైనా) అది ఓ 'త్యాగంగా' 'ఓ ఇచ్చికాంశంగా' అందరూ (మిగిలిన వారు) అనుకుంటారు. ఇలా జరుగుతున్న 'హత్యలకు' కాలం ఓ మౌన సాక్షిగా నిలవటం అనేకానేక శేష ప్రశ్నలను చరిత్రలో వదిలేస్తున్నది. 'ఈశ్వరి' స్మృతిలో రాసిన కవితలో 'నా తల్లి! / హింసోన్మత్త నిన్ను జీవితం కోనదాకా / తరిమితరిమి హత్య చేసింది / కాలం సాక్షిగా మిగిలిపోయింది! ఇలా నినదిస్తూనే తన అక్షరాల్లో 'ఆమె'ను ఎత్తుకుంటానంటారు. 'కళ్లలో మెరిసే ఎర్రని జీరల్లో నిన్ను నిలుపుకుంటాం' ఇది

కలేకూరి వారి కవితల్లో కనిపించే తీవ్రమైన హెచ్చురిక... ప్రపంచం ఓ భ్రమలవ(వి)లయం. ఇక్కడ 'ప్రతిభ' సహితం 'వర్గీరణ'ల మధ్య 'వర్ణనాత్మకంగా' మిగిలిపోతున్నదంటారు కవి. 'పీఠాధిపతులు ప్రవచనాల ప్రభంజనాలు/లోకాన్ని ముంచెత్తుతున్నట్లు గుండెలు జలదరిస్తున్నవి' ప్రతిభకున్న వివిధ' వేషాల చిత్రాలను దృశ్య రూపం' చేసిన ధీశాలి... కలేకూరి 'ఇప్పుడు ప్రతిభంటే/రెక్కలు చాస్తోన్న మూర్తిభవించిన రాజ్యహింస' అని ఆవేదనగా 'గర్జన' చేస్తారు. కుర్చీల కోసం మారణహోమం సృష్టి 'రాజ్యానికి' ఓ క్రీడ. ఇందుకు ఎన్నో మార్గాలున్నాయి. చిన్న, పెద్ద, కుల, వర్గ, మత, వృద్ధ, స్త్రీ అనే తారతమ్యం లేదు.కావలసినదల్లా 'కుర్చీ'...పదవి. కవేకూరి సహితం ఇది చూసి సహించలేక 'ఒక కుర్చీని మార్చడం కోసం / వేలాది పని ప్రాణాలను కాలరాచే / చాకచక్యం తెలియదు నాకు' అంటారు... నిజమే కదా అనిపిస్తుంది. అక్షరాలను ఆయుధాలుగా మలచి – ప్రయోగించిన కలం 'కలేకూరి' స్వాతంత్ర్యం వచ్చి ఏడున్నర దశాబ్దాలు గడిచాయని సంబరాలు జరుపుకుంటున్న వేళ... వెనుకకు 'తోసేస్తున్న వర్గీయులను 'ముందుకు' తీసుకురావటానికి 'పథకాలున్నాయి' కాని... నిజమైన అర్థులు వాటిని అందుకుంటున్నారా అని ప్రశ్నించుకుంటే... లేదనే సమాధానం వస్తుంది. చాల దగ్గర రాజ్యంగనేతలు

తమ 'వ్యక్తిత్వాన్ని' పరిచేస్తున్న 'అంశాన్ని' కూడా ప్రసాద్ గారు వ్యంగ్యంగానే అయినా '18 డిసెంబర్ 1996' నాటి సంఘటనకు జత చేసిన విధం ఆయనలోని సత్యసంధత

చదువరి హృదయంలో 'కలవరం' 'కలకలం' కలిగిస్తుంది. కవిత్వ ప్రయోజనమేమిటి అని ప్రశ్నించే వారికి కలేకూరి కవిత్వం 'నగ్నంగా సత్యాలను' చూపిస్తుంది. తట్టుకొనే ధైర్యం, నిజాయితీ చదువరికి అవసరం. సాధించిన 'స్వాతంత్ర్యం' తమ వారిని ఇంకా 'సమాజానికి' దూరంగా 'ఆధునికతను జత చేసి వేరుగా 'జీవింపజేయటం' కూడా అవమానమంటారు. 'నా సొరాజ్జమా! / నీకు యాభై ఏళ్ళు నిండిన తర్వాత / ఇప్పుడు నువ్వంటే / అమితమైన ప్రేమ పుట్టుకొస్తున్నది / ఒక్కసారి రావే.../ మామల మాదిగ గూడెల దాకా' అనే అక్షరక్రమం గుండెలను మండిస్తాయి (1996లో రాసిన కవిత). ప్రశ్నిస్తాయి.

జీవితానుభవాలు కళ్ళకు కట్టిన దృశ్యాలు, సామాజిక అసమానతల కొలిమిలో అవమానతల మంటల వేడిమిని భరించలేని వ్యక్తి సమాజమును ప్రశ్నించే తత్వం కవిత్వంలో ప్రతిఫమిస్తే అది కలేకూరి ప్రసాద్ అగ్నిధారల కుంభవృష్టి అవుతుంది. కదిలిస్తుంది. కన్నీరును తెప్పిస్తుంది. కళ్ళంట మంటలను కురిపిస్తుంది. కవి, అనువాదకుడు, పాత్రికేయుడు, సామాజిక, రాజకీయ కార్యకర్తగా కవేకూరి బహుముఖీయ ప్రజ్ఞ వెనుక చిన్నతనంలో స్వగ్రామంలో జరిగిన కంచికర్ల కోటేశ అనే బాలుడి సజీవదహన దృశ్యం అదృశ్యశక్తిగా ఉందనేది విస్మరించరానిది. ఆ సంఘటన ప్రేరణ నుండి అతనొక 'మహా శక్తిగా' ఎదిగిన క్రమం గొప్పది. అతని కవిత్వం గాఢత్వంతో నిండి ఉంటుంది. ఆర్ద్రత, అంతర్ముఖత, స్పష్టత, కోపోద్రిక్తత, అధిక్షేపం, అంబేద్కర్ భావాజాలాల సమ్మేళన సమ్మోహన రూపం కలేకూరి కవిత్వం'. 2013 మే 17 కలేకూరి కానరానిలోకాలకు తన కలంతో తన వారి కతలను, వ్యధలపై ప్రశ్నించడానికి పయనం సాగించాడు...

'నాదు కన్నీటి కథా సమన్వయముసేయు

నార్ధ హృదయంబుగూడ కొంతవసరంబు...'

అనే జాషువా వాఖ్యానం ఈ సందర్భంలో గురుతుకు రాకమానదు...

19. 'క్రీస్తు చరిత్ర' – మానవీయ స్పర్శ...

మతం– తత్త్వం రెండు విభిన్నమైన ధృక్పథాలు. నిరంతర సంఘర్షణా కేంద్రాలు. మతం విశ్వాసాలకు, తత్త్వం జిజ్ఞాసకు వేదికలు మతం ప్రయాణం స్థిరమైనది. తత్త్వం నిరంతరం ప్రయాణిస్తుంది. నూతన సత్యాలను ఆవిష్కరిస్తుంది. హేతువాద ధృక్పథము, రస సృష్టి కలగలసిన కవి జాషువా 'బైబిల్' ఆధారంగా 'క్రీస్తు చరిత్ర'ను రాయటంలోని అంతర్యం ఏమిటి? ఆయన నిజంగా క్రీస్తును నమ్మెనా? లేక అతని ధర్మ, సత్య నిష్ఠను గురించి ప్రజలకు తెలియాలనుకొన్నారా! జాషువా 'క్రీస్తు చరిత్ర' రచన వలన ఎంతో మంది హేతువాదులు, భౌతిక, నాస్తికవాదులు కూడా ఆశ్చర్యపోయారు. వ్యక్తి వేరు, వ్యక్తిగతం వేరు అని నమ్మే వ్యక్తి జాషువ కాదు. ఇది లోకవిదితమే! నమ్మిన సిద్ధాంతాలకు ఆచరణకు సమాంతరమైన వ్యక్తిత్వం ఆయనది. నిజంగా 'క్రీస్తు' చరిత్రనే వ్రాయదలుచుకొన్నారా? క్రీస్తును ఓ అవతారమూర్తిగా చెప్పదలచుకొన్నారా అనే ప్రశ్నలు ఎంతో మందికి జనించాయి. కానీ... 'క్రీస్తు చరిత్ర'ను జాషువా క్రీస్తు చరిత్రగా రాయలేదు. ఆదోక ధర్మశాస్త్రం, వర్తమానంలో ఎంతో మందికి తెలియని అనేక ధర్మసూక్ష్మాలను 'బైబిల్' సహాయంతో ఆవిష్కరించారు. సమాజంలో అనాది నుండి రామాయణ, భారత, భాగవతాది గ్రంథాలతో పాటు భగవద్గీత సహితం 'ధర్మయుతమైన వ్యక్తిజీవనాన్ని' నిర్దేశిస్తున్నాయి. సమజాంలోని ధర్మసూత్రాలు వ్యక్తిగత అవసరాలకనుగుణంగా మార్చుకొనేవి కావు. వ్యక్తులు ఆచరించదగినవి. సమూహాలు వాటిని విసరిస్తే... ధర్మం గతి తప్పితే.... 'సంభవామియుగే... యుగే' అన్నారు కృష్ణ భగవానులు సైతాను రాజ్యం విస్తరిస్తుంటే ప్రజల ధర్మాధర్మాల విచక్షణా సంధాయుగంలో 'తండ్రి' అయిన 'దేవుని బోధనలను' తన సహచరులకు తెలియజేయాలనుకొన్న 'ప్రభువు' తన కుమారునిగా క్రీస్తును పంపెను అనేది బైబిల్ కథనం. రామాయణ, భారత, భాగవతాలు తరువాత ధర్మనిష్ఠను బోధించిన 'రామణీయకత' 'మహనీయత' కలిగి గొప్పతనాన్ని కలిగిన గ్రంథం. చిత్రమేమిటంటే ఈ రచనను అగ్రవర్ణ రచయితలు, మేధాలువు గుర్తించి, ఆదరించినంతగా క్రైస్తవ సమూహాలు, దళిత వర్గాలు పరిగణించకపోవటం. ఒకవేళ ఆయా వర్గాల వారు చదివినా కేవలం 'ఓ వర్గ' వాదానికి పరిమితమయారనిపిస్తుంది. హేతువాద దృక్పథం, సత్యాన్వేషణ దృష్టి, రస సృష్టి కోణంనుంచి అవగాహన చేసుకొని ఉంటే చైతన్యపూరితమైన సాంస్కృతిక నేపథ్యం ఆయా వర్గాల్లో ఏర్పడి ఉండేదని మేధావి వర్గాల భావన. అసలు జాషువా ఈ కావ్యంలో 'క్రీస్తు'ను ఏవిధంగా ఆవిష్కరించాడో తెలుసుకోవాలి. ఈ కావ్యంలో తాత్త్విక కోణం కన్నా మానవీయ కోణం హెచ్చు స్థాయిలో సృష్టించబడింది.

క్రీస్తులోని దయ, ప్రేమ, శాంతి, సహనం, ఇతరులపట్ల విశ్వాసం వంటివి జాషువా పునర్లేఖించటం గమనించవచ్చు.

అసలు 'సౌందర్య దృష్టి'తో ఈ కావ్యమును పఠించకపోతే, అధ్యయనశీలత లేకుంటే జాషువా ఈ కావ్యం రాయటంలో 'చారిత్రక సత్యాలు' గోచరించవు. "దశలక్ష కోటి దూతల గొల్ప పరదమై/రాజ్యంబు పాలించు రాచవాడు/చావు పుట్టుకులకు సంకెలల్ బంధించు/నధికార మరచేతన మరువాడు" అంటూ చివర్లో 'ఏమి నోములు నోచితే యేసు ప్రభువు/డాబుదర్పాలు గల్లు ఖండాంతరముల/జన్మమెత్తక నా గడ్డ జన్మమెత్తె/ ఆసియా ఖండమా! ధన్యవమ్మ నీవు!" సౌందర్యవంతమైన వస్తు ప్రకటన పాఠకుడ్ని ఓరసాత్మక ప్రపంచంలోకి తీసుకువెడుతుంది. ఇక్కడ గమనించవలసిన విషయం ఏమిటంటే...'బైబిల్'లోని భాషను జాషువా ఎక్కడా ఉపయోగించకపోవటం. కేవలం సన్నివేశాలలోని గాధతతో కూడిన భావార్ధాలను తనదైన శైలిలో వచన శిల్పంగా తీరు రసాత్మకం. పాఠకుడి మెదడులో ఓ అద్భుత చిత్ర ఆవిష్కరణ ఖాయం. మలచిన 'క్రీస్తు చరిత్ర'లో మొదటి పద్యం 'సృష్టివాదం'తో ప్రారంభమవుతుంది. జాషువాను హేతువాద కవిగా భావించేవారు ఆయనలోని ఈ 'రాజీవిధానాన్ని' ఏ కోణం నుంచి గమనించినా, మత గ్రంథ ఆధారిత కథనానికి ఈ అంశం ఓ ప్రత్యేకతను సంతరించుకుంటుందనే చెప్పాలి. భాగవత ప్రారంభంలో కూడా ఇదే విధానిని గమనించిన వారు కూడా ఉండవచ్చు. జాషువాలోని కవితా నైపుణ్యం, 'కవిశిల్పం' ఈ చమత్కారానికి వేదికగా భావించాలి. ఆపద్యం "ఆదియందు దైవమాకసంబును భూమి/ నహముర్రాత్రి వర్కు తుహివకరుని/ఆరునాళ్కసలిపి,యనం నెడవనాడు/విశ్రమించె మహిమ విస్తరింప' ప్రాచీన కావ్యాలలో తుది వరకు రసవత్తరమైన నడక దృశ్యమానం కాదు. అక్కడక్కడ కనిపిస్తుంది. కానీ... జాషువా కావ్యాలలో ప్రతి వాక్యం, సన్నివేశం, పాత్రలశీలతంలా, ప్రతీదీ ఓ రసగులిక...ఓ అమృతపుతునక. ఈ సొగసు బైబిల్ ఆధారిత కథ 'క్రీస్తు చరిత్ర' అయినా... చివరికంటూ కొనసాగిస్తారు జాషువా. క్రైస్తవ వర్గలే కాదు ఇతర వర్గాల వారు ఈ గ్రంథాన్ని చదివినా అది 'క్రీస్తు చరిత్ర'గా భావించక ఓ దైవదూత ఆగమన, విష్ణుమణల మధ్య జరిగిన మానవధర్మఃధర్మ మాననీయ దృక్కోణ ఆవిష్కరణగా భావిస్తారు. భక్తితో నమస్కరిస్తారు అదీ జాషువా గొప్పతనం. క్రీస్తు జననం వెనుక లక్ష్యమేమిటో బైబిల్ చెబుతుంది. 'ధర్మశాస్త్రంనైనను, ప్రవక్తల వచనాలనైనను కొట్టివేయవచ్చితినని తలంచవద్దు. నెరవేర్చడానికే గాని కొట్టి వేయడానికి నేను రాలేద'ని స్వయంగా ప్రభువు చెప్పారు. ఈ మాటలనే జాషువా ఎంతో మృధుమధురంగా 'క్షితి మండలంబు గగనము/గతించినన్ బొల్లు గాని గడకొక సున్నెన్/గతియింపవు నా పల్కుల్/బ్రతుకున్నలేఖానా? పండెడు వరకున్' ఛందో బద్ధం చేసారు.

ఏ మతమైనా 'నీతిని' మాత్రమే బోధిస్తుంది. ధర్మాన్ని చెబుతుంది. తోటి మానవుని పట్ల సహానుభూతిని చూపమంటుంది. ఇందుకనవసరమైన 'ఆత్మప్రేమ'ను విధిస్తుంది. క్రీస్తు నీతి సూత్రాలను ప్రతిపాదించలేదు. ఇందుకవసరమైన 'అంతరదృష్టి' ఆయన బోధించారు. ఏ ఆలోచన అయినా వివేకవంతంగా ఉండాలన్నారు.

వర్తమానంలో ఎన్నెన్నో క్రైస్తవకూటాలు' నిజమైన 'క్రీస్తు' వాక్యాలను' అనుసరిస్తున్నవా? అనే ప్రశ్న కొటానుకోట్లమంది అభిమానుల ప్రశ్న. "నీతి కోసం ఆకలి దప్పులు కలవారు ధన్యులు. వారు తృప్తి పరచబడుదురు' అన్న యేసు వాక్యం నీతిని గురించి చెబుతుంది. 'నీతి నిమిత్తము హింసింపబడువారు ధన్యులు. పరలోక రాజ్యం వారిది' అని చెప్పడం ద్వారా నీతి కోసం ఎటువంటి త్యాగమయినా చేయమన్నారు." నరహత్య చెయొద్దు. నరహత్యచేయువాడు విమర్శకులోనేగును' అనే వాక్యం నీతిని గురించి ప్రత్యేకమైన వ్యాఖ్యానం అవసరం లేదు. విర్కల దృష్టి, పరిశు ద్ధత అవసరమని చెప్పారు. ప్రేమించేవారిని ప్రేమించడం గొప్ప కాదు. ద్వేషించే వారినే ప్రేమించమన్న క్రీస్తు మాటకు జాషువా పద్యరూపం చూడండి.

ప్రేమించువారు మరలం

ప్రేమించిన ఫలములేదు ద్వేషించునరుల్

ప్రేమింపు వపుడు మొక్ష

స్వామి సమక్షమున గొప్ప ఫలము లభించున్

జాషువా క్రీస్తు ప్రేమతత్త్వాన్ని ఎంతో ఆర్తితో వర్ణిస్తారు. ఈ బోధ 'శత్రు ప్రేమ'ను, విశ్వమానవ సౌభ్రాత్రమును చెబుతుంది. ఈ అంశ వలననే క్రీస్తు సర్వజననందితుడు కాగలిగాడు. మరో సందర్భంలో క్రీస్తు ప్రతిపాదించిన ప్రేమ, సహనం, దయ వంటి వాటితో పాటు చేసిన సహాయం సహితం చెప్పుకోకూడదని బోధిస్తారు. 'కుడి చేయుధర్మం / బెడమకరం బెరగ గూడ దితరుల కంటం/బడకుండ రుపునట్టిద/కడు ధర్మంబగు ఫలంబు గల్గున్ మింటన్' ధర్మాన్ని ఆచరణని కూడా ప్రభువు తెలిపారు.

భగవంతుని సేవించడం ప్రధాన కర్తవ్యంగా మనిషి భావించాలి. 'సేవాధర్మమె యుత్తమోత్తమమగున్' అని క్రీస్తు బోధించాడు. గీతలో అర్జునుడు నిన్ను సేవిస్తున్నదెవరని కృష్ణుని అడిగితే 'చతుర్విధా భజంతే భరతర్షభ' అని సమాధానమిస్తాడు. క్రీస్తు సహితం, తన 'చివరి రాత్రి తుది బోధ'లో 'ప్రేమించు కొనుండొండొరు/ ప్రేమించితిమిమ్మునట్లు ప్రేమించుటయే/ క్షేమంబగునాతండ్రిన్/ప్రేమించినవాడునన్ను ప్రేమించునిలన్' ఈ ప్రేమ సిద్ధాంతమే క్రీస్తుని సర్వోత్కృష్ణునిగా చేసింది. పాపాత్ములను క్షమించడం, వారి కోసం దేవుని ప్రార్థించడం చివరకు ప్రాణపరిత్యాగం చేయడం కూడా 'మనిషి మాత్రమే చేయగలడని' చేయాలని, చేసి చూపిన క్రీస్తు 'సిలువనేత' ఘట్టంలో 'ఇన్నరులేమి మొనర్చుచు/నున్నారో యెరుగరనుచు యుమ్ము. లికమునన్/గన్నీటం భార్థించెన్/మన్నింపుము తండ్రీ! వీరమాయకులనుచున్" ఇదీ దేవుని వాక్యం. కానీ...ఆయనను అనుసరిస్తున్నామన్న కొంత వర్గం...? ఈ కారణం చేతనే జాషువా తను నమ్మిన హేతువాదాన్ని ప్రక్కన పెట్టి 'బైబిల్' ఆధారంగా 'క్రీస్తు చరిత్ర'ను రాసారనిపిస్తుంది. కవి బాధ్యత ఇదనిపిస్తుంది.

దేవుని శాసనమే బైబిల్, నైతికంగా, ఆత్మీయంగా వ్యక్తి నడుచుకొనే పద్ధతులను చెప్పే గ్రంథం, ఒట్టు పెట్టుకొనే ముందు ఆలోచన చేయమంటుంది. 'భూమితోడనవద్దు. అది ఆయన పాదపీఠం. యేరుషలేము పైన వద్దు.

అది మహారాజ పట్టణము. ఆకాశం తోడనవద్దు. అది దేవుని సింహాసనం' అంటూ ప్రభువు చెబుతాడు. 'ఒట్టు బెట్టుకొనకు ముర్వితోడనిసృష్టి/విఘనకదియ పాదపీఠమగు, 'కేవలం జాషువా ధర్మం, నీతి గురించి మాత్రమే కాదు, ధనార్జన కోసం తాపత్రయ పడే వారిని గుర్చి 'స్వార్గికాగారములో ధనాద్యునకు కాలిదరాదు', నకిలీ పరిసయ్యులకు, శాస్తులకు కూడా చెంపపెట్టులాంటి బోధ చేస్తూ 'ద్రాక్షతోట' ఉపమానముగా చెబుతూ- ' 'విందునగ్రస్థానము/ లందుచునడివీధులందునభివందనముల్/ పొందుచు బోధకులనబడు చందురయోశాస్తినామ కొన్మదులారా' అని చెబుతారు. 'వెన్నుపోటుదారులకు' ఒక సంకేతంగా యూదా గురించి 'మర్త్యరూప పశు మూర్తిన్నున్నినంబంపటం/డనియెమన్నున సృష్టికర్త తొలుతన్ గవ్వించి పుట్టించెనో'' అంటారు. 'తల్లిశోకము'లో నవమాసాలు కనిపెంచిన కొడుకు శిలుపై రక్తపు ముద్దగా మారిన వైనం కన్న తల్లి కన్నీటకు ఆనకట్ట కట్టగలవారేరి? ఆమె దయార్ద్ర హృదయం బద్ధలైన వేళ 'ప్రభువు' చల్లని చూపు చూస్తాడనుకొంటే 'ప్రభువే' శిలువపై ఉంటే... ఆ వ్యధ వర్ణనాతీతం. జాషువా కలంలో కన్నీటి వరద, చదువరుల హృదయాలు వేదనాభరితాలు. ఆమె 'బంగారు నమ్మోము నెత్తురు ముద్దయ్యనే తండ్రి' అని విలపిస్తూ 'సర్వం సహచక్రసుందరులందున గదుధన్యరాలవని ఆనాడా మహాదూత నీ మరణోదంతము దెల్పుదయ్యో కొడకా! మ పాపమో శాపమో' అని వాపోతుంది మరియామాత' ఈ విధంగా జాషువా జాషువా 'క్రీస్తు చరిత్ర' పేర కరుణ, దయ, జాతి, ప్రేమ, సహనం, సేవ వంటి మానవీయ విలులను జడ సమాజంలోకి ప్రవహింపజేసాడు.

సుప్రసిద్ధ చరిత్రకారుడైన 'లెకీ' 'ఇతరులెవరు సాధించలేని మహ ప్రభావాన్ని మానవ జీవితాలపై సాధించి మానవానీకంలో నరేజు ప్రసాదించి, శాంతి ప్రదమగు మార్గం కల్పించి ఆ ఆదర్శమూర్తిని ప్రపంచానికి ప్రసాదించిన మహ భాగ్యం క్రైస్తవ మతానికి దక్కింద'ని పేర్కన్నాడు... ఇది నిజం...

20.శ్రీశ్రీ కవిత్వంలో 'అధివాస్తవికత'

సాహిత్య ప్రక్రియలలో 'అధివాస్తవికత'కు పెద్ద పీట వేసిన కవులు, రచయితలెందరో ఉన్నారు. వీరంతా టి.ఎస్.ఇలియట్, ఎజ్రాపౌండ్, ఆడెన్, సిట్టెల్, బార్కర్, కమింగ్స్, డిలానాథామస్, గ్యాస్కాయిన్ వంటి వారి రచనలే కాక... ఫ్రెంచి సాహిత్య రంగమున సర్రియలిజమ్ ప్రవేశపెట్టిన 'ఆంద్రేబ్రిటన్', పాల్ ఎల్వర్డ్ వంటి కవుల రచనలను చదివి 'స్ఫూర్తిని పొందారు. కేవలం ఈ రచనల ద్వారానే కాక. శ్రీశ్రీ నారాయణ బాబు వంటి కవులను 1924లో ప్రచురించబడిన 'సర్రియలిస్టు మ్యానిఫెస్టో', జెరర్డ్‌మనీహప్కిన్స్ రాజూతీబఅస్త్ర−=ష్టవ్ ఎ వంటి నూతనచ్ఛందోరీతులు, జేమ్స్ జాయిస్ 'యలిసిస్' నవలలో ప్రవేశపెట్టిన 'చైతన్యస్రవంతి' చిత్రణ... సాల్వడర్ లీ, మాక్స్ ఎర్న్స్ట్, పికాసో వంటి అధివాస్తవిక క్యూబిస్టు చిత్రకారులు చిత్రములు, 'మాన్రే' వంటి అధివాస్తవిక ఛాయాచిత్రములు ప్రభావితం చేసాయని చెప్పవచ్చు.

ఇక్కడ విషయమును గమనించాలి... మానవుడు సంఘజీవి... ఈ గుంపు జీవితములో మనిషికి తెలియని సంకెళ్ళు వేయబడి ఉంటాయి... వీటిని బహిరంగంగా చేధించలేడు. అలాగని బందీగాను ఉండలేడు. సమాజం మనిషి వ్యక్తిగత జీవితంలో కలిగే అనేకానేక కోరికలను తీర్చుకొననీయడు. వాటినిన బహిర్గతం చేసే అవకాశములు కల్పించడు. ఫ్రాయిడ్ ప్రతిపాదించిన ఒక సిద్ధాంతమును ఇక్కడ వివరించవలసిన అవసరముంది. అదేమిటంటే... మనిషిలో ఒక పార్శ్వమందు పూర్వ సంవేదనములనేకం అ 'వ్యక్త' దశలో నిగూఢముగా ఉంటాయి. ఈ స్థితిలో 'వ్యక్తి' యొక్క వ్యక్తిత్వము' సంపూర్ణముగా గోచరము కాదు. ఒక విధమైన కృతిమత్వమునకతడు లోనవుతాడు. మరుగునపడిన 'భాగమును' వ్యక్తీకరించుకొను అవకాశము కల్పించాలి. 'అతని' యొక్క సంపూర్ణ వ్యక్తిత్వము బహిర్గతం కాగలదని ఫ్రాయిడ్ సిద్ధాంతం. ఈ విధముగా కృతిమ వాసన లేని 'అణగదొక్కబడిన' కోరికలు, ఊహలను యధాతదముగా "హేతుకర్తరీ" ప్రయోగము చేత బహిర్గతమొనర్చుటయే సమంజసమనేది 'అధివాస్తవికుల మతము' దీనినే వారు భీతీవవ రాంశీషఇ అశీఅ స్వచ్ఛందాను బోధ" అంటారు. వీరికి 'సమాజము' భూతద్దము నుండి కనిపించు ప్రకృతి వలె ఉండును. చమత్కారము వీరి అజెండా... అధిక్షేపము, అవహేళన వీరి అభిమతము. మానవుని కోరికలకు 'సెక్స్' మూలమన్న కొత్త వాదన వీరి రచనలో కనిపిస్తుంది. (ఉదా: పట్టాభి−ఫిదేలురాగాలు డజన్, నారాయణబాబు − 'ప్రవర'లో స్వచ్ఛందాను బోధ వంటి లక్షణాలు కనిపిస్తాయి.)

శ్రీశ్రీ పైన నారాయణబాబు ప్రభావం ఉందని సాహితీకారులందరికి తెలిసిన సత్యమే "యథార్థాన్ని గుర్తించము... కలలు మాకు యథార్థాలు... ఈ జగత్తుతో మాకు పని లేదు... మాది స్వప్న జగత్తు... సంపన్నులు... భాషా సంపన్నులు మాకు విరోధులు. కావ్య లక్షణాలే అవలక్షణాలు. వ్యక్తావ్యక్తంలో ఈత కొడతాము. ఏదో విధమైన శక్తి మమ్మల్ని పూనుతుంది. అదేదో రాయిస్తుంది. అర్ధమనర్ధం..." ఇది అధివాస్తవికుల మతం (సంఘర్షణ", "ప్రవర" నుంచి) అనేది నారాయణబాబు అభిమతాన్ని శ్రీశ్రీ తన అభివ్యక్తంతో ఆచరించి చూపించారు. శ్రీశ్రీ ఈసూత్రాన్ని అనుసరించే, రుబాయిత్, కొంటెకోణాలు, విదూషకుని ఆత్మహత్య అను మూడు గేయములను ప్రకటించాడు. వీటిలో 'ఛందోబంధనాలు' లేవు. 'అర్థమనే అద్వానపు అడవులు' లేవు. 'గద్యం పద్యం' కలసిమెలసి ఉంటాయి. 'హుష్ హుష్' అనే కేకలు కూడా కనిపిస్తాయి. "న....న....న...' అనే నత్తి మాటలు కూడా ఉన్నయి.

జీబ్రాకి, చిహ్నలు
లాంకోటు, పాంకోళ్ళుగా తొడగి
సాహిత్య పౌరోహిత్యం యిస్తే.
వెర్రికాదు, Sur-realism సోదరా (కొంటె కోణాలు)

పై పాదాలలో 'శబ్ద సామ్యము' మాత్రమే ఉంది. చాలా పదముల మధ్య సంబంధము సహితం కనబడదు. కావున "అసంబద్ధత.. అనర్ధకత... శబ్ద చమత్కారము సర్రియలిజియు లక్షణమని" శ్రీశ్రీ చెబుతారు.

గమనించదగ్గ అంశమేమిటంటే... పాశ్చాత్య సాహిత్యంలో సర్రియలిజమును ప్రతిపాదించిన వారంతా కమ్యూనిస్టులు కావటం. కమ్యూనిస్టు ఉద్యమ ప్రభావం శ్రీశ్రీ పైన అధికంగా ఉండటం. మహాప్రస్థానం దశాబ్దంలోనే శ్రీశ్రీని ఈ ఉద్యమం ఆకర్షించింది. అయితే శ్రీశ్రీకున్న అభ్యుదయ భావాలు, సర్రియలిజమ్ ప్రభావానికి వరకు అడ్డుకట్టలు వేసాయి. అయితే ఒకరకరంగా అటు అభ్యుదయం.. ఇటు సర్రియలిజమ్. శ్రీశ్రీ కవితను 'నైరూప్య కవిత్వంగా అద్భుత భావ పరిణితికి మేలు చేసాయని చెప్పాలి. కాని ఈ కొత్త భావాలను జనం అంగీకరించరేమోనని చలం తన భావాన్ని వ్యక్తీకరించారు.

శ్రీశ్రీకి అధివాస్తవికత అంటే మక్కువ ఎక్కువ. "అధివాస్తవికతను అధ్యయనం చేసిన వారిలో నేను కూడా ఒకడిని. అతివాస్తవికతలో వాస్తవికత గర్భితమై ఉంటుంది. సర్రియలిజమ్ అనే పదం ఒక ఫ్రెంచి నాటకంతో ఏర్పడినది. అంతకు ముందే క్యూబిజం, ఇంప్రెషనిజం, పోస్టింప్రెషనిజం మొదలైనవి వచ్చాయి.

ఒక సత్యం మనమిక్కడ ప్రస్తావించుకోవాలి... సర్రియలిస్టు శ్రీశ్రీలో అనాకాన్షియస్గా బీజరూపంలో, 'భావాల' చిత్రరూపమే అనేక "కవితాఖండికలు" అనేది వాస్తవం. ఇందుకు ఉదాహరణగా "మహాకవి ఆశ్చర్యం" (ఖడ్గసృష్టి) మరియు ప్రతిజ్ఞ" అనే గేయాలను చెప్పుకోవచ్చు.

"ఛందోబందోబస్తులన్ని

ఘట్ ! ఫట్ ఫట్ మని తెంచి

డామిట్ ! ఏమిట్రా ఇదంటే

ప్రే ! ఇటీజ్ పొయిట్రీ అందాం ...

ఈ సర్రియలిస్టు గీత భావమే ఈయన 1937లో రచించిన 'కవితా! ఓ కవితా!!', సిరిసిరిముువ్వలో కూడా ఈ ధోరణి కనిపిస్తుంది.

హిప్పోపొటామసొక్క

యడిగెనిట్లు, 'స్వామి! మీరె

ల్లప్పుడు చెప్పిందాన్నే

చెప్పడమెంచేత? ననుచు సిరిసిరిముువ్వా!

శ్రీశ్రీ తొలుత సంప్రదాయవాది. సమాజంలో అసమానతల భదాసర్పదష్టలు...వారి వెతలు... వారి ఆయనను కదిలించాయి. "మానిషాదగీతాల"ను సృజియించజేసాయి. ఆ పైన కమ్యూనిస్టు భావాలు సమాజం పట్ల బాధ్యతను పెంచాయి. ఆదిశగా అయన కలాన్ని నడిపించాయి. మహాప్రస్థానకవిగా మనకు మిగిల్చాయి.

చివరగా.... ఫ్రాన్సో ప్రారంభమై అధివాస్తవికోద్యమం ప్రపంచంలోని కవులందరిమీద తన ప్రభావాన్ని ప్రసరించింది. ఒక్క కవిత్వమనే కాదు అన్ని కళలలోను ఎన్నో ప్రయోగాలు చెయ్యడానికి దోహదపడింది. సాహిత్యంలో అధివాస్తవికత ఒక విమోచనోద్యమం.

పచ్చిక మచ్చికైనది

ప్రపంచపు నెత్తురుమంటపాలన్

మెచ్చని వాడనీ మెదల

మీద విసే ఉదయాద్రి రౌద్రముల్" దీన్ని కవిత్వంగా

అంగీకరించని వాడిని పిండి వంటలలో విషం పెట్టి తినిపించి చంపాలనిపిస్తుంది. ఇవి శ్రీశ్రీ భావాలలోని సర్రియలిజపు 1933 నుండి 1947 వరకు దాదాపు 15 సంవత్సరాల కాలంలో ఆయన రాసిన గీతాలు మహాప్రస్థానం పేరిట ముద్రితమైనాయి.జనులు పాడుకునే గీతాలుగా రూపాంతరం

చెందాయి. ఏ సమకాలీన మహాకవి సముపార్జించుకోలేని కీర్తి ప్రతిష్ఠలను సంపాదించిపెట్టాయి. సాహితీ చరిత్రలో అభ్యుదయ సాహితీ రీతికి ఒక వినూత్న అధ్యాయాన్ని సృష్టించాయి. శ్రీశ్రీ ప్రతిపాదించిన అధివాస్తవిక ప్రయోగం.. తరువాత కాలంలో 'దిగంబర కవులు" ఆయనను మరింతగా బలపరిచేందుకు దోహదపడిందని చెప్పవచ్చు...

21. మనిషి – సమాజం 'ముఖా ముఖి'

అయ్యా! అప్పా!

ఏది నా దేశం? ఎక్కడుంది నా దేశం?

చెప్పండమ్మ! చెప్పండయ్యా!

ఏది నా దేశం? ఎక్కడుంది నా దేశం?

భారతదేశం నిన్న, నేడులలో ప్రయాణించే వ్యక్తికి వర్తమాన భారతం ఓ ప్రశ్న. నిన్నటి నా దేశ ఐక్యత, సంస్కృతి సంప్రదాయాలు, మానావానుభూతులు. ప్రకృతి సంపద, తాత్వికచింతన, ఆధ్యాత్మికబోధన, స్త్రీపురుషుల మధ్య భద్రతావలయపు చెలిమి ఏవి? వర్తమాన భారతం 'గతం' నుంచి జారిపోతున్నది. రాజకీయ ఎత్తుగడలు, మతపు విద్వేషాలు, కుల, జాతి, వర్ణ వివక్ష ఇది మన భారతం. శ్రీరాముడు, శ్రీకృష్ణుడు బోధించిన ధర్మ సూత్రాల జాడేది? 'బోధి వృక్షం మొదు పడిందని' సి. నా. రే గారే చెప్పారు. అవినీతి మాయపుదారులలో నిత్య ప్రయాణం పౌరులకు నేర్పిందేమిటి? రాజకీయం అవినీతిమయం. అధికార వర్గం 'ప్రభుత్వపరం'. మరి ప్రజలు కాదు... వారిని ప్రజలనరు... ఓటర్లంటారు. అంకెల సంఖ్యల మధ్య 'కుల' 'మత' వర్గీకరణలు వారిని మనుషులుగా గుర్తించటం లేదు. ఇదా నిన్నటి నా భారతం... ఇదా నిన్నటి నా దేశం? కనుకనే సి.నా.రె గారు ఘూటు గానే 'ఏది నా దేశం? ఎక్కడుంది నా దేశం' అని ప్రశ్నిస్తున్నారు. సందేహాన్ని వ్యక్తం చేస్తున్నారు. 'నా దేశం పావనగంగ/నా దేశం కరుణాంతరంగ/నా దేశం భగవద్గీత/నా దేశం అగ్నిపునీత సీత' అవి ఆయనే భారత దేశం మహోన్నతను గూర్చి గొప్పగా చెప్పారు. మరి వర్తమాన భారతం అభివృద్ధి చెందింది. సాంకేతికతను అందిపుచ్చుకుంది. అంతరిక్షంలో తనకంటూ స్థానం సంపాదించుకుంది. కానీ... ఇదవతనాన్ని కోల్పోతున్నది. సమైక్యత, తాత్వికత, సమభావం, సమరసతావాదం 'నేతిబీర' చందమయింది. 'మండిపడ్డ బోధి వృక్షంలో / పుండు పడ్డ భూమాత వక్షంలో /నా దేశం కనిపించింది. కవి సినారే ఆవేదన నేటి భారత దర్పణం. మతాల చిచ్చు... కులాల క్రుమ్ములాట... జాతుల మధ్య విద్వేషం... కనిపించని ద్వేషం.. అయినా నా దేశం సమైక్య భారతం "జోడెద్దుల కుమ్ములాటలో / తోబుట్టువుల దుమ్మి ఆటలో /సరిహద్దులు తెచ్చుకొన్న బెదడలో" అని సి.నా.రె అన్న మాటలలో వాస్తవంను గమనించవలసిందే! అలోచించవలసిందే! మిష్టవతీవ always something ephemeral about art whose his- tory/Prior to its exhibition is not totally known" అన్నాడు ప్రొఫెసర్ హెర్బర్ట్ రీడ్. ఈ సూక్తి నేపథ్యంలో సి.నా.రె ముఖాముఖిని ఆవాహనం చేసుకొంటే ఆధునిక కవితాధర్మం

ఆయన కలంలో ఎలా ఫలవంతమయిందో తెలుస్తుంది. ఆచార్య అవంత్ససోమసుందర్ తన 'నారాయణచక్రం'లో "సి.నా.రె గురించి సి.నా.రే కవిత్వంలో ఒక ప్రత్యేక వ్యక్తిత్వం ఉంది. ఒక విశిష్ట రసవ్యంజనారీతి, ఒక శబ్ద విన్యాసవైఖరీ ఉంది. శైలి వైవిధ్యమూ ఉంది కనుకనే సి.నా.రెఒక విశిష్ట కవిగా రూపొందుతున్నాడు." అంటారు. ముఖాముఖీ సి. నా. రె రెండ దశలో రాసిన పుస్తకం డా‖ అవంత్స సి.నా.రె కవిత్వాన్ని మూడు దశలుగా వివరిస్తారు.

నారాయణ రెడ్డి గారు గేయం, కవిత, పద్యం ఇలా ఏది రాసినా అచ్చమైన కవిత్వమే రాసారు. వర్తమానంలో కవిత్వం బండిలు బండిలుగా వెలువడుతున్నది. "ఏది కవిత్వం" అనే ప్రశ్నకు జవాబు తెలియనివారు కూడా రాసేస్తున్నారు. పుస్తకాలు వేసుకుంటున్నారు. సన్మానాలు, బిరుదులు కూడా పొందుతున్నారు. ఈ కవితా(?)ప్రవాహంలో సి.నా.రెకవిత్వను ఒడపోసి చూసుకొంటే ఒక్కొక్క కవిత ఓ వజ్రం. ఓట్లజన్మ హక్కులలో /పదవుల తారాజువ్వలు వెలిగించే/ పచ్చ కాగితాల మ్యాజిక్కులతో / నీతినాతి కట్టుకున్న/విలువల వలువల నూడ్చి వేసే/అపరదుశ్శాసనుల ఆటవిక కృత్యాలలో ఓ వర్తమాన ప్రపంచం చదువరి దృష్టిని ఆపి, ఆలోచించమంటదనటంలో అతిశయోక్తి లేదు. (1971లో వెలువడిన "ముఖాముఖి"లోని కవిత ఇది) ఐదు దశాబ్దాల తరువాత కూడా వర్తమాన భారతంలో రాజకీయ విన్యాసంలో మార్పు లేకపోవటం ఓ విచిత్రం, విషాదం. మనది అతిపెద్ద ప్రజాస్వామ్యం దేశం. శ్రమ జీవుల చెమట బిందులను/ జాతి రత్నాలుగా తలచేది /మంచికి నిలబడ్డ మనిషి/మహర్షిగా కొలిచేది నా దేశం అనే ఆశావహ దృక్పథం కవి సి. నా. రెడ్డి.

మనిషి నిరంతరం తన జీవిక కోసం, విజ్ఞాన వీచికల విరచి కోసం కొంగ్రొత్త అన్వేషణకు నాందీ గీతాలు ఆలపిస్తూనే ఉంటాడు. కానీ... సగటు మనిషి బ్రతుకుదారిలో 'ఈ దారి నీకు కొత్త' అని హెచ్చరించి సరైన దారిని సూచించగల మార్గదర్శులు ఏరి? కనుకనే కవి తనకు తెలిసి మార్గంను చెబుతూ జాగ్రత్త జాగ్రత్త / ఈ దారి నీకు కొత్త / ఎత్తుపల్లాలుంటాయని కాదు, వంకలూ డొంకలుంటాయని కాదు అని హెచ్చరిస్తూ ఈ దారి నలుగురూ నడిచిందే, పులులు, పాములుంటాయి కూడా అయినా జాగ్రత్త సుమా అని హెచ్చరించటంలో సి.నా.రె గారే కొన్ని జాగ్రత్తలు చెబుతారు. ప్రపంచంలో... కాదు... మనమున్న సమాజంలో కుశల ప్రశ్నలడిగిన వారే కుటిల నీతితో కుట్రలు చేస్తారు. రెండు నాల్కల పాములు జనారణ్యంలో కోకొల్లలు ఎరిగిన ముఖాలే ఎదురవుతాయి/కుశల ప్రశ్నలు కురుస్తాయి/కాని తెచ్చుకొన్న పన్నీటి జల్లులతో/ఆదమరచిన నడిచావంటే/ఆ నవ్వులే కాటు వేస్తాయి. ఎంత గొప్ప హెచ్చరిక. మరి మనిషి గమ్యం చేరేదెలా? అందుకు తరుణోపాయం సి.నా.రె గారే చెప్పారు. వెన్నెలే వెలుగని భ్రమపడబోకు/చీకటి ముఖానికి ఆదోరకం/మేకప్ మార్పువెన్నెల/నిజమైన వెలుగు మార్పులో ఉంది / నిట్టార్పులో లేదు – ఓర్పులో వుంది గమ్యం చేరే వరకు సంకల్పం వదల వద్దంటారు. స్తుతులకు – కుత్సితమతులకు లొంగరాదంటారు. ఈ ముఖాముఖి కవి – వ్యక్తి మధ్య జరుగుతున్నదనిపిస్తుంది. మనిషికి సమాజానికి తగినదనిపిస్తుంది. నారాయణరెడ్డి గారికున్న ప్రతిభా వ్యుత్పత్తుల చేత అసిధారావ్రతమైన కవిత్వ రచనలో అవలీలగా విజయం సాధించారనవచ్చును. ఆయన నిరంతరాభ్యుదయవాది.

కవి తిలక్ మధ్య తరగతి మనిషిని గొంగళీపురుగుతో పోల్చి చెప్పిన కవిత సి.నా.రె సగటు మనిషి నుంచి ప్రేరణ అనుకోవాలి లేదా ఇద్దరు సమఉజ్జీల కవితావైభవానికి మెచ్చుతనకలనుకోవాలి. తిలక్ వరుస, సి.నా.రె శైలిలను గమనిస్తే సగటు మనిషి యొక్క మధ్య తరగతి మనస్తత్వ చిత్రణకు రంగులకోణం దృశ్యమానమవుతుంది.

ముత్యంలా మెరుస్తాడు / సత్యానికి జడుస్తాడు / మృత్యంజయుణ్ణనుకుంటాడు / నిత్యం వందసార్లు చస్తాడు భయం సగటు మనిషిని అనునిత్యం చంపే గొప్ప మంచుకత్తి. తెల్లారిలేచి ఎన్నెన్నో శపథాలు తనలోని తానే చేసుకుంటాడు. తెల్లవారితే షరామామూలే. భక్తి ముసుగులో భయానికి గొడుగులు వేస్తాడు. గ్రహశాంతులు చేస్తాడు. తాను చేసే 'కర్మ'లకు ఖర్మ అనే ముసుగువేస్తాడు. గ్రహాల పేరుతో కొన్నాళ్లు / కాలం పేరుతో కొన్నాళ్లు / అసమర్థతను కప్పి పెడతాడు / అనుక్షణం చచ్చిపుడతాడు. ఇంతకన్నా సరళమైన పద పంక్తులతో సగటు మనిషి జీవితాన్ని చిత్రించటం సి.నా.రె గారికి తప్పా వేరేవరికి సాధ్యం కాదనిపిస్తుంది. సి.నా.రె గారు ప్రశ్నలతోనే పాటలు (మబ్బులో ఏముంది) కవితలు అద్భుతంగా వ్రాయగలరు. గొప్ప తనమేమంటే ప్రశ్నలే సమాధానాలుగా కూడా పాఠకుడిని అలరిస్తాయి. ఆలోచింపజేస్తాయి. "ఇదేంటి కవి అన్నీ ప్రశ్నలు" వేసారు అనుకానేలోపుగానే మెదడు అందులోనే జవాబుందని ఓ విజ్ఞతను తెరపైకి తెస్తుంది. "ఏమిటి చీకటి" అనే ప్రశ్నలో ఆ చీకటి ఏమిటో? ఎందుకో కూడా ఆయన వివరిస్తారు. ఆ ప్రశ్నలతోనే జవాబు దొరికేస్తుంది. జీవితానికీ మృత్యువుకూ నడుమ | సేతువు వుందని తెలుసు / ఈనాటికీ రేపటికీ నడుమ / హేతువు ఎందరికి తెలుసు ఒక సమాధానమిలితమై ప్రశ్న ఇది. తానెంతో గింజలెన్నో / తవుడెంతో నూకలెన్నో / విశ్లేషించే ప్రకృతిలోని / విజ్ఞత కొందరికే తెలుసు ఎంత లోతైన, గాఢత కలిగిన ప్రశ్న? ఆలోచిస్తే ప్రకృతిని విశ్లేషించగలిగితే తాలు, తవుడు, గింజలు, నూకలుకు నడుమ మానవ జీవిత అంతర్మథనం వెనుక అంతుచిక్కని మానవమేధ అన్వేషణకు కారణాలు బయటకు వస్తాయి. కానీ... ఆలోచించేవారేరి...? సమాజం ఇది అంధాకార్యం / ఇక్కడ కారుణ్యంశూన్యం / అరిస్తే పీకనులిమేస్తారు. డెబ్బైల నాటి స్థితి ఇది అంటే... అవునా... "నేడు మాత్రం ఏం గొప్పగా ఉందని" అని ఎదురు ప్రశ్న ఉ త్పన్నం కావచ్చు. కవిని ద్రష్ట అని అంటారు ఇందుకే అనుకుంటాను. కవి ఆశావాది నిప్పులు చెరిగే నిజాలు చెప్పినా, ప్రశ్నలలో సమాధానాలను గుప్తంగా గుర్తు చేసినా అవన్నీ వక్తి విజ్ఞానం వెల్లివిరియాలనే సమాజం వాటి ఫలాలు అనుభవించాలనే. కనుకనే కవులు దూరాలు చెరిగిపోవాలని కలలుకంటారు. సర్వమానవ సౌభ్రాతృత్వం కోరకుంటారు. డా॥ వహీద్ ఖ్థిర్ ఉర్దూగీతానికి సి.నా.రె స్వచ్ఛందానువాదం కవితలో హద్దులు చెరిగిపోయిన ఆకాశాన్ని చూసి / తన సంకుచితత్వానికి రోసి / తలవంచుకుంటుంది / సరిహద్దులు మంచుతెరల్లా కరిగిపోవాలి / ధారాగగనాలు ఒక పరిష్టంగంలో ఒడిగిపోవాలి / ఒకే ఒక్క కేంద్రబిందువు మీద నేను నువ్వు నిలవాలి అని గొప్పగా చెప్పారు. రా.వి. శాస్త్రి గారు చీమ కథను అంతర్లీన కథనంతో 'పిపీలకం'గా చెప్పారు. బలహీనవర్గాల ఐక్యతా సూత్రానికి చిహ్నంగా నిలిపారు. చలిచీమల చేతచిక్కిచావదేసుమతి అనే శతకకారుని సూత్రాన్ని అక్షరీకరించారు. సి.నా.రె గారు కూడా శతకకారుని పద్యాన్ని మరో రూపంలో రంగులు మార్చి... చిన్న చిన్న జీవులను ఏమార్చి పబ్బం గడుపుకానే, కడుపు

నింపుకానే ఊసరవల్లిని 'తొందర గండడు'గా వర్ణిస్తారు. అల్ప జీవుల చరిత్రలో ఆదిమ విజయాన్ని ప్రపంచానికి మరోసారి పరిచయం చేస్తారు. నిజానికి అల్పజీవుల బలం వారికి తెలియదు. కాదు ఊసరవెల్లుల వంటి నాయకగణం, పెట్టుబడిదారులు చేతలు కలిపి తెలియనివ్వరు. ఇద్దరూ ఒక్కటే.! కానీ.. వేరువేరని శ్రామికవర్గ సంక్షేమమే మా ధ్యేయమని చెబుతారు.

కానీ... ఇరువర్గాలు చేసే శ్రమదోపిడి ఒక్కటే! సి.నా.రె గారు ఈ కవితలో ఇప్పుడే తెలిసింది లేరా! / పూర్వాశ్రమంలో నువ్వొక / పుండాకోరువి కదూ / అమాయిక జీవుల హతమార్చిన / దగాకోరువి కదూ / రంగులెన్ని మార్చినా / శ్రీరంగ నీతులు వల్లించినా అని నిజం తెలుసుకొన్న శ్రామికవర్గం (అల్ప జీవుల సంఘం) ఒక్కపెట్టున విక్రమించాయి / ఊసరవెల్లిని ఆక్రమించాయి / వంచకుని బ్రతుకులో /అంతిమఘట్టమది / అల్పజీవుల చరితలో /ఆదిమ విజయమది అని ముగిస్తారు. నిరంకుశ నియంతల ముగింపు కథలన్నీ ఒకే రీతిలో ముగియటం కాకతాళీయం కాదు. అసలు మనిషి జీవనంలోనే... సమాజ జీవితంలోనే ప్రతిఘటన ఉంది. అవకాశం, ఆకలి, అవసరం, ఉనికి అస్తిత్వాలకు కలిగే అవమానం వంటివి ఈ గుణాన్ని రేపుతాయి. అచ్చమైన జీవితం /అనుకరణలో లేదు /ప్రతిఘనంలో ఉంది /నిజమైన వ్యక్తిత్వం /భజనలో లేదు / సృజనలో ఉంది. ప్రతిఘటించలేని ప్రతి ఒక్కడూ బతికున్నాను బాబూ అంటూ /పలవరించే జీవన్మృతుడని నారాయణరెడ్డి గారు నినదించటం వెనుక మనిషి వ్యక్తిత్వాన్ని ఉన్నతంగా తీర్చుదిద్దుకోనేందుకు భజన కన్నా సృజన మేలంటారు. అదే ఆధునిక జీవన సూత్రమంటారు. విజయ పతాకమంటారు.

సి.నారాయణరెడ్డి గారికి దేశం మీద అపారమైన భక్తి. సాటి మనిషి పైన అరవిరళమైన అభిమానం ప్రేమ ఉన్నాయి. దేశం స్థితి, మనిషి స్థాయి దిగువకు వచ్చిన వేళ ఆయన ఆక్రోశిస్తారు. ఆవేదన చెందుతారు. సాటి మనిషికి కలిగిన ఆపదలను తనవిగా భావించిన మానవతామూర్తి ఆయన కవిత్వంలో సాక్షాత్కరమిస్తాడు. ఆధునిక మానవుని నైతిక విజయం ఆయన దరహాసం. చెమటను తడిసిన మట్టిని శ్రీ గంథముగా ధరితు /ఊర్పులనొదిగిన స్వరమును ఓంకారముగా స్మరింతు అంటారు. అదేవిధంగా స్వాతంత్ర్యం సాటి మనిషిని మనిషి నరక్కనే వేళ తీవ్రమైన అభిశంసగా స్వాతంత్ర్యం వచ్చింది సహోదరుల్ని నరకడానికి కాదు అంటారు. ప్రతినిత్యం ఉషోద్యుతిలా మహాతీత మావనతలా ఆ స్వరాన్నే సమన్వయ శ్రుతిలో ఎగరేసుకుంటూ ఈ దేశం పురోగమించాలని త్రికరణ శుద్ధిగా ఆశిస్తారు. సి.నా.రె ఆశావాది

"Extinction of Personality" అనే సూత్రం దేహళివిక్షిప్త దీపకలిక వంటిది. అటు కవి వ్యక్తిత్వాన్ని, ఇటు పాఠకుని వ్యక్తిత్వాని సైతం నిరోధించి, కావ్య వ్యక్తిత్వాన్నే స్థాపిత మోనర్చడంగా కూడా మనం దీనిని స్వీరించవచ్చు. సరిగ్గా ఈ రహస్యాన్నే సి.నా.రె గ్రహించారంటారు. డా॥ అవంత్స సోమసుందర్. ఇది అక్షర సత్యం.

22. ప్రతిభాన్విత 'పరాభి

"ఈనాడు అంతా తారు మారు

ఆశలు మన్ను ముట్టినవి

ధరలు మిన్ను ముట్టినవి"

ఇదీ పరాభిగా 'పన్చాంగమ్' లోని ఓ సత్యం. ఆయన 1964లో చెప్పినా ఇది ఓ వర్తమాన సామాజిక వాస్తవమే. వైచిత్రి భావాల విలక్షణ కవి 'పరాభి' అసలు పేరు 'తిక్కవరపు పట్టాభిరామరెడ్డి' ఆయన రాసిన ప్రతీ అనుభవం, రచనలోనూ వైలక్షణం కనిపిస్తుంది. మనిషి మృదువు. కవిత కటువు. మృదుత్వం, కఠినత్వం ఆయన వ్యక్తిత్వంలో 'జంట పదాలు'. వచన పద్యాలతో పద్యాల నడుములు విరగ్గొడతానన్నాడు. అంత్య ప్రాసలతో అలరించారు. శ్రీశ్రీ ఫిడేలు రాగాల 'ఇంట్లో' లో 'విచిత్రమే సౌందర్యం, సౌందర్యమే విచిత్రం' అంటారు. పరాభి వ్యక్తిత్వం, కవిత్వం రెంటిలోనూ విచిత్రమైన సౌందర్యం కనిపిస్తుంది. "నాకు విచిత్రంబగు భావాలు కలవు. నా కన్నులందు తెలిస్కోపులు, మయిక్రాస్కోపులున్నవి". అని ఆయనే తన ఆత్మకథలో రాసుకున్నారు. కవిత్వంలో గణితాన్ని, గణితంలో కవిత్వాన్ని ప్రదర్శించగల ప్రతిభాశాలి 'పరాభి'.

పరాభి 1919 లో జన్మించారు. ఆయన తల్లి సుదర్శనమ్మ గొప్ప సాహిత్య వారసత్వం ఆమె స్వంతం. ఈయన తండ్రి రామిరెడ్డి కవి పండిత పోషకుడుగా ఖ్యాతి గాంచారు. పరాభి ఆగర్భ శ్రీమంతుడు. నెల్లూరు సమీపంలోని పొట్టేపాలెం వీరి జన్మస్థలం. తండ్రి మాట కరుకుతనం వలన తల్లి చాటు బిడ్డగా పెరిగాడు. మృదు స్వభావి. పదాలతో ఆడుకోవడం చిన్నతనం నుంచి సరదా. చింతచెట్టును చూసి బాల్యంలోనే "చింతా.. చింతా అంతా! యంతా! కొంతా! ముంతా! తంతా!" అని రాసారు. కళాపూర్ణోదయంలోని 'ఓ హంసి నీచేత నున్నయది నా బ్రదుకు...' అనే దేశి ఛందస్సు రగడ పాదం వలన చిన్నప్పుడే అంత్యప్రాసల, శబ్దాలంకారాల మీద విపరీతమైన ఇష్టం ఏర్పడింది. మేనమామ బెజవాడ గోపాలరెడ్డిగారి ద్వారా టాగోరు సాహిత్యంలో ప్రవేశం కలిగింది. హిందీ నేర్చుకున్నారు. 13–14 సంవత్సరాల వయసులోనే కథలు, కవితలు రాసారు. తొలి రచనలు జమీన్ రైతు. కృష్ణాపత్రికలో ప్రచురణ అయినవి. ఈయన తొలి కథ ప్రతిధ్వనులు 1934 'చిత్రగుప్తలో అచ్చయింది. అప్పటికి ఆయన వయసు పదిహేనేళ్ళు. రవీంద్రుని 'శాంతినికేతన్' కలకత్తా విశ్వవిద్యాలయంలో చదువు ఆయనకెన్నో జీవిత పాఠాలను నేర్పాయి. ఆయన జీవితానికి 'మలుపు'లుగా నిలిచాయి. ఇక్కడ ఏర్పడిన 'అశాంతి' లో

నుంచి పుట్టినదే 'ఫిడేలు రాగాలు డజన్. పది హేనళ్ళకే యవ్వన స్వప్నము, పదిహేడేళ్ళకు 'ఆవేదన' అనే కావ్యాలను రచించారు.

1938–39లో పఠాభి రాసిన 'ఫిడేలు రాగాలు డజన్' ఆయన విశ్వరూప సందర్శనం చేసిందనే చెప్పాలి. ఆయన ఇందులో చేసిన ప్రయోగం ఎంతోమందికి అర్ధంకాలేదు. కన్నడంలోకి అనువాదం చేసిన యు.ఆర్.అనంతమూర్తి వంటివారు. 'మున్నడి' రాస్తూ "అకావ్యం లాంటి ఇలాంటి వచన పద్యాలు 1939లో కన్నడలో అచ్చయి ఉంటే బాంబు పేలినట్లయేది" అన్నారు. ఇదో విప్లవాత్మక సాహసమని పొగిడారు. ఆధునిక ప్రయోగాల్ని అర్ధం చేసుకోలేని వారు మాత్రం ఇదో రోగాల డజన్ అన్నారు. ఆ తరువాత వచ్చిన పఠాభి వారి 'నీలగిరి నీలిమలు' (1951), 'కయిత నా దయిత' (1978) అంతర్లీన భావాల్లో ఓ విలక్షణ ఉండాలని ఆయన ప్రయోగాత్మకంగా వ్రాసారు. ఇందులో ప్రదర్శితమైన విశృంఖల భావుకత. ఎందరికో అర్ధంకాలేదు. నగర జీవితంలో సంక్లిష్టత ఉంటుంది. ఇక్కడో విచిత్రమైన భావజాలం పెనవేసుకొనిపోయి వ్యక్తిత్వాలలోనే ఓ విలక్షణత గోచరిస్తుంది. ఇందుకోసం పఠాభి ఓ కేన్వాసు ను ఎన్నుకొన్నారు. అందుకు తగిన విచిత్ర భాషను ఆయన ఆశ్రయించారు. ఇందుకు ఉదాహరణ 'జాబిల్లి' కవితలో 'తగిలింపబడియున్నది జాబిల్లి/ చయినా బజారు గగనములోన, పయిన/ అనవసరంగా అఘోరంగా' అంటారు. ఈ వైవిధ్యయుతమైన భాషా ప్రయోగశీలత ఆయన కథలు, వ్యాసాలు, కవితలు, ముఖాముఖిలోనూ కనిపిస్తుంది. అసలు ఆయన జీవితమే ఒక ప్రయోగశాల.

పఠాభి జీవితంను గమనిస్తే ఎంతో వైవిధ్య భరితంగా కనిపిస్తుంది. ఎన్నెన్నో మలుపుల్లో. కులాంతర, మతాంతర, భాషాంతర రాష్ట్రాంతర బేధాలున్నాయని అవగతమవుతుంది. ఇందుకు ఉదాహరణ ఆయన వివాహం అతను 1925లో యెమన్ రాజధాని యేడిన్లో జన్మించిన స్నేహలత జాయిస్ పాత్రిషియా పావెల్ను 1947లో మద్రాసులో వివాహం చేసుకొన్నారు. ఆమె 'ఫోకస్' అనే ఆంగ్లపత్రిక ప్రచురణ కర్త. ఈమె 1976లో అత్యయిక పరిస్థితి వలన జైలు పాలయి 1977లో మరణించారు. ఇది పఠాభి గారికి కోలుకోలేని విషాదాన్ని మిగిల్చింది. ఆయన 'పెళ్ళినాటి ప్రమాణాలు' 'భాగ్యచక్రం', 'సంస్కార' వంటి చిత్రాల కర్తగా పనిచేసారు. 30 పాటలతో 'సంఖ్యాబాల్య' అనే చిత్రం తీయాలనుకున్నారు. పఠాభికి ఒక కూతురు ఇషిబిలియా (సివిల్) కొడుకు కోణార్క్ మనోహర్ లున్నారు. 2006 మార్చి 23 న ఆయన స్వర్గస్తులైనారు.

1919–2006 ల మధ్యకాలంలో పఠాభి జీవితం నిండా మెరుపులే. ఆయన సాహిత్యమంతా విలక్షణ శైలి విరుపులు. మెరుపులే. 'శపించబడిన ప్రపంచమంతకు/ వినాశకాలం మూడింది/ ధరిత్ర మీదీ దురంత రాత్రికి/ ప్రపంచ ఘోషే వ్యాకరణం' మనిషి కృతకమయినాడు. కృతిమత్వం అతడి జీవన విధానమయింది. చివరకు 'జాబిల్లిని' సహితం 'ఎలక్ట్రిక్ దీపాలు జాతికి చెందిన భావచిత్రణగా అతని మనసు చేస్తున్నది'. 'నీవిచ్చోట బొత్తిగా అనసవరం సుమీ / మా కళ్ళు మురిసిపోవును ఈ యలక్ట్రిక్/ దీపాల ధళధళ్యమ్మునకని' అవహేళన చేస్తారాయన. 'వస్తున్నారు... వస్తున్నారు.... దొంగలు, త్రాగుబోతులు, లీడర్లు, ప్లీడర్లు/ పూజరులు, జారులు/ తమ రూపాయి డబ్బులతోడనే వలపును పర్చేస్ చేయడానికి ఓ బోగందానా నీవ / సంఘానికి వేస్తు పేపరు బాస్కెటువా' అనే ఆయన ఆవేశంతో కూడిన

ప్రశ్న, ఆశ్చర్యాలు. ఆయనలోని నిశితకు నిదర్శనం. 'జ్ఞానం కన్నా సుఖం ప్రధానం / కన్కనే మనస్మృతి కన్నా / మనుచరిత్ర సార్వజనీన' నిజంగా నేటికి నిజమే. జ్ఞానం కన్నా సుఖం మిన్న అనుకోవడం చేతనే సమాజంలోని అసమానత. 'గాంధీ మహాత్ములు ఒకే ఒక్కరు / బ్రాందీ మహాత్ములు మట్టుకు పెక్కురు" అనే కొసమెరుపులు 'పన్నాంగము' పఠాభికే సాధ్యం.

'పఠాభి' ప్రయోగాత్మక కవితా వేదిక. ఆయనదో నవీన పంథా. ఆధునిక ప్రయోగశీలకవి. ఆయన ఓ కవితలో

"నా యిష్టం వచ్చినట్లు జేస్తాను

అనుసరిస్తాను నవీన పంథా; కానీ

భావ కవిన్మాత్రము కాన్వే; నే

నహంభావ కవిని"

అని చెప్పుకొన్నారు. కోటాను కోట్ల మందిలో ఒకానొకరు మాత్రమే.. పఠాభి.

23. రా.వి.శాస్త్రి 'పిపీలికం' – అంతరార్థ కథనం

వల్లంపాటి వెంకట సుబ్బయ్య గారు తన 'కథా శిల్పం' లోని కథన పద్ధతులు 'వాస్తవిక కథనం' 'లేఖా కథనం' 'ఊహ కల్పన' 'అంతరార్థ కథనం' (అలిగిరీ) అనేవని చెబుతారు. 'కథనం' అనగా ఏమిటి? చెప్పే పద్ధతి. వస్తువును విస్తరిస్తూపోయే 'అంశాలు'ను సమగ్రంగా చెప్పాలి. ఇక్కడ సమగ్రతనగా 'పాత్రలు' 'నేపధ్యం' 'ధ్వని' వంటివి. పెద్ద కథ, చిన్న కథ అనే విభజన కాదు ప్రధానం. రచయిత వేసుకున్న 'వస్తువును' పాఠకులకు సులభంగా ఎంతవరకూ చేర్చ గలిగాడు అనేది ముఖ్యం. రామాయణ, మహాభారత, భాగవతాలను ఎందరెందరో పండితులు తామెన్నుకున్న 'పద్ధతుల్లో' చెప్పారు. రంగనాయకమ్మ గారు తమ స్టైల్లో వీటిని గురించి రాసారు. ఏతావాతా చెప్పుకానేదేమిటంటే 'వస్తువు'ను ప్రజెంట్ చేసే పద్ధతి కథనం.

ఓసారి శ్రీరాముడు వశిష్ని ఆశ్రమానికి చేరుకున్నాడు. తలుపులు వేసి ఉ న్నాయి. తట్టాడు శ్రీరాముడు లోపలనున్న మహర్షి 'ఎవరు నీవు' అని ప్రశ్నించాడు. జవాబుగా శ్రీరాముడు 'అది తెలుసుకోవడం కోసమే మీ వద్దకు వచ్చాను స్వామి' అని వినయంగా చెప్పుకున్నాడు. అటువంటి వానికే 'నేను' ఏమిటో అర్ధంకాలేదు. సందేహ నివృత్తి కోసం 'మరొకరి వద్దకు' వెళ్ళవలసి వచ్చింది. మరి 'నేను ఎవరిని' అనే తత్కబింతతనకు మన ఉపనిషత్తులు, వేదాంత గ్రంథాలు, ఆధ్యాత్మికవేత్తలు వివిధ రకాలైన నిర్వచనాలను ఇస్తున్నారు. ఇచ్చారు. కాని 'తనను తాను ప్రశ్నించుకోవడమంటే 'సగం సమాధానం' దొరికినట్టేనని' వివేకానంద వాణి. అసలు ఈ దిశగా చింతన చేయాలని ఎవరనుకుంటారు. నేను ఎవరిని? ఎక్కడి నుండి వచ్చాను? మరణం అంటే? మరణం తరువాత నేనెక్కడికి వెళతాను? అనే ప్రశ్నలు ఒకింత జీవన తాత్వకతను తెలియజేస్తాయి. 'అలెక్స్‌లీ' రూట్స్ వంటివి ఈ తరహా కథనాలే. బుద్ధుడు, శంకరాచార్యుడు, వివేకానందుడు, రామకృష్ణపరమహంస వంటివారు ఇలా ప్రశ్నించుకానే 'వాస్తవాలు' తెలుసుకున్నారు, ధన్యులైనారు.

మరి ఓ చిన్న చీమకు ఈ సందేహాలు వస్తే. అది రాచకొండవిశ్వనాథశాస్త్రి గారి 'పిలీకం' కథ అవుతుంది.

ఈ కథలోని ఇతివృత్తం – ఓ చీమ 'తనెంటి' 'తనెవరు?' అనే ప్రశ్నలకు సమాధానం కావాలనుకుంటుంది. ఆలోచిస్తూ చిక్కిపోతుంది. ఆలోచనలు వలన పని చేయలేకపోతుంది. మిగిలిన చీమలు దీనిని చూసి పనిచేయని వారు 'చెడిపోతాయిస్కా' అని చెబుతాయి. చివరకు దాని మీద జాలిపడి ఓ చీమ! 'ఎందుకలా ఆలోచిస్తావు. ఎవరైనా ఓ అనువశాలిని' అడగమంటుంది. అలా

'గోపన్నపాలెం'లోని 'నిగమశర్మ' వద్దకు వెలుతుంది. అతడికి 'జ్ఞానం' కన్నా 'ఆకలి' ఎక్కువ. దానిని తీర్చుకొనేందుకు ప్రతి దినం ఓ గిద్దెడు నూకలు 'తనకు గురు దక్షిణగా ఇమ్మంటాడు. 'అలా ఇస్తూ అతని వద్ద చదువు నేర్చుకుంటుంది. అయినా దాని ప్రశ్నలకు సమాధానం దొరకదు. ఈసారి మరో చీమ 'మరో గురువు వద్దకు వెళ్లమంటుంది. అనంతరం నిగమశర్మ సలహా మేరకు 'జన్నాలపల్లె' లోని 'చతుర్వేది' వద్దకు వెలుతుంది. అది బ్రాహ్మణ చీమ కాదని, దానిపై మంత్రజలం చల్లి 'శుద్ధి' చేసి దానికి బ్రహ్మజ్ఞానం నేర్పి నీవు 'పిపీలికాని'వి అని చెబుతాడు. నిగమశర్మ 'చీమవి' అన్నా, చతుర్వేది, పిపీలికానివి' అన్నా దానికి తృప్తి కలగదు. తిరిగి తన పుట్ట వద్దకు చేరుకుంటుంది. పుట్టలోనుంచి మందలు మందలుగా చీమలు బయటకు వచ్చేస్తుంటాయి. జ్ఞాని అయిన చీమ మిగిలిన వారిని అడుగగా 'మన పుట్టను ఎవరో రాక్షసుడు ఆక్రమించుకున్నాడని' చెబుతాయి. వాటినందరిని ఒక దగ్గర చేర్చి, తానే ఆ రాక్షసాకారం' దగ్గరకు వెలుతుంది. దానితో 'ఎవరు నీవు ఇలా మా ఆశ్రమాన్ని ఆక్రమించుకోవడం అధర్మం కదా' అని వినయంగా ప్రశ్నిస్తుంది.

పాము బుసబుసమని కోపగించుకొని 'ఓ పిపీలికాథమా' నేను సుఖభోగిని, నువ్వెవరో తెలుసా? నీ ముఖం చూస్తే నీకు తెలియిదులా ఉంది. నువ్వ ఈ లోకంలో తుచ్చపు కష్ట జీవివి. కష్టపడాలి. సుఖభోగులు సుఖించాలి.... మీ చీమ వెధవలంతా కష్టపడాలి అదే న్యాయం, అదే ధర్మం' అని చెబుతూ వాటి నిర్మాణ కౌశలాన్ని మెచ్చుకుంటుంది. అప్పుడు చీమకు ఎనలేని ఆనందం కలిగింది. 'చదువు' 'బ్రహ్మ' విద్య చెప్పలేనిది ఓ పాము చెప్పింది. 'తనో కష్టజీవి'నని. తరువాత చీమలన్ని కలిసి పామును చంపుతాయి.

అంతర్ధాన కథనం అంటే ఏమిటి పాశ్చాత్య సాహితీకారులు 'అలిగరీ' అంటారు. ప్రధాన పాత్రలు, సంఘటనలు, భావాలు ఇతర వ్యక్తులకు, సంఘటనలకు, భావాలకు ప్రాతినిధ్యం వహిస్తాయి. కథ ప్రారంభం నుంచి చివరి వరకు ఈ 'అంతరార్థం' కొనసాగుతుంది. దీనికి కథనానికి, ప్రతీకలకు, పోలీకలకు, తారతమ్యాలు కూడా ఉంటాయి. ఒక పాత్రకో, సంఘటనకో, భావానికో పరిమితంగా ఉంటే 'ప్రతీక' అవుతుంది. పరిమితంగా ఉంటే అది రూపకం అవుతుంది. ఒక ప్రతీకనో, రూపకాన్నో చివరి వరకు కొనసాగిస్తే అది 'అంతరార్ధ కథనం' అవుతుంది. 'పైన ఉన్న కథ మీద రచయిత కప్పిన పొందను తొలగిస్తే మరో కథ కనిపిస్తుంది' అని వల్లంపాటి వారి వ్యాఖ్యానం. (తెలుగులో 'ప్రభోధ చంద్రోదయం', 'బంగారు నడచిన బాట', ఇంగ్లీష్లో 'ఫెయిరీక్వీన్' 'ఆబ్ సలాం అండ్ అఖితోఫెల్' వంటివి గొప్ప ఉదహరణలు).

రా.వి.శాస్త్రి రచనల్లో ఈ కథ విధానం ఎంతో చక్కగా కనిపిస్తుంది. ఇదే అలవరసలలో సాగినవే అనిపిస్తుంది. 'గోవులొస్తున్నాయి జాగ్రత్త' ('సొమ్ములు పోనాయండి') వంటివి. రచయిత చెప్పిన కథ వెనుక 'అంతర్లీన భాష్యాలు' వేరేగా ఉంటాయి. 'పిపీలికం' కథ వరకు వస్తే 'తరతరాల శ్రమ దోపిడినీ భారతీయ వేదాంతలోత గ్రంథాలు' ఏవిధంగా ప్రోత్సహించాయో చెబుతుంది'. 'నిగమశర్మ' 'చతుర్వేది' వంటి పాత్రల పేర్లు కూడా వీటిని సూచిస్తాయి. బలవంతులు బలహీనుల శ్రమను దోపిడి చేయడం, దౌర్జన్యాల (వర్తమానం కూడా మినహోయింపు కాదు) చేయడం వంటివి ఓ 'క్రమబద్ధీకరించబడిన'

వ్యవస్థగా రూపాంతరం చెందడం, ఇందుకు అన్ని వ్యవస్థలు సహాయకారులు కావటం ఈ కథలో కనిపిస్తుంది. 'నేను' ఎవరిని అని తెలుసుకోవటం ఎవరికైనా 'సామాజిక తాత్విక కోణం'లో అవసరం 'నిన్ను నీవు తెలుసుకోవటమే నిజమైన జ్ఞానం' అనేది మన ఉపనిషత్తుల చెప్పే మాట. ఆదిశంకరాచార్యులు, వివేకానందా, రామకృష్ణులు తదితర ఆధ్యాత్మిక పరంపర వారసులు వ్యాఖ్యానాలకు మూలసూత్రమిదే. చీమకు కలిగిన జిజ్ఞాస ఆ 'బలహీనవర్గాల' వారికి కలిగితే, దాని కోసం ప్రయత్నం చేస్తే తమ అవసరాల (ఆకలి, యజ్ఞం) కోసం ఆ 'వర్గాన్ని' వారు ఎలా 'ఎక్స్‌ప్లయిట్' చేసి పబ్బం గడుపుకున్నారో 'నిగమశర్మ' 'చతుర్వేది' వంటి పాత్రలు చెబుతాయి. ఇక్కడో చిత్రం ఏమిటంటే 'చతుర్వేది' వంటి విద్వాంసుడు 'నిగమశర్మ' కాదు. కాని తనకు తెలిసిన (అ)జ్ఞానంతోనే తనకు తెలియకుండానే 'దోపిడి' చేసాడు. (ఆయన వాదన ఆయన కుండచ్చు) అతనికి సహితం అది 'చీమ' అనే తెలుసు. పండితుడు కనుక చతుర్వేది 'పిపీలికం' అన్నాడు.

ఏది ఏమైనా 'చీమ'కు ఆ చదువు 'జ్ఞానం' ఇవ్వలేదు. చివరకు 'వర్గశత్రువే' అయినా పాము చీమకు 'జ్ఞానోపదేశం' చేసింది. నీవు 'తుచ్చమైన కష్టజీవివ'ని తెలిపింది. రుషిపుంగవుడు 'మోక్షం' కోసం తపస్సు చేయమంటాడు. ఎందుకు 'మోక్షం' అని చీమ విలువయిన ప్రశ్నిస్తుంది. కడుపు నింపని మోక్షం ఎందుకు? ఇది చీమ సందేహం. రెక్కడితే కాని డొక్క నిండని కష్టజీవి కి 'మోక్షం' అవసరమా? కాని పాము చెప్పిన సత్యం 'నీవు కష్ట జీవివి' 'ఇది భగవన్యాయం' అనే మాటలు ఆ చీమలో చైతన్యం నింపుతాయి. వాస్తవాలు ఎవరు చెప్పినా అవి జీవిత సత్యాలుగా మలచుకొన్నవారే పోరాటాలుకు సిద్ధపడతారు. చీమకు తాను కష్టజీవినని తెలిసాక, తరువాత చేయవలసిన కర్తవ్యం సహితం అవగతమయింది. 'పోరాటం' అనివార్యమని అర్థమయింది.

తనవారిని కూడగట్టుకుంది. పాముని చంపగలిగింది. రా.వి. శాస్త్రిగారు ఈ కథలో చేసిన గొప్ప ప్రయోగం ఏమిటంటే మానవ పాత్రలకు బదులు జంతువుల పాత్రలను ఉపయోగించటం. జానపద కథనాన్ని ఎంచుకున్నారు. తనదైన శైలి హాస్యం, వ్యంగ్యం, 'సత్యం' వంటి వాటిని సంభాషణల్లో ఎంతో పదునుగా వాడారు. రా.వి. శాస్త్రి శైలి ప్రత్యేకత అది. బడుగువర్గాల ఆకలి తీర్చని చట్టాలు, విద్యలు ఎందుకోసం? శ్రమ దోపిడిని అరికట్టలేని ప్రభుత్వాలు ఎవరిని పాలిస్తున్నాయి? ఎవరి కోసం పరిపాలిస్తున్నాయి. 'సామాన్యుల ఆకలి కేకల నుంచే విప్లవాలు పుడతాయని' మార్క్స్ వంటివారు నినదించిన నినాదాలు వెనక 'చీమ' వంటి కష్టజీవుల జీవన కథనాలున్నాయనేది వాస్తవం. ఇందుకు నిదర్శనం – 'పిపీలికం'

24. పోతన వ్యక్తిత్వ చిత్రణం – "గజేంద్ర మోక్షం"

భగవద్గీతలో కృష్ణుడు నలుగురు భక్తులను గురించి పేర్కొన్నాడు. 'ఆర్తో జిజ్ఞాసు రర్థార్థీ జ్ఞానీచ భరతర్షభ" అనగా ఆర్తుడు, జిజ్ఞాసువు, అర్థార్థి, జ్ఞాని ఇదే సందర్భంలో 'ఏకాగ్రభక్తి:' అనే పదం కూడా దర్శనమవుతుంది. దీని గురించిన లోతైన చర్చను గీత చేస్తుంది. భక్తి యోగంలో నిర్గుణ ఉపాసన, అనేక క్లేశాలలో కూడినదని, దేహమే నేనని భావం కలవారికి దు:ఖాన్ని కల్గిస్తుందనీ పేర్కొనటం జరిగింది., 'నేను''నాది' అనే పదాలు విషాదసోపానాలని తాత్వికుల బోధ. పోతన, త్యాగయ, రామదాసు తదితరులు దేహభావంతో కూడిన వారికి నిర్గుణోపాసన కుదరదని, సుగుణోపాసనమే శ్రేష్టమని బోధించారు. కానీ... జ్ఞాన మార్గం కన్నా ఇది గొప్పదని చెప్పలేదు. 'గీతలో మరో సందర్భంలో భక్త్యా మాం అభిజానంతి' అనగా భక్తి ద్వారా నన్ను తెలిసి కొనగలరనే మాటలో కోణం తొంగి చూస్తోందంటారు'. కంచి పరమాచార్య చంద్రశేఖరేంద్ర సరస్వతీస్వామి. అర్జవితో 'బుద్ధియోగాన్ని అనుసరించు' అని అన్నాడు గానీ భక్తియోగాన్ని అనుసరించు అని చెప్పలేదని స్వామి చెబుతారు. శిఖరాగ్ర సదృశభక్తియే జ్ఞాన మార్గంలో ఉంటుంది... మహా భారత, భాగవతాలలో ఎన్నెన్నో కథల్లో 'భగవానుడు' ప్రక్కనే ఉన్నా ఆయనను ఎవరూ పిలువలేదు. ఆయన దయను పొందలేదు. ద్రౌపది వస్త్రాపహరణం, గోపికల వస్త్రాపహరణం, గజేంద్రమోక్షం వంటి ఘట్టాలను ఒక్కసారి జ్ఞప్తికి తెచ్చుకొంటే మానవ తప్పిదాలు... గర్వాలు... 'నేను' అనే అహంకారాలు... వంటివి ప్రధాన అంశాలుగా కనిపిస్తాయి. 'నేను యుద్ధం చేయలేను. నాకు రాజ్యం వద్దు. రాజ్య సుఖాలు వద్దు. అందరూ నా వారే. నేనెలా వారిని వధించడం' ఈ మాటలుతో అర్జునిలోని 'స్వ' అనే అహంకారం ధ్యోతకమవుతుంది. మానవ ప్రయత్నంలో దైవ నిర్ణయాధికారముందనే విషయాన్ని విస్మరించాడు. ప్రక్కన ఉన్నది సాక్షాత్తు నారాయణుడని తెలిసినా... అర్జునిలోని 'అంగీకరించనితత్వం' గీతకు ప్రాణం పోసింది. అందుకే ప్రహ్లాదుడు చేత 'అజ్ఞుల్ గొందఱు వేము దా మనుచు మాయం జెంది సర్వాత్మకుం..." అని పోతన చెప్పిస్తారు. గజరాజు కూడా తన పూర్వజన్మ వృత్తాంతము తెలియనివాడై 'తనదైన లోకం'ను సృష్టించుకొని. ఆడ ఏనుగులతో సరససల్లాపాల నడుమ ఆనందమయ జీవితం గడుపుతూ 'జ్ఞాన మార్గం' నుంచి ప్రక్కకు తప్పిపోయిన, శాపగ్రస్త అయిన 'ఇంద్రద్యుమ్నుడ'ను 'భక్తి' మార్గంలోకి 'హరి మళ్ళించిన విధం'ను 'గజేంద్రమోక్షం'లో పోతన రసస్ఫూర్తిమంతమైన పదజాలంతో మాయాజాలం చేసారు.

భారతీయ ఆధ్యాత్మిక గ్రంథ ప్రపంచంలో 'పంచగీత'లుగా పండితులుచే ప్రశంసలందుకున్నవి భగవద్గీత, అనుగీత, భీష్మస్తవము, విష్ణుసహస్రము, గజేంద్రస్తవము మొదటి నాలుగు మహాభారత కథలోనివి, చివరిది భాగవత గ్రంథం లోనిది. భక్తి మార్గములో మోక్ష సాధన ఎలా చేయవచ్చునో

తెలియజేయునది భాగవతం. ఇది పోతన నిజ జీవిత చిత్రణకో ఉదాహరణ 'గజేంద్రుడు' మహావిష్ణువును తనను రక్షించమని ప్రార్థన చేయటమే 'గజేంద్రస్తవము'. దీనినే 'గజేంద్ర గీత' అని కూడా అంటారు.

మన పురాణాల్లో చెప్పిన కాలమానం ప్రకారం ప్రస్తుతం కలియుగం. మూడు యుగాలు గడిచాయి. నాలుగో యుగమైన కలిగియుగంలో ఉన్నాము. సృష్టి ఆరంభం నుండి అంతం వరకు ఉండే కాలాన్ని 14 మన్వంతరాలుగా విభజించారు. ఒక్కొక్క మన్వంతరానికి ఒక్కొక్క మనువునాయకుడు. 'గజేంద్రమోక్షం' కథ నాలుగవ మన్వంతరంలో జరిగింది. తామసుడు అనే మనువు నాయకుడు పూర్వం ద్రవిడదేశాన్ని ఇంద్రద్యుమ్నుడు అనే రాజు పాలిస్తుండేవాడు. అతడు విష్ణు భక్తుడు. ఒకానొక సమయంలో కార్యర్థియై మౌనవ్రతముతో తపస్సు చేసుకొనసాగెను. ఆ సమయంలో అగస్త్యుడు అక్కడకు రావటం జరిగింది. రాజు లేచి పూజించలేదు. మహర్షికి కోపం వచ్చింది. ఏనుగుగా జన్మించమని శాపమిచ్చాడు. త్రికూట పర్వత ప్రాంతంలో మూడు వేల ఏనుగులకు అధీశుడై ఎదురులేని జీవితం వలన మద, గర్వాలు హెచ్చాయి. ఒకరోజు అడవిలో తిరుగుతూ, దారి తప్పి, దస్సి పోయి, నీటికై తపిస్తుండగా ఓ సరస్సు కనిపించింది. అందులోని మొసలి ఏనుగు కాలిని పట్టింది. వారిరువురూ వేయి సంవత్సరాలు యుద్ధం చేసారు. మొసలిని తేలికగా తీసుకొన్న ఏనుగు చివరకు 'ఎవనిచేజనించు జగమెవ్వనిలోపలనుండు' అని తలంపక తప్పలేదు. ఆ సరస్సులోని మొసలి పూర్వజన్మలో 'హూహూ' అను పేరు గల గంధర్వుడు. గొప్పవాడను గర్వముతో దేవలుడు అను ఋషిని అవమానించి అతనిచే శాపం పొందెను. విష్ణువు చక్రము చేత శాపవిమోచనం పొందెను. జ్ఞానులను భక్తి శ్రద్ధలతో గౌరవించకపోతే పరిణామాలు తీవ్రంగా ఉంటాయనేది కథలో గ్రహించవలసిన ఒక నీతి. గర్వం, అహంకారాలు వంటివి మనిషిలోని పశుత్వానికి ప్రతీకలని వాటి వలన నాశనం తప్పదనేది మరో విశేషం.

గజేంద్రమోక్షం కథం ఎందుకు చెప్పుకోవాలంటే... 'కవి తత్వాన్ని కవిత్వం కథ' చెబుతాయి. కవి ఆత్మను... వ్యక్తిత్వాన్ని ప్రతి కోణంలోనూ ఆవహన చేసుకొనే ముందుకు సాగాలి. కవిగా పోతన వ్రాసిన ప్రతి అక్షరం రామునికే అంకితం చేసాడు. అనగా తనని తాను రామాంకితమని భావించాడు. ఇది గొప్ప ఆధ్యాత్మిక చింతన భోద.

భాగవత రచన తనకు సాధ్యం కాదనుకున్నాడు. కాని 'పలికెడిది భాగవతమట/ పలికించెడివాడు రామభద్రుడంట' అని వినయంగా చెప్పుకున్నాడు. తనని తాను తెలుసుకోవడమే నిజమైన వ్యక్తిత్వం. వ్యాసులు వారిచే విరచితమైన కథను... తనదైన శైలిలో తెలుగులోనికి తీసుకువచ్చిన ధన్య జీవి, భాగవతోత్తముడు పోతన, 'గజేంద్రమోక్షం'లోని ప్రతి పద్యంలోనూ 'పోతన' దర్శనమిస్తారు. పోతన జీవిత చరిత్రలోని ఘట్టాలను ఒక్కసారి పునశ్చరణ చేసుకొనే వారికి ఈ ఘట్టంలోని పద్యాలలో గజేంద్రుడు ఆవేదన కాదు, పోతన ఆర్తి, ఆర్ద్రత దృశ్యమానమవుతాయి. గమనించి చూస్తే 'ప్రహ్లద చరిత్ర'కు కొనసాగింపు 'గజేంద్రమోక్షమని' నా భావన. పద్యాలలోని ఆధ్యాత్మిక చింతనాతత్వంలో పోతన వ్యక్తిత్వం అణువణువునా సమ్మిళితమైపోయిందనిపిస్తుంది. 'ఎవ్వనిచే జనించు జగమెవ్వనిలోపలనుండు లీనమై/ యెవ్వనియందుడిందు బరమేశ్వరుడెవ్వడు మూలకారణం బెవ్వ...' అనే పద్యాన్ని ఉదాహరణగా తీసుకొని పోతన జీవిత ప్రస్థానం గమనించినవారికి ఓ విషయం అవగతమవుతుంది. ఈ

లోకం ఎవరిది? రాజులదా... కాదు... మరి రాజస్థానాలను ఎందుకు ఆశ్రయించాలి? రాజులు కోసం కావ్యాలు ఎందుకు అంకితం ఇవ్వాలి. 'భాగవతం' తనకంకితమివ్వమని నృసింహభూపాలుడు అడిగితే సున్నితంగా తిరస్కరించినది 'కారే రాజులు రాజ్యముల్' అన్నది ఇందుకే మరో విషయం... వ్యాస మూలంలో 'యస్మిన్నిదం యతశ్చేదం యేనేదం య ఇదం స్వయమ్/యో(స్మాత్పురస్మాచ్చ పరస్తంప్రపద్యే స్వయం ఘువమ్|| అనే భావానికి 'ఎవనిచేజనించు' అనే పద్యమునకు మధ్య ఓ చిన్నని సన్నని భావగర్భితమైన లాలిత్యం కనిపిస్తుంది. యధాతథ అనువాదం కాదు 'తన వ్యక్తిత్వ ముద్ర' తో కూడిన సరళ మృదు మధుర అక్షర విన్యాసం పోతన 'గజేంద్రమొక్షణ' చిత్రణ.

గజేంద్రుడు కాలిని మొసలి పట్టుకొంది. మిక్కిలి బాధగా ఉంది. బాధలో 'సహజంగా' తన అసమర్ధత, కోపం, నిస్సహాయత వంటివి తొంగి చూస్తాయి. కానీ... స్థితప్రజ్ఞతతో కూడిన భక్తి భావన సాధ్యమా అనిపిస్తుంది కానీ పోతన తనదైన 'వ్యక్తిత్వ ముద్ర'ను గజేంద్రునిలో ప్రతిక్షేపణం చేస్తారు.

'ప్రేమ ద్వారా అహంకారాన్ని నిర్మూలనం చేసి భగవంతునిలో ఐక్యమే భక్తియని' అంటారు తాత్త్వికులు, ప్రేమ వలన అహంకారం కరిగిపోగా మూలంలో కలిసిపోవునట్లు చేయటమే భక్తి. ఈ భావన కలిగితే 'వ్యక్తి' 'వ్యక్తిత్వం'లో ఐహికమైన క్లేశాలు బాధించవు. పోతన జీవితం ఇదే చెబుతుంది. గజేంద్రుడు తన అహంకారంను వదలి 'భక్తి'ని 'జ్ఞానం' (తెలివితేటలతో కాదు) వలన అవగాహన చేసుకొన్నాడనే భావన 'భక్తుల'లో ప్రసరింపజేయటమే ఈ ఘట్టం ప్రధానోద్దేశ్యం. పోతనమనోగతం, జ్ఞానసిద్ధి పొందిన వైవాహికులకు 'భవబంధాలు' దైవ కల్పితాలు. వాటిని కూడా భక్తి, ముక్తి సాధనలో మార్గంగా ఎంచుకొనేవారికి భగవంతుని నిజస్వరూపం సాక్షాత్కారమవుతుంది. పోతన 'వ్యక్తిత్వం' లో 'నేను' అనేది లేదనిపిస్తుంది. భగవతేశ్వరూపగుణాలైన ప్రేమ, దయ, సానుభూతి వంటి వాటి వలన 'నేను' దూరంగా జరిగి చూడాలి. లేకుంటే దైవసహాయం పొందలేం. ఇదే 'గజేంద్రుని' కథలో వరుసగా వివరిస్తారు. ఏనుగు తాను ఆపదలో ఉ నాన్నా 'నేను' అతనిని కొలుస్తాను... 'నేను' అతనిని ప్రార్థిస్తున్నాను... 'ఒకపరిజగముల వెలినిడి''లోకంబులు లోకేశులు' 'నర్తకునిభంగి పెక్కుగు' తదితర పద్యాలలో 'నేను' 'నాది' అనే మోహాన్ని విడువలేదు, ఇది కూడా 'భక్తే' అనుకొంటాం కాని అందులో కూడా భగవంతుని పట్ల 'అర్పణ' కన్నా 'వ్యామోహం' ఎక్కువగా కనిపిస్తుంది. అది కూడా ఒదిలివేయాలని చెబుతారు పోతన. నిజ జీవితంలో 'తాను వదిలించుకొన్నారు' 'కవులు హాలికులైననేమి' అని చెప్పుకొన్నారు. శ్రీనాథుని జీవితంతో పోతనను సరిపోల్చి చూస్తే విషయం అవగాహనమవుతుంది (వీరు సమకాలికులు అవునా? కాదా? అనేది ఇక్కడ అప్రస్తుతం).

పోతన వ్యక్తిత్వంలో ఒకక్రమరిణామక్రమం దృశ్యమానమవుతుంది. 'వివేక చూడామణి'లో శంకరులవారు 'అహంకారాది దేహంతాన్ బంధాన్ అజ్ఞానకల్పితాన్/ స్వస్వరూప అవబోధేన మోక్తుమిచ్చుముముక్షుతా||' అని చెబుతారు. ముముక్షుత అనగా అహంకారం కలిగించే బంధం నుండి విముక్తి. 'గజేంద్రమొక్షం' లో 'ఏనుగు' విష్ణువుకు చేసుకొన్న ప్రార్థనలో కూడా ఓ 'క్రమ పరిణామదశ' కనిపిస్తుంది. అతని ప్రార్థనలోని 'ఆర్తి' 'ఆవేదన'లలో భగవంతునికి భక్తునికి మధ్యనున్న తెర విచ్చిన్నం కావటం చూస్తాం. 'నేను' నుంచి 'సువ్వే అంతా 'నీవు లేకుంటే నేను' లేను అనే వ్యక్తి ప్రయాణ భావం

ద్యోతకమవుతుంది. 'లావొక్కింతయులేదు ధైర్యమువిలోలంబయ్యె, బ్రాణంబులన్/రావుల్ దప్పెను, మూర్చ వచ్చె, దనువున్ దప్సెన్, శ్రమంబయ్యెడిన్/నీవే తప్పనిత: పరంబెఱుఁగ, మన్నింపందగున్ దీనునిన్/రావే యీశ్వర కావవే వరద! సంరక్షించు భద్రాత్మకా!' అని వేదనాపూరితమైన వినతిని విశ్వప్రభువుకు విన్నవించుకోవటంలో అతని వివేకం కనిపిస్తుంది. ఇంకా, ఇంకా, భక్తిపరిపక్వతను భగవంతుడు కోరుతాడు. 'వినుదట జీవుల మాటలు' 'ఓ కమలాప్త! యో వరద! యో ప్రతిపక్ష విపక్షదూ' అని తనను తాను అర్పించుకొంటాడు. ఇది గజేంద్రుని ఆర్తనాదం కాదు. పోతన ఆర్ద్రతాపూరిత నివేదన. రాముని దర్శనానికై పడే తపన, కవి 'ఆత్మ'ను ఆవాహన చేసుకొనే సందర్భం

పోతన తన జీవితం రామునికే అంకితం రాముడు లేని భౌతిక ప్రపంచమును పోతన చూడలేదు. ప్రతీ అణువు... రామునికే అర్పితం. ఇదే ఆర్తి 'భాగవతం' అంతటా కనిపిస్తుంది, వినిపిస్తుంది. గజేంద్రుని విముక్తి కోసం 'విష్ణువు పరిగెత్తుకొని రావటంలో కూడా పోతన ఆనదైన 'భక్తిముద్ర'ను వేస్తారు. 'అలవైకుంఠపురంబులో నగరిలో నా మూలసౌధంబుదా' 'సిరికింజెప్పడు శంఖచక్రయుగముంజేదోయి సంధింప(డే' అనే అమృతగుళికలు వంటి పర్యసముదాయలో పోతన వ్యక్తిత్వంలోని 'భక్తి సాంద్రతన' పాఠకులు సహితం 'అనుభవైకవేశ్య' చేస్తారు.

వ్యక్తి వికాసానికి భక్తి మార్గమైన 'ఆధ్యాత్మిక కవచానికి నాలుగుఅంగాలున్నాయంటారు'. కంచి పరమాచార్య చంద్రశేఖరేంద్ర సరస్వతీస్వామి, గుర్వానుగ్రహం, వివేకం, వైరాగ్యం, ఇంద్రీయ నిగ్రహం వంటివి అవసరమంటారు. పోతన 'భగవతం' ను పఠనం చేస్తే ఇవి సిద్ధిస్తాయనిపిస్తుంది. ఆయన 'స్వగతం' 'రామ మంత్రం' మనిషి జీవనంలో నైతిక నిష్ఠ వలన మాత్రమే 'భక్తి' మార్గావలంబన సులభవమౌతుంది. లేకుంటే 'అహంకారం' 'అధికారమదం' వంటి వాటిపైన 'లోపలి శత్రువులు' దాడి చేయవచ్చు. వానిని నుంచి బయటపడాలంటే 'దైవానుగ్రహం' అవసరం. ఇది అంత సులభసాధ్యం కాదు. కనుక పోతన నిరంతరం వాస్తవాలను 'వర్తమానాలను' మరచిపోరాదని చెప్పడానికే 'గజేంద్రమోక్షం' ను వ్యాసుల వారి మనోభావాలను దాటి, మూలమునునుసరిస్తూనే' తన వ్యక్తిత్వపు ముద్రలకనుగుణంగా మనకందించారు. 'శ్రీకైవల్యపదంబు జేరుటకునై చింతించెదన్' అన్న భాగవత పద్యంలోని 'భక్తపాలన కళా సంరంభకున్' అనే విశేషణానికి విశ్లేషణ రూపమే 'గజేంద్రమోక్షం' చిన్నతనంలోనే బాలలకు ఆటవిడుపుగా అయ్యివార్లు' ఎంతదయోదాసులపై, పంతంబున మకరిపట్టి బాధింపగ, శ్రీ/కాంతుడు చక్రముపంపెను, దంతావళరాజుగాయ' అనే పద్యాలను చెప్పేవారు. నిజమే కదా! పోతన భాగవంతలో 'రాముడు' స్వయంగా పద్యరచన చేసారు కదా... మరి గజేంద్రుని అనుభవం పోతనది కాదా?

భగవతంలోని 'గజేంద్రమోక్షం' ఘట్టంలో 'అలవైకుంఠపురంబులో...' నుంచి 'కరుణాసింధు(డుశేరి' వరకు వరుసగా ఏడు మత్తేభవృత్తాలను వడివడిగా నడిపిస్తారు పోతన. కారణమేమిటని అలంకారికులు, ఆధ్యాత్మికవేత్తలు తరచి చూస్తే శ్రీ మహావిష్ణువుకు 'గజేంద్రుని' ఆర్తనాదం విన్న వెంటనే 'మత్తేభం కష్టంలో ఉంది. కాపాడాలి' అని మనసు నిండా 'మత్తేభాన్ని' నింపేసుకున్నాడు. మహావిష్ణువు మనస్సును తనువంతా నింపుకొన్న పోతన 'విష్ణువుకు దాసుడైనాడు. మహావిష్ణువుకు మహాకవికి సాధారణీకరణం ఏర్పడింది. 'పలికించెడివాడు రామభద్రు(డే' కదా!

'ఖ్యాతి గడించుకొన్న కవులందరు లేరే! అదేమి చిత్రమొ
పోతన యన్నచో కరిగిపోవునెదంద, జోహారుసేతకై
చేతులు లేచు ఈ జనవశీకరణాద్భుతశక్తి చూడగా
నాతని పేరులో గలదో! ఆయన గంటములననున్నదో!

అని జంధ్యాలపాపయ్యశాస్త్రి గారు రాసిన పద్యంలో వివరించిన తీరున ఆ 'కలం'కు అంత సొగసులద్దినది, అశేష పాఠకుల హృదయాలను ఆకర్షించినది పోతన 'వ్యక్తిత్వం' అని భావన. ఆ మహా కవి నిత్యనిరంతర కృషి దండిగా నిండుగా పండించిన 'బంగారు పంట' 'భాగవతం' తెలుగు వారి అదృష్టం.

25. సమాజ ప్రగతి జాడ గురజాడ

'గుత్తునా ముత్యాల సరములు/గూర్చుకొని తెచ్చిన మాటలు/కొత్త పాతల మేలు కలయిక/క్రొమ్మెరుంగులు జిమ్మగా" అని 1910లో శ్రీ గురజాడ అప్పారావు నవీన కవిత్యానికి ఆరంభ గీతి ప్రయోగించాడు' – శ్రీశ్రీ 'భారతదేశంలో బ్రిటిష్ పాలన పరస్పర విరుద్ధమైన రెండు పాత్రల్ని నిర్వహించింది. ఒకటి, దేశాన్ని కొల్లగొట్టే వినాశకరమైన పాత్ర, రెండోది, పునరుజ్జీవనాంశ ఉన్న అంతవరకూ ఎరగనిదీ, బ్రహ్మండమైనదీ అయిన ఏకైక సామాజిక విప్లవాన్ని బ్రిటిష్ పాలనే కాని తెచ్చింది' – మార్క్స్,

ఈ ఇద్దరు మహా వ్యక్తులు పేర్కొన్న రెండు మహా సంఘటనలు యాదృచ్ఛికంగా జరిగినవి కావు. ఇతర ప్రపంచంతో సంబంధంలేని స్వయంపోషక గ్రామీణ వ్యవస్థతో వర్ణ వ్యవస్థతో గిడసబారి, శతాబ్దాల తరబడి ఏ మౌలిక మార్పు లేకుండా అభివృద్ధికి నోచుకోకుండా స్తబ్దంగా పడివున్న భారతీయ సమాజంలో కదలిక తెచ్చింది బ్రిటిష్ వారే. సరిగ్గా అదే పరిస్థితి తెలుగు సాహిత్యంలో గూడా నెలకొని ఉంది. సామాజిక జీవితానికీ సహజత్వానికీ సంఘర్షణకూ దూరమై నిర్జీవమైన తెలుగు సాహిత్యంలో కదలిక పుట్టించి ప్రపంచ సాహిత్యంతో సంబంధాన్ని జీవితంతో అనుబంధాన్ని కలిగించిన మహా కవి, తాత్త్వికుడు గురజాడ. అంటే గురజాడ జీవితం, తను సాహిత్యంలో తెచ్చిన మార్పు బ్రిటిష్ పాలనతో ముడి వేసుకున్నాయన్న మాట. బ్రిటిష్ వారు భారత దేశానికి పెట్టుబడి దారీ వ్యవస్థతో బాటు ఆధునిక భావాల్ని తెచ్చిపెట్టారు. అలా ఇక్కడకు చేరిందే 'మానవతా వాదంగా' పేర్కొనే మానవవాదం.

రామ్మోహన్ రాయ్, ఈశ్వర చంద్ర విద్యాసాగర్, కందుకూరి వీరేశలింగం వంటి దిగ్గంతులు సంస్కరణ భావాల్ని ప్రచారం చేస్తున్న నేపథ్యంలో భారతదేశంలో జాతీయోద్యమం మెల్లగానైనా సాగుతున్న వాతావరణంలో చీపురుపల్లి, విజయనగరంలలో మహారాజా వారి ఉన్నత పాఠశాలలో, ఆంగ్లం, సంస్కృతం, చరిత్ర అధ్యయనం చేశారు. ఆంగ్ల, సంస్కృత భాషల ద్వారా ప్రపంచ సాహిత్యాన్ని, ప్రాచీన భారతీయ సాహిత్యాన్ని గురజాడ చదివాడు. మానవమూల ప్రగతినే పరిశీలించాడు.

భారతీయ సాహిత్యంలో కానీ, ప్రపంచ సాహిత్యంలో గానీ డార్విన్ పరిణామ సిద్ధాంతంలో సహా ముఖ్యమైనదే ఇది గురజాడ దృష్టిని తప్పించుకోలేదు. జాతీయ జీవనంలోని ప్రముఖులతో సంబంధం పెట్టుకున్నాడు. ఆంధ్ర, కర్ణాటక, తమిళనాడుల్లోని భాషా శాస్త్రజ్ఞులతో, శాసన పరిశోధకులతో ఆయనకు సంబంధాలు సున్నితమైనవి. ప్రపంచంలోని వివిధ నాగరికతల ఆవిర్భావ, పరివర్తన దశలలో అందరి సుఖాన్ని కాంక్షించడమే కాకుండా, మనిషిని మించినదేదీ లేదనే మానవతావాద ప్రవచనాలుగా వ్యక్తమైన గొప్ప ఆకాంక్షలు, ఆలోచనలు సామాజిక ఆచరణా వైఫల్యం వల్ల ఏ పరిణామాలకు దారి తీసి

సామాజిక జీవితం పతనమయ్యిందో గురజాడ గ్రహించాడు. తనకంటే ముందు స్వేచ్చకు పీఠం వేసి, హేతువును ఆయుధంగా చేసుకొని మూఢవిశ్వాసాలను విమర్శించిన వేమన వలన పరోక్షంగా ప్రభావితమయ్యాడు. వేమన అమానవీయ విలువల్ని, క్షీణ సంస్కృతిని మాత్రమే ప్రతిఘటించగా గురజాడ తానొక సుస్థిర మార్గాన్ని వేసుకున్న దార్శనికుడు. గురజాడ తాత్త్వికత – మానవతావాదం, మానవవాదం, హేతువాదం, అశావహవాదాల సమ్మేళనం. 'వస్తువులో, అభివ్యక్తిలో నూతన మార్గాన్ని అవలంబించాను. పుష్కలమైన, అనంతమైన సంఘటనలతో నిండి ఉన్న, ఎంతో గాంభీర్యము, వైవిధ్యముల నుంచి రచయితలు ఇతివృత్తాలు ఎందుకు స్వీకరిస్తారో అర్థం కాక నాకు ఆశ్చర్యం వేస్తుంది. ఈ కారణాల వలన నేను వాస్తవిక జీవితం నుంచి, సమకాలీన ఇతివృత్తాన్ని స్వీకరించి దానిని వాడక తెలుగు భాషలో నాటకంగా 'కన్యాశుల్కం'గా రూపొందించాను' అని చెప్పుకున్నాడు. అగస్తికార్తే మానవవాదాన్ని, ఇబ్సెనారి సర్వ అనువంశిక ప్రభావాల విశిష్టతనీ, షెల్లీ ప్రేమతత్త్వాన్ని, బర్డ్స్ నాటు మాటల్లోని హాస్యాన్ని, వ్యవహారిక భాషావాదాన్ని, సంఘ సంస్కరణవాదాన్ని, ఆధునిక ప్రజాస్వామిక విలువల్ని, మహోన్నతమైన ప్రేమతత్త్వాన్ని, మనవతావాదాన్ని వస్తువులుగా ఎన్నుకొని వాస్తవికతావాద దృక్పథంతో తెలుగు సాహిత్యానికి కొత్త తాత్విక నేపథ్యాన్ని ఏర్పరిచాడు గురజాడ.

గురజాడకు ముందున్న సాహిత్యం, భారతీయ దర్శనం మానవుని దేవుని ముందు అల్పునిగా చూశాయి. పరాధీనుల్ని చేశాయి. తన శక్తి, యుక్తుల పట్ల తనకు నమ్మకం లేకుండా చేశాయి. 'మనిషి చేసిన రాయి రప్పకు/మహిమ కలదని సాగి మొక్కుతు/మనుషులంటే రాలు రప్ప కన్న/కనిష్ఠంగా చూస్తావేల బేలా' అని, 'దేశమంటే మట్టిదోయ్... దేశమంటే మనుషులోయ్' అని తెలుగు కవిత్వంలో మొట్టమొదటిసారిగా మానవ ప్రాధాన్యతను ప్రతిష్ఠించిన మహోన్నత వ్యక్తి గురజాడ. అగ్ర వర్ణాల వాళ్ళను తప్ప, అలౌకిక వ్యక్తుల్ని తప్ప మామూలు మానవుణ్ణి కాస్తంత దరికి కూడా చేరనీయలేదు. సాంప్రదాయక సాహిత్యం. అందుకు భిన్నంగా తన ప్రధాన, రచనలన్నిటిలోనూ సమకాలీన మానవుల్లో వాళ్ళ సమస్యల్ని వెలుగులోకి తెచ్చిన వాస్తవికతావాది. గురజాడ. మానవుల్లో నిమ్న వర్గాల వారిని హీనంగా చూసింద వర్ణ ధర్మం. 'వర్ణ భేదములలెల్ల కల్లే' అని, 'మలిన దేహులు మాలలనుచును/మలిన చిత్తులకధిక కులముల/ నెలవొసంగిన..../వర్ణ ఒక్కడిలోనే కలిపేసుకున్నవాడు. కాబట్టే ఇంత గొప్ప నాటకాన్ని రాయగలిగాడు. బెర్నార్ షా, ఆస్కార్ వైల్డ్ వంటి ప్రపంచ ఆధునిక నాటక కర్తల నాటకాలు వెలువడిన సంవత్సరంలోనే గురజాడ కన్యాశుల్కం వెలువడింది.

ब్రిటిష్ ఆధునిక నాటక కర్త కాబర్డ్స్ కాలం (1865) నుండి వాడక భాషలో వచ్చిన ఏ ఆధునిక నాటకమూ వందేళ్ళకు పైగా నిలబడిన దాఖలాలు లేవు. ఈ నాటకంలోని స్కంజామా ఇతరుల్లో గొప్ప సంస్కారాన్ని కలిగించడానికి ఉపయోగపడింది. దీనిలో ఆనాటి సామాజిక రుగ్మతలైన కన్యాశుల్కం, వితంతు పునర్వివాహం, వేశ్యా జీవిత సామాజిక విశ్లేషణ మొదలైన అంశాల్ని సజీవంగా చర్చించడం – కన్యాశు ల్కాన్ని ఒక అపూర్వ కళాఖండంగా తీర్చిదిద్దింది. ఆధునిక కథానికా ప్రక్రియకు, కవిత్యానికి ఆద్యుడు గురజాడ. ఈ ప్రక్రియలో స్త్రీ పురుష సమానత్వం, జాతీయ, అంతర్జాతీయత, వర్ణ వ్యవస్థ, మత

వ్యవస్థల ధర్మము ధర్మ ధర్మంబే' అని, 'మంచి అన్నది మాలనైతే/మాల నేనగుదున్' అనీ అమానుషమై, ప్రగతి నిరోధకమైన వర్ణ ధర్మం మీద తిరుగుబాటు చేసిన తిరుగుబాటుదారుడు గురజాడ.

'భర్త దేవోభవ:' అని, 'న స్త్రీ స్వాతంత్ర్య మర్హతి' అనీ స్త్రీకి వ్యక్తిత్వం లేకుండా చేసింది భూస్వామ్య సంస్కృతి. పురుషుడి కాళ్ళ కిందిపడి ఉండేట్టు చేసింది. కన్యాశు ల్కం పేరుతో కడుపులో ఉన్న పిల్లను కూడా అమ్ముకునేట్టు చేసింది. వితంతువుకు పెళ్ళి కాకుండా చేసింది. స్త్రీ – పురుషుల మధ్య బానిస – యజమాని సంబంధాన్ని నెలకొల్పింది. 'మగడువేల్పను పాతమాటది' అని పురుషస్వామ్యాన్ని వ్యతిరేకించిన జనోద్ధరుడు గురజాడ. స్త్రీ, పురుషుల మధ్య సమాన హోదాతో కూడిన సంబంధాలుండాలని మొట్టమొదటిసారిగా ప్రేమ సిద్ధాంతాన్ని ప్రతిపాదిస్తూ 'మరులు ప్రేమని మది తలంచకు/మరులు మరలును వయసుతోడనే/మాయ మర్మం లేని నేస్తం / మగువలకు మగవారికొక్కటే' అనీ 'ప్రేమ కలుగక బ్రతుకు చీకటి' అని చెప్పాడు. 'శాస్త్రములిందు గూర్చి తాల్చె మౌనము' అని శాస్త్రాల్ని నిరసించాడు.

వర్గ ధర్మం ప్రకారం హెచ్చుతగ్గులుగా ఉన్న మానవ సంబంధాల్ని కాలదన్ని మానవులందరు సమానులేనని చెప్పడమే కాకుండా, జాతులు కూడా సమానమేనని చెప్పిన జాతీయవాది, అంతర్జాతీయవాది గురజాడ. జాతుల పేరిట మతాల పేరిట అనైక్యతతో ఉన్న భారత సమాజాన్ని చూసి వ్యధ చెంది 'చెట్టపట్టాల్ పట్టుకొని/దేశస్థులంతా నడవవలెనోయ్/అన్నదమ్ములవలెను జాతులు/మతములన్నీ మెలగవలెనోయ్' అని, 'మతం వేరైతేను యేమోయ్/ మనసులొకటై మనుషులుంటే జాతమన్నది లేచి పెరిగి/ లోకమున రాణించునోయ్' అనీ ఆనాటి చారిత్రకావసరమైన జాతీయ సమైక్యతని, జాతీయతాభావాన్ని, తద్వారా జాతీయ చైతన్యాన్ని పెంపొందించాడు గురజాడ. తెలుగులో అప్పటికి ప్రగతిశీలమైన పెట్టుబడిదారీ వ్యవస్థకు స్వాగతం పలుకుతూ దేశీయమైన పారిశ్రామికాభివృద్ధి కాంక్షిస్తూ కవిత్వాన్ని రాశాడు గురజాడ. అందుకే 'జల్దుకొని కళలెల్ల నేర్చుకొని/దేశీ సరుకులు నించవోయ్/ అన్ని దేశాల్ క్రమ్మవలెనోయ్/దేశీ సరుకల నమ్మవలెనోయి/అనీ, 'పూను స్పర్ధను విద్యలందే/వైరములు వాణిజ్యమందే' అని అన్నాడు.

మానవతా వాద సిద్ధాంతం ప్రకారం మానవులందరూ సమానమన్న విషయాన్ని భాష ద్వారా కూడా సాధించాడు గురజాడ. అందరికీ విజ్ఞాన, సాహిత్యాలు అందినప్పుడే సమానత్వం సాధ్యమౌవుతుందని నమ్మి అందరికీ అవి అందడం కోసం తన అన్ని రచనల్లోను (సుభద్ర తప్ప) వ్యవహారిక భాషనుపయోగించాడు. దాని కోసం గ్రాంథిక భాషా వాదులకు వ్యతిరేకంగా జరిగిన పోరాటంలో గిడుగుతోపాటు నడుం బిగించాడు.

ఆధునిక మానవుడికి ఆచరణయోగ్యం కాని 'నిష్కామ కర్మం' (భగవద్గీత) వంటి విలువల స్థానే 'సొంత లాభం కొంత మానుకు/పొరుగువాడికి తోడుపడవోయ్' అంటూ ఆధునిక విలువల్ని ప్రతిపాదించాడు. గత చరిత్ర నెమరువేసుకుంటూ మందగించే మందబుద్ధుల్ని మందలిస్తూ 'వెనుక చూసిన కార్యమేయోయి/మంచి గతమున కొంచెమేనోయి/మందగించక ముందు అడుగేయి/వెనుక పడితే వెనుకనోయి' అంటూ జాతిని జాగృతం చేశాడు. తోక చుక్కని చూసి 'తలతునేనిది సంఘ సంస్కరణ

ప్రయాణ పతాక గాన్' అని అనగలిగిన వాస్తవిక శాస్త్రీయవాది. ఇంకెంతో వైజ్ఞానిక దృకృథంతో, ఆత్మవిశ్వాసంతో 'మతములన్నియు మాసిపోవును/జ్ఞానమొక్కటె నిలిచి వెలుగును' అని అనగలిగిన మహా విజ్ఞాన శాస్త్రవేత్త గురజాడ.

మానవస్వేద జలంతో తడిసిన వృక్ష మూలాలు ధనం పంటలను పండిస్తాయేనే సార్వత్రిక శ్రామిక సత్యాన్ని 'నరుల చమటను తడిసి మూలం/ధనం పంటలు పండవలెనోయ్' అంటూ ప్రతిపాదిస్తాడు గురజాడ. గురజాడ ప్రతిపాదించిన ఆధునిక సామాజిక విలువల్ని ఇప్పటికీ మన బుర్రకు పట్టించుకోక సతమతమవున్నాం. ఇప్పటికీ అదే సామాజిక రుగ్మతలతో కొట్టుమిట్టాడుతున్నాం. గురజాడ పుట్టి 150 ఏళ్ళు గడచినా, ఆయన సాహిత్యం సాహిత్య తాత్త్వికత వర్తమానంలో కూడా ఎంతో ప్రాసంగికతను, వైశిష్ట్యాన్ని కలిగే ఉన్నది. ఎన్నో కోణాల నుంచి ఆధునిక భావాల్ని ప్రవేశపెట్టిన గురజాడ ఇంకెన్నో గొప్ప రచనల్ని అందించాల్సిన దశలో 'బ్రతికి చచ్చియు ప్రజల కెవ్వడు/ప్రీతి గూర్చునో వాడె ధన్యుడు' అంటూ 1915 నవంబర్ 30న తుది శ్వాస విడించాడు.

26. కవిత్వంలో 'ప్రాంతీయ అస్తిత్వం'

భారతదేశం భిన్నమైన నైసర్గిక స్వరూపం కలిగినది. ఎన్నో భాషలు, మతాలు, జాతులు, భాషలు, సంప్రదాయాలకు పుట్టినిల్లు. సాహిత్యం కూడా ఓ ప్రత్యేకతను కలిగి ఉంది. వేదాలు ఉపనిషత్తుల నుంచి నేటి నానిల వవకు భారతదేశ సాహిత్య చరిత్రకు ఓ సహస్రవత్సరాల చరిత్ర ఉంది. ప్రతీ ప్రాంతానికి ప్రత్యేకత ఉంది. అది మిగిలిన ప్రాంతాలను భిన్నంగా చూపుతుంది. ఆ ప్రాంతం యొక్క భాష, సంప్రదాయాలు ఆయా సాహిత్య ప్రక్రియల్లో చోటు చేసుకొంటాయి. ఆ ప్రాంత అస్తిత్వాన్ని చదువరికి చెబుతాయి. భారతదేశంలో ప్రతి రాష్ట్రానికి ఓ ప్రత్యేకమైన భౌగోళిక, సాహిత్య సాంస్కృతిక వారసత్వం ఉంది. సంగీతాత్మక కళలు, కళాకారులు, కవులు తమ వంతుగా సాహితీ సృజనలో వీటిని భాగస్వామ్యం చేసారు.

'సాహిత్యాన్ని కేవలం సాహిత్యదృష్టితో చూడరాదంటారు' అరుద్ర. సాహిత్యాన్ని గత వర్తమానాలలో బేరీజు వేసి కొలిచే కొలమానాలన్నీ సంప్రదాయకతలో ఏర్పడిన సందర్భంలో ఎన్నెన్నో పాశ్చాత్య సిద్ధాంతాలు తెలుగు సాహిత్యంలో తమ వంతు ప్రయోగాత్మక ప్రభావాన్ని చూపాయి. గడిచిన ఏడు దశాబ్దాల సాహిత్య చరిత్రలో మార్క్సిజం, మాదర్నిజం, పోస్టుమాదర్నిజం, పోస్టుకలోనియలిజం, స్త్రక్చరిజం వంటివి సాహిత్యాగాఢతను అంచనా వేయటానికి ఉపయోగపడ్డాయి. సాహిత్య విలువలను అంచనా వేయటానికి ప్రయోజనకారిగా మిగిలాయి. ప్రాంతాయ ప్రాతిపదికత అధ్యయనం కూడా ఈ కోవకు ఓ చెందినదే!

నన్నయ నుండి నేటి దాకా ఏ ప్రాంత రచయిత రచనల్లోనైనా ప్రాంతీయ ఆత్మీయతా ముద్ర తప్పకుండా ఉంటుంది. ఆ ప్రాంత జీవననేపధ్యాన్ని, సహజస్వరూపాలను, ప్రజల కష్టసుఖాలను, దుఃఖాలను ఆరాటపోరాటాలను ఆవిష్కరిస్తడు. తమ ప్రాంతం వారి కృషిని, సంస్కృతిని, భావాలను, ప్రత్యేకమైన లక్షణాలను రికార్డు చేసి వినిపించాలనే ఆకాంక్ష నుండి పుట్టినదే 'ప్రాంతీయ అస్తిత్వం'. కెన్యా దేశస్థుడైన 'గూగిహఫియాంగో' ప్రపంచ వ్యాప్తంగా జరుగుతున్న ప్రాంతీయ అస్తిత్వవాద ఉద్యమాలకు మార్గదర్శి. అల్లం రాజయ్య, చాగంటి సోమయాజులు, బి.ఎస్.రాములు, ఎలికట్టె శంకరరావు, పెద్దింటి అశోక్ కుమార్, మధురాంతకం రాజారావు, అట్టాడ అప్పలనాయుడు, రా.వి. శాస్త్రి తదితరులు 'ప్రాంతీయ అస్తిత్వ' వాదాన్ని బలంగా వినిపించి గట్టి పునాదులు వేసారు. తెలుగు కవిత్వంలో కూడా ఈ 'గాఢత' అధికంగానే కనిపిస్తుంది. గడచిన రెండున్నర దశాబ్దాలుగా 'ప్రాంతీయ గొంతులు' సంఖ్య రెట్టింపయింది ప్రపంచీకరణ, ఆర్థిక సరళీకరణలు, ప్రవేటీకరణ, అంతర్గత వలసలు వంటివి ఈ అస్తిత్వవాదానికి మరింత బలాన్ని చేకూర్చాయి. క్రీ.శ. 19వ శతాబ్దంలో అమెరికాలో ప్రారంభమయిన

ప్రాంతీయ అస్తిత్వవాదం క్రమేణా ప్రపంచమంతటా వ్యాపించింది. తెలుగు సాహిత్యానికి మినహాయింపు లేదు. కేతు విశ్వనాథరెడ్డి, బి.ఎస్.రాములు తదితరులు 'ప్రాంతీయ అస్తిత్వం' పై పెక్కు వర్గీకరణలు చేసారు. విస్తృతమైన అంశాలను చర్చించారు.

తెలుగు కవిత్వంలో కృష్ణా, రాయలసీమ, చిత్తూరు, ఉత్తరాంధ్ర, తెలంగాణా వంటి ప్రాంతాల కవులతో పాటు కర్ణాటక వలస జీవులు సహితం తమ ప్రాంత అస్తిత్వాలను గొప్పగా తమ గొంతుతో వినిపించారు. ఎంతో విస్తరత కలిగిన ఈ అంశాన్ని కేవలం రేఖామాత్రంగానే స్పృశిస్తున్నాను. 'ఇక్కడే సమస్య ఇక్కడే గెంతు' అనేది చైనా సామెత. సమాజం నిత్యం చ(జ్య)లిస్తూనే ఉంటుంది. మార్పు దాని లక్షణం. అందుకే ఎమర్సన్ 'చేంజ్ ఈజ్ లా ఆఫ్ లైఫ్' అంటాడు. ఉత్తరాంధ్రలో కవితా సంకలనాలు, దీర్ఘ కవితలు, కావ్యాలు ఎంతో బలమైన పదజాలంతో వచ్చాయి... వర్తమానంలో వస్తున్నాయి. తమ ప్రాంత అస్తిత్వాలను చరిత్రలో ఋజువులుగా, వేదికలుగా వదిలే ప్రయత్నం చేస్తున్నాయి. గంటేడు గౌరునాయుడు 'నదిని దానం చేశాక...' 'నాగేటి చాలుకు నమస్కారం....''నా ఏటి పాట కావాలి...' వంటి శీర్షికలే ఇక్కడి ప్రాంతీయతలోని ఆర్ద్రత, ఆవేదన, ఆవేశం, విప్లవ చరిత్ర, స్ఫూర్తి వంటి వాటిని తెలియజేస్తాయి. ఆలోచనలను రగిలిస్తాయి. 'విధ్వంస దృశ్యం'లో సేద్యవిధానల్లోకి చొరబడిన 'హరిత విప్లవం' గ్రామీణ రైతు జీవితాన్ని ఎలా విధ్వంసం చేసిందో చెబుతారు.'

ఒక మునరు పట్టిన వేళ

నాగలి పోయ్యిలోకి దూకి

ఆత్మహత్య చేసుకుంది' అంటారు. నిజమే సాంకేతిక ప్రగతి నేపథ్యంలో ఇనుప చక్రాలు ఒత్తిడికి 'ఆర్థిక పతనం' ఎలా సాధ్యమూ 'బక్క' రైతు 'చిక్కిన' విధానం ఎంతో ఆవేదనగా చెబుతారు.

'చదరంత పొలంలో చాలు పోయ్యడానికి

ఇనుపదున్న రూపాయిలు మేపందే

తన టైరు పాదం కదుపదుగాక కదపదు' అంటారు.

ఇది ఒక్క ఉత్తరాంధ్రనే కాదు... ఇది సమస్త రైతులోకపు స్థితి. గ్లోబలైజేషన్ సరళీకరణ విధానాలు 'ప్రాంతీయ సంప్రదాయ అస్తిత్వాన్ని' తినేస్తున్న

పేరుతో సందర్భంలో

'వాడు దిగుమతి చేసిన మొక్క

మొక్కను వాగ్దానం చెయ్యదు' టెర్మినేటర్ విత్తనాలు చేసిన మోసం రైతుల ప్రాణాలను బలి తీసుకోవటం మనకు తెలిసినదే..!

మరో సందర్భంలో... తన వచనంలో ప్రాంతీయ సామెతల మాధుర్యం వెనుక విషాదాన్ని కలవరించటంలో ఆయన కలం బలం చూడవచ్చు 'ఓరిత్తే కోడి గుడ్డు నట్టిడు...' లాంటి సామెతలు, పిట్టల మేతకు వరెన్నులు కట్టిన సేత్తోటి/సెట్టుకొమ్మకు ఉరితాడు వేలాడుగట్టుకోక'ని చెబుతారు. 'గెద్దలాడుతున్నట్టే' కవితలో

'మా ఊరి ఆకాశ మీద మబ్బులు ఆగడం లేదిపుడు

అవి గుంపులు గుంపులుగా

పట్నాలకి వలసలు పోతున్నట్టున్నాయి. ఈ పంక్తులు ఏ ప్రాంత రైతు వర్గాన్నైనా పట్టి చూపుతాయి. రాయసీమ, ఉత్తరాంధ్రాలలో భాష, యాసలో మార్పులున్నాయోమో గానీ 'రైతు' జీవితం మాత్రం ఒక్కటే...! మరో కవి సిరికి స్వామినాయుడు తన 'బాల్యం కొన్ని జ్ఞాపకాలు' 'అడవుల్ని అరుణ పతాకాలు జేసి' 'మాయాబజారు' 'సంత' 'అతడు – ఆమె – అడవి' వంటి శీర్షికలే ఓ 'ప్రాంతీయ అస్తిత్వ ప్రతీకలు గా కనిపిస్తాయి. ప్రాంతీయ భాషాపదాలు అలవోకగా దొర్లిపడతాయి.

'ఒక చేత తాడి గిడుగు, మరో చేత బొంగే'

'మా ఎల్లా వేసిన లేగ దూడ'

'జగ్గి'తో కొండంతా నరికి'

'కంకి'తోనో... 'సొల్ల'తోనో... తవ్వి తవ్వీ' 'చెట్ల కొమ్మలకు కట్టిన 'దోడీ'ల్లో....'

'ప్రకృతి సోయగాలతో వన్నెలుకులికే

కన్నెధార కొండల్లో...'

'శిలకోలల నెక్కు పెట్టి....''

'చేనేత ఆకాశాలు కూలిపోవటాలు'

'సామల బియ్యం జావ చేసి'

'అక్కడే... ఆ కాలం దువ్వారం దగ్గరే...'

ఇలా ఎన్నెన్నో ప్రాంతీయతా పదబంధనాలను కవిత్వంలో రంగరించిన కవిత్వం మనకుంది. మరో కవి డా॥ నూకతోటి రవికుమార్ 'రోడ్డు ప్రక్కటీ బంకులో 'రోడ్డు పక్కటీ దుకాణాలు వడపోతల / వగపోతల సమ్మేళనా కేంద్రాలు.......... నేను / ఆ నీళ్ళ పాలు కల్పిన చక్కని బంధాలని తలపోస్తున్నాను' అని పల్లె ప్రాంతపు జంక్షన్లో టీ బడ్డి కొట్టు వద్ద 'బంధాలను' గూర్చిన అనుబంధాలు గురించి 'చిక్కగా' రాసారు. 'చందురూ'ను గురించి 'చేతులేని పిడికిట్లోకి / ఇమడని పోరాటరాయి' అంటారు. సిటీ జీవితంను నిర్దేశించే 'నగరం' సగటు మనిషి జీవితాన్ని శాసిస్తుంది. 'అండర్ కనస్ట్రక్షన్' లో ప్రసాదమూర్తి 'బతుకులు పార్ట్ పేమెంట్స్ పేర్చి/కడుతున్న ఆల్టైం అపార్ట్మెంట్ / సగటు ఉద్యోగి అజీవన స్వప్నస్థలనం'

అవి ఓ విషాదాంత పద చిత్రణలు మనసును కదిలిస్తాయి. ఆ ప్రాంతీయ జీవనంలోని వైరాగ్యపూరిత ఉద్దిగ్నతో విధ్వంసమను చిత్రిస్తాయి.

భాగ్యనగరంలో వానను గురించి వివరిస్తూ ఓ అమానుష, మానవీయ, వేదనా దృశ్యాలను అక్షరీకరించటం ఆ 'ప్రాంత అస్తిత్వం'... కాదనలేము కదా!... 'కాసు రోడ్లలో బొమ్మలమ్ముకొనేవాళ్ళు/కాసులేక వొళ్ళమ్ముకునే వాళ్ళు/అనాథ వృద్ధులు అభాగ్య శిశువులో/వానకు ఎటు కొట్టుకుపోయారో' ఇలా గెడ్డాపు సత్యం, దాశరథి, సినారేల నుండి 'గోదావరి కవి' వరకు ఎందరెందరో కవులు తమ కవిత్వంలో 'ప్రాంతీయ అస్తిత్వాన్ని' దృశ్యమానం చేసారు.

'సామాజిక శాస్త్రాలు గుర్తించలేని, విడమర్చలేని అనేక అంతర్గత వైతాళిక, లిఖిత వాచకాలను భాష తనతో పాటు మోసుకు వెడుతుంది. ఈ లక్షణం రీత్యానే భాష దాని వ్యవహర్తల అస్తిత్వపు వారసత్వంగా ఉంటుంది. వాల్మీకి దగ్గర నుండి విశ్వనాథ వారి వరకు అస్తిత్వాన్ని తప్పించుకుని రచయిత ఎవరూ లేరు. తిక్కన నెల్లూరు భాషయినా. శ్రీశ్రీ బ్రాహ్మణ భాష అయినా అందుకే అనివార్యమయినాయి' అనే కె. శ్రీనివాస్ గారి వ్యాఖ్యానం ఓ అక్షర సత్యం.

27.జాతీయోద్యమ సాహిత్యం – కవుల పాత్ర

ఏడున్నర దశాబ్దాల స్వాతంత్ర్యం వెనుక కొన్ని లక్షలమంది త్యాగధనుల ధన మాన ప్రాణాలను అర్పించిన నేపథ్యం స్ఫూర్తిదాయకం. ఆంగ్లేయుల పాలన నుండి భారతదేశ విముక్తి కోసం పోరాటం 1857లో ప్రారంభమైందని, ప్రథమ స్వాతంత్ర్య పోరాటం సంగ్రామంగా దీనిని పేర్కొంటుంది చరిత్ర. 1905 నాటి వందేమాతర ఉద్యమం సాహిత్య చరిత్రలో ప్రముఖ ఘట్టంగా ఆవిష్కరించవచ్చు. ఈ భావన 1947 వరకు నిరంతరాయంగా కొనసాగింది. స్వాతంత్ర్యానంతర సహితం ఎన్నో సామాజిక అసమానతలు, సంఘసంస్కరణ, పరిపాలన, పాలకుల అసమర్ధత, అవసరమైన అభివృద్ధి కోసం సాహితీకారులు వివిధ ప్రక్రియలలో తమ వంతు కార్యశూరతను కలాల ద్వారా పంచుకున్నారు. ముఖ్యంగా స్వాతంత్ర్య ఉద్యమకాలంలో సహాయ నిరాకరణ, సత్యాగ్రహం, అహింసాధర్మం, స్వదేశి, ఖాది, అస్పృశ్యత నివారణ, క్విట్ ఇండియా, సైమన్ గో బ్యాక్, పార్లమెంట్ పై బాంబుల దాడి, మన్యం వీరులు పోరాటాలు, ఉప్పు సత్యాగ్రహం ఇలా ఎన్నో ముఖ్యమైన ఘట్టాలలో కవులు, రచయితలు తమ సాహితీ పోరాటం చేశారు. జైలుకు వెళ్లారు. కారాగారవాసం సహితం ఆనందంగా స్వీకరించారు. అయినవారిని కోల్పోయారు. ఆర్థిక కష్టనష్టాలను ఓర్చుకున్నారు. మనిషికి కావాల్సింది సంపూర్ణమైన స్వేచ్ఛ అని విశ్వసించారు. దానికోసం పరితపించారు. కవులు, కళాకారులు సహకారం లేని ఉద్యమాలను నేటికీ ఊహించలేం. బ్రహ్మ సమాజం, ఆర్య సమాజం, దివ్యజ్ఞాన సమాజం, రామకృష్ణ మతం వంటి ఆధ్యాత్మిక సంస్థలు సైతం నూతన సంస్కరణల కోసం ప్రజలను సాహిత్య, ఆధ్యాత్మిక రచనల ప్రసంగాలు ద్వారా జాగృతం చేశాయి. 1907లో విజ్ఞాన చంద్రిక ఏర్పాటు 1910 గుంటూరులో జరిగిన ఆంధ్ర యువజన సంఘం చేసిన ఆంధ్ర రాష్ట్ర ఏర్పాటు తీర్మానం, 1912లో ఢిల్లీని రాజధానిగా చేయమనే ఉత్సవ సంరంభం, 1913లో బాపట్లలో జరిగిన ప్రధానమంత్రి సభ స్వరాష్ట్ర సిద్ధికై ఏర్పాటు చేసిన వైనం ఇలా ఎన్నెన్నో ఘట్టాలలో కవుల పాత్ర విస్మరింపలేనిది.

19వ శతాబ్దం చివరన వేదం వెంకటరాయ శాస్త్రి గారి 'ప్రతాపరుద్రీయం' నాటకంలో జాతీయోద్యమ భావనకు తెలుగులో అంకురార్పణ జరిగిందని సాహితీకారుల అభిప్రాయం. 1907 ఏప్రిల్ 19 నుండి 24 వరకు రాజమండ్రిలో బ్రిటిష్ వారి దురాగతాలపై బిపిన్ చంద్రపాల్ చేసిన ఉత్తేజిత ప్రసంగాలకు ప్రభావితులైన చిలకమర్తి లక్ష్మీనరసింహంగారు కార్యక్రమాలు చివరి రోజున ఉత్సాహంగా వేదిక పైకి ఎక్కి

"భరతఖండంబు చక్కని పాడియావు

హిందువులు లేగదూడలై యేడ్చుమండ

తెల్లవారను గడుసరి గొల్లవారు

పితుకుతున్నారు మూతులు బిగియపట్టి" అని చదివారు.

ఆ తర్వాత జరిగిన సంఘటనలు చరిత్ర చెప్పినదే..! అనంతర కాలంలో మంగిపూడి వెంకటేశ్వర శర్మ, చెన్నాప్రగడ భానుమూర్తి, గురజాడ, రాయప్రోలు, గరిమెళ్ళ, బసవరాజు, అడవి బాపిరాజు, విశ్వనాథ, జాషువా, నాయిని, తుమ్మల, ఇంద్రగంటి, కాళోజి, దాశరధి, కరుణశ్రీ, పుట్టపర్తి, దువ్వూరి, గడియారం, ఆరుద్ర, దేవులపల్లి, సోమసుందర్, అనిశెట్టి, కుందుర్తి, తిలక్, ఇలా సుద్దాల హనుమంతు, బండి యాదగిరి వరకు ఈ జాబితా కొండవీటి చాంతాడంత అవుతుంది. స్థూలంగా వీరి సాహిత్యాన్ని పరిశీలిస్తే జాతీయోద్యమం ఆంధ్ర రాష్ట్ర సాధన, గాంధీ అరెస్టు, జెండా ఆవిష్కరణ, దేశభక్తి ప్రేరణ, వివిధ ఉద్యమాల ప్రాధాన్యత, ప్రజల భాగస్వామ్యం వంటివి ప్రాధాన్యత క్రమంలో తెరమీదకు వస్తాయి. స్వరాజ్యం కోసం ప్రజలు నడిపిన ఉద్యమాలకు సాహిత్యం తమ వంతు సహాయమందించింది. పత్రికలు రేడియో వంటివి ప్రజలకు సాహిత్యం ఆవశ్యకతను తెలిపి వారిలో స్ఫూర్తిని నింపాయి. జాతీయోద్యమం దిశగా వారిని నడిపించాయి. దేశభక్తి పెద్ద ఎత్తున ప్రబలి విరోచిత త్యాగసంసిద్ధతకు జనం తమను తాము దిద్దుకునే రోజులవి. హింసారహితంగా అధికార శక్తిని ప్రతిష్టను నిర్భయంగా ఎదుర్కొను ధైర్యాన్ని సాహిత్యం రగులుకొలిపింది అనటం అతిశయోక్తి కాదు. పట్టణాలలో ప్రారంభమైన ఉద్యమం పల్లెలకు పాకింది. జాతీయగీతములు 'జానపదుల' జనజీవనంలో అంతర్భాగమైపోయాయి. భక్తి, వేదాంత, శృంగార, బాల గేయముల స్థానంలో జాతీయగీతాల ప్రవేశం కల్పించారు. ప్రజలు ఈ గీతాల ద్వారా చక్కని ప్రబోధం చేసిన వారిలో గురజాడ కూడా ఒకరు దేశంలోని సామాన్య మానవునికి సహితం "దేశమంటే మట్టికాదని దేశమంటే మనుషులని" స్నేహాను కలిగించారాయన. ఇంగ్లాండులోని పారిశ్రామిక విప్లవం ఫ్రెంచ్ విప్లవంతో ప్రభావితుడైన గురజాడ రాసిన 'దేశభక్తి' గీతం శ్రీశ్రీ చెప్పినట్లు 'అంతర్జాతీయ గీతంగా' ఖ్యాతి గాంచవలసినదే! ఏ దేశం వారికైనా కర్తవ్య బోధ చేసే విశ్వ మానవ గీతమది.

'దేశమంటే మట్టికాదోయ్ దేశమంటే మనుషులోయ్

దేశమును ప్రేమించుమన్నా మంచియన్నది పెంచుమన్నా"

ఇంతకన్నా దేశం గురించి గొప్పగా దేశభక్తిని ఇద్దరు ప్రబోధించగలరు? మరొక కవి మంగిపూడి 'మేలుకొనుమ భరత పుత్రుడు/మేలుకొనమా సచ్చరిత్రుడు' అని సమర దుందుభి మ్రోగించారు. ఆనాటి నాయకులను, వారి ప్రబోధాలను నిరంతరం గమనిస్తూ వస్తున్న కవులు, నాటి

సమాజానికి ప్రధాన్యత కలిగిస్తూ ఉత్తేజితులను చేసే ప్రతి సన్నివేశమును తమ స్పందనలతో ప్రజలను ఉత్తేజితులను చేశారు. 1907 లాలా లజపతిరాయిని అరెస్టు చేసి జైలుకు పంపినప్పుడు చిలకమర్తి వారు

"చెరసాలల్ వర చంద్రశాల వేయగున్ చేదోయి గావించు, న య్య

రదందల్, విరిదండలయ్యెదును, హేయంబైన చోడంబులే"

అని నినదీస్తూనే –

భరత ఖండంచే, యొక గొప్ప బంధిఖాన

అందులోనున్న ఖయిదీలు హిందుజనుల

యొక్క గది నుండి, మార్చి వేరొక్క గదిని

బెట్టుటేగాక, చెఱయందు వేరగలదే ?

అని దేశభక్తి పరాకాష్టలో ద్వంద్వాతీత భావన శక్తి ఎలా ఇమిడ్చి ఉన్నదో తెలుపుతారు.

1921 అసహాయోద్యమం ప్రారంభమున గాంధీ మహాత్ముని స్ఫూర్తి మంత్రమైన బోధకు మహాకవులంతా స్వాతంత్ర్యం, దేశమాత వంటి ప్రబోధనాత్మక పదాలను గీతాలుగా అల్లుకున్నారు. గాంధీ సూక్తంగా వెలువరించుకున్నారు కవులు. "జననీ జన్మభూమిశ్చ స్వర్గాదపీ గరీయసీ" ఈ వాక్యం వారికి కవితా మంత్ర బీజాక్షరమైంది. వందేమాతరం, జనగణమన, దేశమును ప్రేమించమన్న, ఏ దేశమేగినా ఎందుకాలిడినా వందనమిదే గైకొనుమ! భారత జనని, మేలుకొనుమ భారత పుత్రుడా!, జోహార్ జోహార్, భారతమాత వంటి గీతాలు నాటి సమాజంలో మార్మోగిపోయినాయి. ఆంగ్లేయులు గుండెల్లో శ్వేత శీతాఘ్నులను పేల్చాయి. ముఖ్యంగా కాటూరి – 'ఎంత చక్కని తల్లివే'; దేవులపల్లి– 'జయ జయ ప్రియ భారత' వంటివి నేటికీ వినిపిస్తూనే ఉ న్నాయి. దేశభక్తిని ప్రోది చేస్తున్నాయి. జాతి జాతీయతల పౌరుషాగ్ని అస్తిత్వాలకు చిహ్నంగా నిలిచిన జాతీయ జెండా రూపకల్పన చేసిన పింగళి వెంకయ్య ధన్యులు. మూడు రంగుల మన జెండా ఆంగ్లేయులకు గుండెపోటు అయినది. 'జెండాను' ఘనంగా కీర్తించారు.

'స్వాతంత్ర్య జాతికిది – చక్కని వెలుగు

జాతి పేరు జగాన – స్థాపించగలుగు'

అని కీర్తించారు. జాతి, వర్ణ, కుల మతేతర ధ్యేయమునకు ప్రతీక. వీర యోధులకు కరదీపిక. స్వేచ్చగా కాంతులు విరజిమ్ము సుధాకర చంద్రిక.

'జెండా ఊంచా రహే హమార'

'జెండా యెత్తర, జాతికి ముక్తిరా'

'పతాకోత్సవం సేయండి'

'ఎత్తండి స్వరాజ్య జెండా'

'ఎగురవే విను వీధి – ఎగురవే జండా'

'సౌఖ్య ప్రదాతగా జాతీయ జండా'

'ఖండాంతరముల ఖ్యాతిగాంచి, జయము గూర్చిన జండా'

ఇలా ఎన్నెన్నో గీతాలు జాతీయోద్యమంలో 'జెండా' ధరించవలసిన ఆవశ్యకతను ప్రజలకు చెప్పి ఉత్తేజితులను చేశారు కవులు.

జాతీయ ఉద్యమంలో ప్రజలను ఉర్రూతలూగించి ప్రేరణాత్మక గేయంగా నిలిచి బ్రిటీష్ వారి గుండెల్లో ఫిరంగులు పేల్చిన గరిమెళ్ళ వారి 'మాకొద్దీ తెల్లదొరతనం/ మా ప్రాణాలపై పొంచి మానాలు హరియించే' అని ఎలుగెత్తిన గరిమెళ్ళ, 'దండాలోయ్ – మే– ముండలేమండోయ్! బాబు/ ఈ సైతాను ప్రభుత్వ నింకా సాగనీమండోయ్ బాబు' అనే గీతాలు నిత్య చైతన్యవంతం. ఒక గేయంతోనే జైలు శిక్షననుభవించిన వారు గరిమెళ్ళ. ఇలా ఎంతోమంది కవులు తమ కలాలను, గళాలను ప్రాణాలకు నెరవక దేశమాత దాస్య శృంఖలాలను త్రెంచే క్రమంలో కుటుంబాలను, స్వంత ఆరోగ్య, ఆర్థిక సౌఖ్యాలను కాదనుకున్నారు. అనంతర కాలంలోనూ పదవులను తృణప్రాయంగా ఎంచారు. అనాథలుగా మిగిలారు. అనామకంగా అసువులు బాసారు. వీరు భౌతికంగా మన మధ్య లేకున్నా వారి దేశభక్తి పూరిత స్వాతంత్ర్య కాంక్ష గీతాలు నేటి తరానికి అవసరమే.

శ్రీలు పొంగిన జీవగడ్డయి

పాలు పారిన భాగ్యసీమయి

వరలినది ఈ భరతఖండము

భక్తి పాడర తమ్ముడా... కవులు జాతీయభావాన్ని గొప్పగా

పాడుకొల్పి, తెలుగుదనం స్వాభిమానాన్ని సైతం వెలువరించారు. ఆ అడుగుజాడల్ని అనుసరిస్తూ.. ఆ స్ఫూర్తిని నిలువు నిలుపుకోవాల్సిన ఆవశ్యకత ఉంది.

28.రామాయణం – వ్యక్తిత్వ సూత్రాలు

ఆదౌ రామ తపోవనాది గమనం హత్వామృగం కాంచనమ్‌||

వైదేహి హరణం జటాయు మరణం సుగ్రీవ సంభాషణమ్‌||

వాలీ నిగ్రహణం సముద్రతరణం లంకాపురీదాహనమ్‌||

పశ్చాద్రావణ కుంభకర్ణ హననం ఏతద్ధి రామాయణమ్‌ ||

లోకంలో గిరులు, తరులు, విరులు, నదులు ఉన్నంత వరకు రామాయణం నిలిచి ఉంటుంది. ఇది భారతీయ సాహిత్యంలో ఆదికావ్యంగా ఖ్యాతినొందింది. సాహిత్య చరిత్ర ప్రకారం (**History of epic literature**) రామాయణం వేదకాలం తరువాత, అనగా సుమారు సా.శ.పూ. 1500లో దేవనాగరి భాషలో రచింపబడింది. ప్రపంచంలోని అన్నిభాషలలో రామాయణం ప్రసిద్ధి చెందింది. ఒక్క తెలుగులోనే కాకుండా తొంభైకి పైగా (నాటి మొల్ల నుంచి నేటి మల్లెమాల వరకు) రామాయణాలున్నాయంటారు. ఇండోనేషియాలోని బాలి దీవిలో 'రామాయణం' నృత్యనాటకం బాగా ప్రసిద్ధి. 24,000 శ్లోకాలతో కూడిన రామాయణం మనదేశంలో హిందూ(మతం కాదు) ధర్మం చరిత్ర, సంస్కృతి, నడవడిక, నమ్మకాలు, ఆచారాలను స్పృశిస్తూ, నేటికీ ప్రభావితం చేస్తున్నది. ఆదర్శ కుటుంబ నిర్మాణం, అనుబంధాలు, ఆత్మీయతలు, కుటుంబ సభ్యుల మధ్య వాటి ఆవశ్యకత వంటివి రామాయణంలో ఉన్నాయి. 'రామాయణం' ఆచరణీయం, అనుసరణీయం. స్థూలంగా ఇది సీతారాముల చరిత్ర. కాని తరచి చూస్తే.. అంతర్లీనంగా దర్శిస్తే, విశ్లేషిస్తే, తండ్రీ కొడుకులు, భార్యాభర్తలు, అన్నదమ్ములు, యజమాని, సేవకులు, మిత్రులు, రాజు, ప్రజలు, భగవంతుడు– భక్తులు, వీరందరి వ్యక్తిత్వం, ప్రవర్తనా విధానములు కనిపిస్తాయి. ఓ ఆదర్శవంతమైన వ్యక్తి జీవనానికి. కుటుంబ నిర్మాణానికి సమాజం పునర్మూల్యాంకనానికి కావలసిన వ్యక్తిత్వ సూత్రాలు నిండుగా కనిపిస్తాయి. వాల్మీకి రామాయణం, వేదవ్యాసుని ఆధ్యాత్మ రామాయణం, భవభూతి ఉత్తరరామచరిత్ర, తులసీదాను రామచరితమానసము (కడిబోలీ), కంబ రామాయణం (తమిళం), రంగనాథ రామాయణం, రామాయణ కల్పవృక్షం, మందరము(తెలుగు) వంటి అనేక కావ్య రామాయణ విశిష్టతను పరిపుష్టం చేశాయి. వ్యక్తుల వ్యక్తిత్వాన్ని తేటతెల్లం చేస్తున్నాయి. ఇందలి పాత్రలు, సంఘటనలు, భావాలు, తత్వాలు, అంతర్గత పురాణాలు, కథలు, కావ్యాలు, పాటలు భారతీయ భాషలలో వివిధ రూప ప్రక్రయిలలో కోకొల్లలు. ఒక్క మాటలో చెప్పాలంటే 'భారతీయ వ్యక్తిత్వానికి ప్రతిరూపం – రామాయణం. అందరికీ ఆదర్శం, ఆచరణీయ వాక్యం వాల్మీకి మహాకవి 'రమంతే సర్వజనా:గుణైతి ఇతి రామ:' (తన సద్గుణముల

చేత అందరిని సంతోషపరిచేవాడు రాముడు) అని చెప్పారు. ఇది నేటి సామాజిక సామాజిక స్థితిలో కాస్త విచిత్రంగా తోచినా ఆశ్చర్యపడనవసరం లేదు. కాని.. ఆచరిస్తే.. ప్రతివ్యక్తి ఓ శ్రీరాముడు కాగలడు..!?

రామాయణంలోని వ్యక్తిత్వ సూత్రాలు గురించి తెలుసుకునే ముందు ఏడు కాండములు క్లుప్తంగా తెలుసుకోవాలి. (అందరికీ తెలిసినదే!). రామాయణంలో ఏడు కాండములలో ఏడవ కాండమయిన 'ఉత్తర కాండ' వాల్మీకి రచన కాదంటారు. 24వేల శ్లోకాలున్నాయి(శతకోటి అక్షరములని కూడా చెబుతారు). ఒక్కొక్క కాండలో ఉ పసర్గలు(భాగములు) ఉన్నాయి. బాలకాండ (77 సర్గలు)అయోధ్యకాండ (119 సర్గలు), అరణ్యకాండ(75 సర్గలు), కిష్కింధకాండ (67 సర్గలు), సుందరకాండ (68 సర్గలు) యుద్ధకాండ(131 సర్గలు), ఉత్తరకాండ. ఏమిటీ రామాయణం అని ప్రశ్నించినవారికి ఈ కథలోని 'నీతి'ని స్థూలంగా చెప్పుకోవాలి. వీటిని నా(నే)టి సమాజానికి వర్తింపజేసుకునే క్రమంలోనే స్థూల విశ్లేషణా సూత్రం, అంతర్నేత్రపు దృష్టికోణం అర్థమవుతుంది.

– ధర్మము, అర్థము, కామము, మొక్షము అనునవి పురుషార్థములు. జీవితం యొక్క గమ్యం మొక్షం పొందడం. దానిని సాధించుకోనేందుకు ధర్మాన్ని ఆచరించాలి. ఇందుకు అర్థము, కామము (కోరిక)లను జయించాలి.

– ప్రతీ పురుషుడు ఏకపత్నీవ్రతుడై ఉండాలి.

– సత్యమునే పలకవలెను, మాటపై నిలబడాలి.

–తల్లిదండ్రుల మాటను జవదాటరాదు. ఈ సూత్రాలు వర్తమాన సమాజంలో అవహేళనకు గురవుతున్నాయి. కొందరు వీటిని చేతకానితనంగా కూడా పరిగణిస్తున్నారు. కాని.. ప్రతీవ్యక్తి ఆచరణకు పూనుకుంటే తన పరిధిలోని సమాజంలో నెగ్గుకు రావడానికి ఇవన్నీ ప్రయోజన వ్యక్తిత్వ కారక సూత్రాలే.

ఏడు కాండలలోని 'కథాసూత్రం' అనేకానేకమైన ధర్మాలను, సమాజ స్థితిని చెబుతాయి. రామలక్ష్మణుల జననం నుంచి సీత మాతృస్థానం పొందేవరకూ ప్రతీకథ, సంఘటన సమాజంలోని సత్యాలకు, ధర్మాలకు, నీతి నియమాల ఒడంబడికకు, సత్యనిష్ఠకు తార్కణాలు. విశ్వామిత్రుడు, కేశి వంటి అన్నచెల్లెల కథ, రావణ–మారీచ సంవాదం, వాలి–రాముల సంభాషణల మధ్య ధర్మాధర్మాల యొక్క లోతైన చర్చ నేటి సామాజిక స్థితిని అంచనా వేసుకునేందుకు, అవసరమయితే పున:నిర్మాణానికి అవసరమువుతుంది. కైకలోని 'మాతృభావన' (రాముడు, భరతుల విషయంలో) మంథర వంటి దాసీల చెప్పుడు మాటలు(లేదా కసి, పగతో కూడిన అంశాలు) మనిషిని పతనం దిశగా ఎలా పరుగులు పెడతాయో తెలుపుతాయి. గుహుడు, శబరి, హనుమ వంటి వారి కథలు సేవకులు తమ వ్యక్తిత్వాలను కోల్పోకుండా (కేవలం 'భజన' చేస్తే కీర్తి రాదు) ఉన్నతమైన స్థానాలకు, అ త్యుత్తమ స్థాయి కీర్తికి అర్హతను తెలుపుతాయి. ధనం, పదవులు శాశ్వతం కాదని, అభిమాన ఆప్యాయతలు అవసరమని కౌసల్య, సుమిత్ర వంటి పాత్రలు తెలుపుతాయి. ఓ వ్యక్తిత్వ వికాసపు పాఠాలు చెబుతాయి. రామాయణం 'గీత' కన్నా గొప్ప 'పర్సనాలిటీ డవలప్మెంట్' సిలబస్. లోతులకు వెళ్ళాలి. పాత్రల అంతరం తడమాలి. పిల్లల ప్రవర్తన కుటుంబం విలువలని, సంస్కృతిని, క్రమశిక్షణాయుతంతో ప్రణాళికను తెలుపుతుంది. ఇందుకు 'గాథ'

రాజు జీవితం ఓ చక్కని ఉదాహరణ. విశ్వామిత్రుడు ప్రారంభంలో 'రాజర్షి' మహర్షి కావాలనుకున్నాడు. వశిష్ఠుడు కన్నా గొప్పగా ఖ్యాతి పొందాలని తహతహలాడాడు. తన తపస్సు ఫలాన్ని 'అనర్హుల'కు దానం (త్రిశంకుడు) చేసాడు. దాని వలన ఉభయ భ్రష్టత్వం పొందాడు. గర్వం. అహంకారం మనిషిని అంధుని చేస్తాయనుకున్నాడు. భగవంతునికి 'తనని తాను' అర్పించుకుంటే తానే భగవంతుడని గ్రహించలేకపోయాడు. చివరకు తెలుసుకున్నాడు. తనకన్నా చిన్నవారైన రామలక్ష్మణులకు తన దగ్గరున్న 'ఆయుధాలు' (అరిషడ్వర్గాలను), '(అ)జ్ఞానం'ను అర్పించేసాడు. చివరకు 'తను తాను తెలుసుకున్నాడు'. ఎటువంటి సంపదనైనా గౌరవంతో చూసుకోవాలి. అదే సమయంలో దానిపైన వైరాగ్యం కూడా చూపాలి. అప్పుడే ఆ సంపదపైన 'మనిషి'కి విలువ తెలుస్తుంది. మానవాళికి ఉపయోగించే 'యజ్ఞం' వలన ఆ దేవదేవుని తనవైపు త్రిప్పి 'జన్మ రహస్యం', 'మోక్షమార్గం' తెలుసుకోవాలనుకున్నాడు. తెలుసుకున్నాడు. ఇది నేటి సమాజానికి అవసరమే. మారీచ సుధాహులు, తాటకి, త్రిజటల వరకు ఎంతోమంది 'రాక్షస స్వభావాల'లోని అసలు తత్త్వం (వారికి శాపవిమోచనం) రాముడు ప్రపంచానికి చాటి చెప్పాడు. అదంతా తన 'గురువు'లు వలననే సాధ్యమయిందని వినయంగా చెప్పుకున్నాడు. 'గురువు'లదే అగ్రతాంబూలమన్నాడు. మరినేటి మనిషికి ఇదో చక్కని పాఠం కాదా? ప్రతి ఒక్కరూ 'యజ్ఞం' చేయాలి. ఎందుకు చేయాలంటే పూర్వీకులు (ఋగ్వేదంలో కూడా) యజ్ఞం గురించి ఓ మాట చెబుతారు. ఆధునిక వ్యక్తిత్వ వికాస గురులు కూడా దీని గురించి చెబుతారు. 'యజ్ఞం' అంటే ఓ మంచిపని. ఇందుకోసం ఎంతోమంది ఋషులు (సలహాదారులు) కావాలి. వారు మంచి చెబుతారు. అగ్నిలో నెయ్యి (సలహా) పోస్తున్నపుడు తప్పులు పట్టేవారు (రాక్షసగుణం కలిగిన వారు) వినియోగించి మనసుని (యజ్ఞను) నాశనం చేయాలనుకుంటారు. చెడ్డ మాటలు (రక్తం పోస్తారు). చెడు ఊహలు (మాంసం వంటివి) కల్పిస్తారు. కాని తదేకజ్ఞానంలో 'ఇది మంచి చేస్తుంది' అనుకునే ఉత్తములు (రామలక్ష్మణులు) సమయంను మంచికే కేటాయిస్తారు. విజయం సాధిస్తారు. (నేడు సివిల్స్ విజేతల కథలు ఇందుకు ఉదాహరణ) ఇది నేటి సమాజ స్థితిలోని 'యువత'కు ఓ జీవిత పాఠం. మరి రామాయణాన్ని చదివే 'యువత' 'తల్లిదండ్రులు' ఏరి? 'ర్యాంకులే' జీవిత సర్వస్వంగా భావిస్తున్నవారికి ఇటువంటి కథలు చెప్పే వారేరి? వినే సమయమేది?

రామాయణంలో శబరి, గుహులు వంటి వారి కొండజాతి (గిరిపుత్రుల) వారి కథలున్నాయి. గుహుడు కేవలం 'కోయరాజు' కాదు. రాముని తండ్రి దశరథునికి మంచి మిత్రుడు. నమ్మినబంటు. రాముడు తన దగ్గర విశ్రాంతి పొందుతున్న వేళ భరతుడు ససైన్యంగా రావటం ముందుగానే 'వేగుల' ద్వారా తెలుసుకుంటాడు. తన సైన్యానికి హెచ్చరికల రూపంలో కొన్ని జాగ్రత్తలు చెప్పి 'భరతుని' రాకలోని 'ఆంతర్యం' గ్రహించమంటాడు. రాముని అంతం చేయాలనేది అతని అంతరంగమయితే, అక్కడే 'అతనిని' హతం చేయమంటాడు. ససైన్యంగా.. గుహుని అనుచరులు 'భరతుడు' శ్రీరాముని క్షమాపణలు అడగటం కోసం వస్తున్నాడని తెలుసుకుని అతనికి ఘనమైన స్వాగత సత్కారాలు చేస్తాడు. ఈ మొత్తం సన్నివేశంలో నేటి ప్రజల మనసుతెలుసుకోకుండా పరిపాలిస్తున్న నాయకులకు ఎన్నెన్నో నీతి సూత్రాలు, రాజకీయ తంత్రాల ఆచరణా మార్గాలు కనిపిస్తాయి. ఒక నాయకుడు తన చర్యల మంచి

చెదుల బేరీజు, అది సమాజ శ్రేయస్సు కోసం ఎక్కువ మేలు చేసేదిగా ఉందా లేదా అన్న విషయాన్ని బట్టి అమలు చేస్తాడు. ఇందుకు 'సగరుడు' తపస్సు ఓ ఉదాహరణ. అతను గంగకోసం చేసిన తపస్సు, (తన పూర్వీకుల కోసం కావచ్చు). దాని వలన గంగా పరివాహక ప్రాంతం నేడెంత సస్యశ్యామలమో తెలీదా ? భగీరథుడు చేసిన 'సగరుని' కోరిక సమాప్తి వలన నేటికి ప్రజలు 'మేలు' పొందుతూనే ఉన్నారు. 'భగీరథయత్నం'గా చెప్పుకుంటున్నారు. ఇదీ సత్కీర్తి అంటే..! 'సగరుని' కుమారులు 'కపిలమహర్షి' కోపానికి గురి కావటం వెనుక 'నిరుత్సాహం వల్ల, స్పష్టమైన అవగాహన లేకపోవటం వల్ల తీసుకొనే నిర్ణయాలు ఒక రాజుని కూడా భస్మం చేయగలవనే ఓ వ్యక్తిత్వపు నీతి (రీతి) ద్యోతకమవుతుంది. రామాయణ కథా ప్రారంభంలో జటాయువుకు దశరథుడు 'ఏం కావాలో కోరుకో''మంటాడు. 'మనిషి' దైవం కాదు. దైవం మాత్రమే అడిగినవి ఇవ్వగలడు. కాని విజయం, పదవి, ఆనందం వంటివి ప్రతి వ్యక్తిని ఒక దైవాంశ సంభూతినిగానే భ్రమింపజేస్తాయప.. జటాయువు ఏమి అడుగుతాడో కూడా దశరథుడు ఊహించలేదు. మనిషి మాట ఇచ్చేటపుడు తన సామర్థ్యాన్ని అనుసరించి (తెలుసుకుని) ఇవ్వాలి. తన గురించి ఎక్కువగా అంచనా వేసుకోకూడదని దశరథునికి చెందిన ఈ వృత్తాంతం మనకు చెబుతుంది. మనిషిలో లెక్కలేనన్ని లోపాలుంటాయి. తీరా మాట ఇచ్చాక 'విసుగు' చెందితే అది దుఃఖానికి హేతువవుతుంది. 'కృతజ్ఞత' కాస్తా 'చిరాకు'గా రూపాంతరం చెందుతుంది. మాట ఇచ్చేముందు ఇవన్నీ ఆలోచించుకోవాల్సిందేనంటుంది – రామాయణం. బాల్యంలో శ్రీరాముని చేష్టలు వలన 'మంథర'లో పగ, ప్రతీకారాలు పెరిగాయి. పద్నాలుగు సంవత్సరాలు తరువాత కైకేయికి 'వరాలు' జ్ఞాపకం చేయడంలో రామునినైపెన తన అక్కసును తీర్చుకోగలిగింది మంథర–రాముని అరణ్యవాసం కోరి...! ఇలా ఉంటాయి. మానవ మనస్తత్వాలు. వ్యక్తిత్వ అల్పత్వాలు

రామాయణంలో 'త్రిశంకుని' వృత్తాంతం గొప్పది. నేటికి 'త్రిశంకు స్వర్గమనే మాట వింటుంటాం. దీని వెనుక ఓ మానవ మనస్తత్వ సూత్రం దాగి ఉందనే సత్యం తెలుసుకోవాలి. విద్యాగర్వం, అసమాన సుందరాంగుడనే అహంకారం, ఐశ్వర్యమదం,

హోదా తెచ్చిన పరపతి వంటివి మనిషిని విచక్షణారహితుల్ని చేస్తాయి. తనేం చేస్తున్నాడో తనకే తెలియని ఉన్మాద స్థితికి అతను చేరిపోతాడు. పర్యవసానాలు 'త్రిశంకుడు' బుజువు చేసాడు. నాడేంటి నేడు కూడా ఎంతోమంది ఇటువంటి వారున్నారు. ఇటువంటి వ్యక్తులు తనలోని 'బలాలను' ఎదుటివారి 'బలహీనతలుగా చూపెట్టి తన కోరికలను సాధించుకునే ప్రయత్నం చేస్తారు. ఇదొక 'అహంభావ చర్య'. ఈ కథలో గమనించవలసిన 'వ్యక్తిత్వపు నీతి' ఒకటుందని తెలుసుకోవాలి. ఎదుటివారి సహకారం పొందటానికి అత్యంత తేలికైన ఉత్తమ మార్గం బలం చూపించటం. మెరుగైన మార్గం లాభం చూపించటం. కాని.. అత్యంత ఉత్తమ మార్గం వాళ్ళని మన బుజు వర్తన ద్వారా, లక్ష్యం ద్వారా ప్రభావితం చేయటం... రామాయణంలోని ఇటువంటి వ్యక్తిత్వ వికాస సూత్రాలున్నాయి. తెలుసుకోవలసిందే! అదో అన్వేషణ. 'అగాధమనే జల నిధిలోని ఆణిముత్యమున్నట్లే' అన్నారు శ్రీశ్రీ. అన్వేషణ అవసరం. ' జ్ఞాని' కావాలనుకుంటే ముందు ఆశ, ఆచరణ అవసరం. అదే విధంగా

అంబరీషుడు, శునశ్శేపు విశ్వామిత్రుల కథ వలన కావలసినంత సమాజం ఎదిగేందుకు (వ్యక్తులు) చక్కని మార్గదర్శక సూత్రాలు ఉన్నాయి. అవన్నీ ఆచరించదగ్గవే.. వ్యక్తి నిష్ఠ అవసరం.. అంతే..

రామాయణం ఆచంద్రతారార్క నీతివంతం. భూమ్యాకాశాలు ఉన్నంత వరకు రామాయణం ఉంటుంది. బ్రహ్మ వాల్మీకిని దీవిస్తూ..

యావత్ స్థాస్యంతి గిరయ: సరితశ్చ మహీతలే

తావత్ రామాయణ కథా లోకేషు ప్రచరిష్యతి

రామాయణ మహాకావ్యమ్ శతకోటి ప్రవిస్తరమ్

ఏకైకమక్షరమ్ ప్రోక్తమ్ పుంసామ్ మహాపాతకనాశనమ్

29. రాయలు దృక్పథంలో సామాజిక ఐక్యత

చరిత్రకు సామాజిక దృక్పథం ఉంటుంది. ఆ సామాజిక దృక్పథంతోనే చరిత్రను అమూలాగ్రంగా పరిశీలించి, నిర్ణయించవలసి ఉంటుంది. మానవతా విలువలతో కూడిన సామాజిక ఐక్యతా సూత్రం బంధించిన భారత జాతి చరిత్ర గొప్పది ..."

– స్వామి వివేకానంద

చరిత్ర మానవ నిర్మితం కాదు. మానవ సహిత కథల సమాదీవరం. చరిత్రను పరిశీలించిన ఎందరెందరో చరిత్రకారులు ఎన్నో విధాలయిన సూత్రీకరణలు, నిర్వచనాలను చెప్పటం జరిగింది. ఎవరి దృక్కోణం వారిది. ఒక చక్రవర్తి చరిత్రను ఓ న్యాయమూర్తిగా నిర్వచించ గలగటం కష్టం. ఓ పాఠకుడిగా తెలుసుకోవటం సులువు. కాని పాఠకుడిగా చదివినప్పుడు అనేక సందేహాలు కలిగే అవకాశం ఉంది. అయినా సరే. . తిరిగి ఆ సందేహో నివృత్తి చేసే బాధ్యత చరిత్ర తీసుకుంటుంది. చరిత్ర చదువుతున్న వారికి ఇదో విచిత్రమైన స్థితి.

శ్రీకృష్ణదేవరాయులు సాహితీ, పరిపాలనా విజయ పరంపరల చరిత్ర మీద రకరకాల వాదనలు... అభిప్రాయ పరంపరలు వెలువడ్డాయి.... వెలువడుతున్నాయి..... చారిత్రక నేపథ్యంలో... గమనిస్తే... రాయలు

అన్ని వర్గాలు వారి చేత కొనయాడదగిన వ్యక్తి.... మతాధికారులు... సామాజిక పరివ్రాజకులు...... రాజకీయ దురంధరులు సామంతులు... స్నేహితులు... మంత్రులు... ప్రజలు... ఇలా అన్ని వర్గాలు వారి మధ్య ఓ 'సామాజిక ఐక్యత'ను పెంపొందింపజేస్తూనే తనదైన శైలిలో హిందూ ధర్మ పరిరక్షణకు కంకణం కట్టుకొన్న 'తెలుగు వల్లభుండితడే' అని కీర్తి గొన్న గొప్ప చక్రవర్తి శ్రీకృష్ణదేవరాయులు, రాయలు సాహిత్య విజయాలను, చరిత్రను తెలియజేయడం నా ఉద్దేశ్యం కాదు....... అసలు రాయలు ఏ దృక్పథంలో 'సామాజిక ఐక్యతను' సాధించగలిగారు... వర్తమాన సమాజస్థితి గతులను ఒక్కసారి ఆ కోణంలో నుంచి అవలోకనం చేసుకోవలసిన అవసరం ఏమైనా వుందా? అనే అంశాన్ని రేఖామాత్రంగా స్పృశియించాలనేది అభిప్రాయం....

'సామాజిక ఐక్యత' అనేది ఓ విస్తృతార్థమిచ్చే పదం కులం... మతం.... రాజకీయం, ఆర్థికం, వాణిజ్యం ఇలా ప్రజల జీవన విధానంతో ముడిపడి, రాచరికపు ఒడంబడికలతో నిమిడీకృతమై ఉంటుంది. రాయలు ప్రతిభాపాటవాలను తెలియజేసే అంశమిది. ఇందు కొన్ని అంశాలను అందించడమే వ్యాస ప్రయత్నం. రాయలు రాజ్యపట్టాభిషేకం వెనుక ఎంతో కథ ఉంది.... చారిత్రక పరమైన వ్యథ ఉ ంది. బలవత్తరమైన వైరుధ్యాల మధ్య రాయలు పట్టాభిషేకం జరిగింది. (ఇందులో కుట్ర

కూడా ఓ భాగం అనే చరిత్రకారులున్నారు) తనకు పట్టాభిషేకం జరిగిన నాటికి ఉత్తర, దక్షిణ, భారతాలమధ్య.... ఆయా దేశాల్లో వివిధ ప్రాంతాల మధ్య 'అనైక్యత' ప్రధానపాత్రను పోషిస్తూ ఉంది. ఐక్యతంటే ఏమిటో తెలియని సామంతులు, వివిధ ప్రాంతాల రాజులు, ప్రజలు, పోర్చుగీసు, సుల్తానుల రాజ్యకాంక్షలు, క్రమంగా పెరుగుతున్న బహమనీయుల ప్రాబల్యం. ఇదో విచ్చిన్నకరమైన చారిత్రక సత్యం.... ఇన్ని గందరగోళాల మధ్య రాజ్యానికొచ్చిన రాయలు 'ఐక్యత' కోసం నిరంతరం శ్రమించారు... రాయల కృతి 'ఆముక్తమాల్యద'లో 'యామునార్య' కథలో సమాజ స్థాపనకు రాచ విధులు ఎలా ఉండాలో వివరిస్తాడు.

ఏ పట్టున విసువక ర

క్షా పరుడవు గమ్మ ప్రజల చక్కి విసన్న

ల్గు పెట్టిన విని తీర్పుము

కాపురుషల మీద నిడకు కార్యభరంబుల్.

కొన్ని సూత్రాలు... నియమ నిబంధనలను ఏర్పరుచుకున్నారు. సామాజికపరమైన ఐక్యత కోసం మందుగా మతం, సైన్యం, వాణిజ్యం, సమాజ స్థితిగతులు వంటి నాలుగు అంశాలను పరిశీలించడం జరిగింది. తాను వ్రాసిన "ఆముక్తమాల్యద"లో యామునరాజు తన కొడుక్కి బోధించినట్లుగా రాజనీతిని చెబుతాడు "శత్రువులని ఓడించు, సంపదలాక్కో, అంతేగాని చంపకు, అప్పుడతడు అధిక విశ్వాసంగా ఉంటాడు" అంటాడు. ఇదే సూత్రాన్ని అతడు అన్ని వర్గాల వారితోనూ సత్సంబంధాలను నెలకొనేందుకు వినియోగించుకొన్నాడు.

రాష్ట్ర వర్ధన మెదగోరు రాజు మేలు

రాష్ట్రమును గోరు దానగార్యమొ యనంగ

రాదు బ్రహ్మోత్తరములైన ప్రజల యేక

ముఖపు గోర్కి తదంతరాత్మందొసగడె

పల్లెలను ఐశ్వర్యవంతం చేసేందుకు, నగరాలు పట్టణాలు మధ్య అంతరం తొలగించేందుకు అనుగుణంగా రాయలు తన హయంలో ప్రాముఖ్యత నిచ్చి వాణిజ్యపు ఐక్యతను ప్రజల మధ్య కల్పించగలిగాడు. 'ఈ రకమైన సామాజిక ఒడంబడిక వలన ఐక్యత సాధించడం జరిగింది. 1364 నాటి నెల్లూరు శాసనం చెబుతున్న దానిని బట్టి "నగరాల ప్రజలు పల్లెలు వైపురావటం ప్రారంభమయింది. ఆయా వర్గాల ప్రజలు మధ్య స్నేహ సంబంధాలు నెలకొన్నాయి. ఇది ఒక విధంగా ఆరోగ్యకరమైనదే" పల్లెలు, పట్టణాలు ఒకటిగా మారి వాణిజ్యానికి, పరిశ్రమలకు కేంద్రాలుగా మారటం వలన 'అన్ని రకాల, జాతులు, మతాల' వారు కూడా 'కలసి మెలసి' వృత్తి వ్యాపారాలను చేసుకొనేవారు. మాలలు, అస్పృశ్యులు కూడా నేత పనిచేయటం గమనించదగ్గ అంశం. మరో వర్గమయిన వర్తకులు' రాజాదరణతో సంపదలు గడించి, రాజుకు విధేయత కలిగిన వారుగా ఉండి. రాజాజ్ఞతో అన్ని రకాల ప్రజలకు నరసమైన ధరలకే

వస్తువులను విక్రయించేవారు. (అంగళ్లల్లో రత్నాలు అమ్మేవారు అనే నానుడి అందరికి తెలిసినదే) చేతిపని వారికి సంఘాలు, వృత్తి శ్రేణులు ఉండేవని, 'అముక్త మాల్యద' తెలుపుతుంది. ఇలా అన్ని వర్గాల వారిని 'వాణిజ్యం' 'వృత్తులు' చట్రంలో బిగించి వారి మధ్య ఓ ఆరోగ్యకరమైన స్నేహపూర్వక వాతావరణాన్ని కల్పించి – 'ఐక్యత"కు ప్రాముఖ్యతనిస్తూనే తన రాజ్యాన్ని నిరంతరం కాపాడుకోవటం కోసం అప్రమత్తంగా ఉండేవాడు – రాయలు.

మొదలు పెనిచి పిదప గుడియింప నెవ్వాడు
తనదు తొంటి హీన దశదలంప
దలుగు గాన శిల మరచు గ్రమవృద్ధి
బెనిచి వేళ వేళ జనులు గొనుము.

సామాజిక ఐక్యతకు రాయలెంచుకున్న మరో ముఖ్యమైన అంశం – మతం. రాయలకు మతమౌద్యం లేదు. తాను స్వతహాగా వైష్ణవుడు అయినా ఇతరమతాలను గౌరవించాడు. – ఆదరించారు. వైదిక మతాన్నే కాదు..... హైందవేతర మతాల్ని ఆదరించేరు. ఆయన దృష్టిలో మతమనేది రాజకీయాలుకు, సామాజిక ఒడంబడికలకు ఉపాంగం మాత్రమే. ఆర్థిక... సామాజిక... రాజకీయ వ్యవస్థలు నిర్వీర్యం కాకుండా కాపాడేందుకు అదొక ఉపకరణం. ఈ దృక్పథమే రాయలలో ఇతర మతాలపట్ల సహనబుద్ధిని కలిగించింది. ఇందుకు కొంత పూర్వరంగం కూడా ఉందని చెప్పక తప్పదు. రాయల తన ముందు పరిపాలకులను కొన్ని విషయాల్లో ఆదర్శంగా తీసుకున్నరు. ఒక ఉదాహరణ చెప్పక తప్పదు – విజయనగర సామ్రాజ్య నిర్మాత అయిన ఒకటవ బుక్కరాయులు పరస్పరం చంపుకుంటున్న జైనులను, వైష్ణవులునూ సన్నిహిత పరిచాడు "వైష్ణవులు, జైనులూ ఒక్కటే అన్యంగా ఆలోచించకుడదు" అని రాజాజ్ఞ జారీచేసారు. బుక్కరాయలు మంత్రులలో ఒకడైన బైచప్ప, ఆయన కొడుకు ఇరుగప్ప ఇద్దరూ జైనులే. రెండవ హరిహర రాయలు మంత్రులు కూడా. ఈ నేపథ్యమే రాయలును 'గొప్ప తాత్త్వికుని' గా తయారుచేసింది. కనుకనే – హంపిలో విరూపాక్షదేవాలయం, తిరుపతి, సింహచలం, అహోబిలం, కాళహస్తి, శ్రీశైలం, అమరావతి వంటి ప్రదేశాల్లో శైవ, వైష్ణవ దేవాలయాలకు భూరి విరాళాలిచ్చాడు.

ఆయన రాజ్యంలోనున్న ఓ శివమతోన్మాదిని చంపించి. ఆయన రాజ్యంలోని ప్రజలు ఏ దేవునైనా ప్రతి ఒక్కరూ పూజించుకోవచ్చు. ఇతరులు వారిని ప్రశ్నించరు అని తెలియజేసే శాసనాన్ని వేయించి, తన పరమత గౌరవాన్ని నిరూపించుకొని ప్రజల హృదయాలను గెలుచుకున్నాడు రాయలు. ముస్లింలు, క్రైస్తవులకు కూడా ఇతోధికంగా సహాయం చేసిన వ్యక్తి – శ్రీకృష్ణదేవరాయలు.

నాటి సమాజంలోని రుగ్మతలు అనేకం. ముఖ్యంగా దుర్గను పూజిస్తే శక్తులొనగూడుతాయని, సర్వసంపదలు సిద్ధిస్తాయనే నమ్మకం ఎక్కువగా ఉండేది. అదే విధంగా 'సతీ సహగమనం' ఓ వీరోచిత అంశంగా వర్ణించబడింది. వీటిని రూపుమాపటం వలన ప్రజల్లో ప్రభువు పట్ల భక్తి కలుగుతుందని తలపోస్తూనే... ఇటువంటి అరాచక క్రియలను అరికట్టవలసిన భాధ్యత ఉందని నమ్మిన.... రాయలు

వాటిని తన రాజ్యంలో లేకుండా చేసేరు. వర్ణవ్యవస్థ నిరర్థకమని, సమాజ ఎదుగుదలకు ఎంత మాత్రం దోహదపడదని గ్రహించిన రాయలు అస్పృశ్యులకు వృత్తి పనులలో భాగం కలిపించారు.

వినువర్గ సమత నృపుడు

న్నను ధర్మాంశంబె హెచ్చు నా పెరమడి కె

తిన నీరును దెగి యల రా

జనపు మడికి నెక్కినట్లు చను ముదమందన్

మానవుని తాత్విკకాలోచనలో ద్వైతం కన్నా అద్వైతభావన ఒక మెట్టు పైది. అద్వైత భావం మానవుని దృష్టిని విశాలపరుస్తుంది. ఆత్మను ఉత్తేజపరుస్తుంది. వ్యక్తిలో హేతువాద దృష్టిని కలిగిస్తుంది. రాయలు వాస్తవానికి మత విశ్వాసం కలిగినవాడే. మానవతను విపరీతంగా సమర్థించిన వ్యక్తి. మంచి చెడ్డల విచక్షణా జ్ఞానాన్ని పెంపొందించేది మతమని నమ్మి భౌతిక జీవితానికి, భౌతిక పదార్థాలకి ఆయన అధిక ప్రాముఖ్యతనిచ్చాడు. "వెలయు భూమి తల్లి, విత్తనమది తండ్రి, ధర్మము తన పాలి దైవము" అని వేమన బహుశా రాయలు నైతికను గమనించే చెప్పి ఉండవచ్చు.

కృష్ణదేవరాయలు ఆచరించి, అద్భుత ఫలితాలను సాధించిన "సామాజిక ఐక్యత" ను ఒక్కసారి వర్తమానంలోకి అన్వయించుకోగలిగితే (నాటి –నేటి భౌగోళిక పరిస్థితు వేరు అనే వారున్నా) "నేతి బీరలో నేతి వంటి" వర్తమాన నాయకుల సామాజిక చైతన్య సూత్రం వెనుక డొల్లతనం అవగతమవుతుంది. "గత వర్తమానాలను బేరీజు వేసుకుంటూ, భవిష్యత్తు నిర్మాణం చేయకపోతే చరిత్ర ఎందుకు దండగా?" అనే మహాకవి శ్రీశ్రీ వ్యాఖ్యానమును పై మాటలకు అన్వయించవలసి ఉంటుంది.

ప్రజలు కెల్లను గడు రామరాజ్యమయ్యె

చారు సత్యాద్యుదయేన్వర నారసింహ

భూ విభుని కృష్ణరాయదభ్యుదయ మొంది

పెంపు మీఅంగధాత్రి పాలింపుచుండ!

కృష్ణదేవరాయలు సాధించిన సామాజిక ఐక్యత వెనుక ఆయన దృక్పథాన్ని రేఖామాత్రంగానే స్పృశియించడం జరిగింది. మరెన్నో సామాజికాంశాల నేపథ్యాన్ని కూడా ఆధారంగా తీసుకోవలసిన ఆవశ్యకత ఉంది. దేవరాయలు జననం, రాజ్యపట్టాభిషేకం వెనుక ఎంతో చారిత్రిక భూమిక ఉంది. గద్దెక్కిననాటినుండి మానవతా దృక్పథంతో ప్రజలను కన్న బిడ్డలు వలే పరిపాలించిన గొప్ప మానవతావాది, వృత్తి వాణిజ్యాలకు, సంగీత సాహిత్యాది లలిత కళలకు దేవాలయాల ఉద్దీపనకు, సంస్కృతీ సంప్రదాయలకు ప్రముఖ స్థానాన్నిచ్చినది శ్రీకృష్ణదేవరాయలు. ఆయన చరిత్రలోని ఏ పార్శ్వాన్ని స్పృశించినా సామాజిక ఐక్యత అవగతమవుతుందనటం అతిశయోక్తి కాదు.

30 'సంక్లిష్ట'జీవితానికి అర్థంవెతికే – 'సాయిబాబా'

'జీవితంలోని సంక్లిష్టల్ని అర్థం చేసుకోవడానికి, మరో స్థలంలో మరో కాలంలో మానవ స్వభావం అనుభవించిన సున్నితమైన ఉద్వేగాల్ని, ఉదాత్త అమీదాత్త ఆలోచనలను గ్రహించడానికి ఉత్తమ సాహిత్యం ఉపకరిస్తుంది. అటువంటి సాహిత్యం చదివినప్పుడు జీవితానుభవం ఒక మెట్టు పైకెక్కినట్టనిపిస్తుంది. అటువంటి అనుభవాన్ని ఇవ్వగల శక్తి నవలకు ఉంది'

– ఎన్.వేణుగోపాల్

'తెలుగులో నీరసమైన బ్రతుకులే తప్పా ప్రపంచవ్యాప్తమైన యతివృత్తం గల జీవితాలే లేవు అనే వారికి సాయిబాబా జీవితం ఒక సమాధానం.... వెతికితే సాయిబాబా జీవితం లాంటి జీవితాలు తెలుగు ప్రజల్లోనూ లభిస్తాయి. వాటిని తెలుగు సాహిత్యంలో దింపిన నాడు వృత్తిలోనే గాక విలువలో కూడా తెలుగు సాహిత్యానికి విశిష్టస్థానం లభించగలదు.' ఇది శీలా వీరాజు రచించిన 'మైనా' నవలలో 'సాయిబాబా' పాత్రను గురించి రచయిత పాత్ర అనుకొన్న మాటలు. నిజమే... జీవిత గమనాన్ని నిర్దేశించిన సూత్రాలు... కొలతలు సమాజంలో లేవు. ఎవరి జీవిత గమనాన్ని వారే క్రమశిక్షణాయుతంగా నిర్దేశించుకోలేని ఓ 'పజిల్' జీవితం. బాల్యం, యవ్వనం, వృద్ధాప్యం ఇలా నిక్కచ్చిగా నిర్వచించుకొని, ముసుగు లేకుండా, నటించకుండా బ్రతుకు బండిని ముందుకు తీసుకువెళ్లటం సాధ్యం కాదు. నిన్న పేద నేడు రాజు, నేడు రాజు రేపు పేద కావచ్చు. దీనిని 'వ్యక్తిగతమని' నిర్ణయించలేం. నిర్వచించలేం. కాని... ఏ వ్యక్తి కూడా బాల్యంలోనే 'తను' ఇలా జీవించాలని నిర్ణయించుకోలేడు. కాలమాన పరిస్థితులతో పాటుగా కుటుంబం, స్నేహితులు, అధికార్లు వగైరా వ్యవస్థలు అతని గమనాన్ని నిర్దేశిస్తాయి. స్త్రీ, పురుషుల మధ్య నైతిక, అనైతికత అనే అంశాల చట్రంలోని 'చాటు' ను తొలగించి కనిపించే 'నగ్నత్వాన్ని' అందమైన 'శిల్పకళ'లో పూరించి వర్ణించగల చైతన్యం నిజ జీవితానికి లేదు. ఈ పోరాటంలో వ్యక్తి 'నిష్ఠ'ను కొలవగలిగేది ఎవరు? అతనే... తిండికి లేని 'సాయిబాబా' పోలీసుగా ఎదిగే క్రమంలో మునియా, హఫీజా, కమల, లంబాడి స్త్రీ, థెరిజా, విజయ వంటి వారి పరిచయం వారి వలన కలిగిన అనుభవాలు, నేర్చుకొన్న జీవన – జీవిత పాఠాలు తెలుసుకోవాలి. 'సాహిత్యంలో క్షమించగలిగే తప్పుల్ని వాస్తవ జీవితంలో ప్రజలు క్షమించగలరా అని, నవలను చదివి మెచ్చుకున్న పాఠకుల ముందు సాయిబాబాను నిలుచోబెట్టి 'యాయనే ఆ సాయిబాబా' అంటే ఎంతమంది అతన్ని గౌరవిస్తారు?' ఇది సాయిబాబా మిత్రుడైన రచయిత అంతర్మథనం.

'సాయిబాబా ఎంతో ప్రేమగా పెంచుకొనే 'మైనా'ను నల్లపిల్లి ఎత్తుకుపోయింది. అతని జీవితానికి తొలి మలుపు అది. తండ్రి 'రంగం' లో వ్యాపారం చేసే తిరుపతయ్య దివాళ తీసారు. ఊర్లో 'నూకాలమ్మ' దగ్గరనే ఈ ⊙ంటాడు. క్రమేపి వారి ఆర్ధికస్థితి వరి అన్నం దగ్గర నుంచి అంబలి వరకు... అది కూడా ఒక్కొక్కసారి లేని స్థితికి వచ్చింది. 1935 తరువాత యుద్ధం సమయంలో బర్మాలో ఉండలేక తిరిగి వస్తున్న తిరుపతయ్యకు మిత్రుడు లక్ష్మణగౌడ ఇచ్చిన 'మైనా' అది. దాని మరణం ప్రభావం అతని, ఆ కుటుంబం మీద పడింది.

సాయిబాబా మిత్రులు రాఘవులు, అన్నయ్య, (పోటీ వలన శ్మశానంలో) చనిపోయిన నీలకంఠం వీరి మధ్య జరిగిన స్వాతంత్ర్య పోరాటం, మలబారు పోలీసులు 'నర్రయ్య' వంటి కమ్యూనిస్టును చెరచట్టడం, స్కూలు జీవితం వంటివి కొద్ది కొద్ది 'మార్పుకు' దోహదపడే అంశాలైనాయి. 'సాయిబాబా' పాత్ర క్రమపరిణామదశలో ఉన్న సమయంలో 'నూకాలు' తోటలో 'కొబ్బరి కాయలు దొంగతనం చేయడం,' అది తండ్రికి తెలిసి అతనిని చితకబాదడం వంటి సంఘటనలు 'మరీ చిన్న వయసులో' జీవితాన్ని 'గురించిన చింత'ను అతనికి కలిగించాయి. చిన్నతనం నుంచి అతనికి 'ఇష్టమైన' గానం అతనికి ఆ సమయంలో ఒక 'ఆసరా' అయింది. ఆర్ధిక వనరులను సమకూర్చింది. ఆ 'పాట' కూడా అతనిని 'జైలు జీవితం' వైపు నడిపించింది. ఆనాటి సాంఘిక స్థితి అది. అతడిని 'బోయ్స్ ఆర్మీ' లో చేర్పించారు. అక్కడి వాతావరణం ఓ 'క్రొత్త సాయిబాబా'ను ఆవిష్కరించే ప్రయత్నం చేసింది. 'మనసూ, శరీరమూ రెండూ మెద్దుబారిపోయే జీవితంయిది.' అని వాపోతాడు. తదుపరి ప్రయాణం 'సాయిబాబా'కు వాళ్ళ అన్నయ్యకు వచ్చిన 'పోలీసు ఉద్యోగం' ఇది అతను ఆశించినది కాదు. కాకినాడలో శిక్షణ, అనంతరం తెలంగాణలో ఉద్యోగం. (జీతం ఎక్కువని 'సాయిబాబా' సోదరులు తెలంగాణాను ఎంచుకున్నారు). నిజామాబాద్లో శిక్షణ అక్కడ రాధ, సరళ, శాంతల పరిచయం. అనంతరం బీదర్ లో శిక్షణ. స్నేహితుడిగా ఉంటూనే 'మల్లిఖార్జునరావు' సాయిబాబా చేతికి సంకెళ్ళు వేయటం అతనికి ఓ క్రొత్త పాఠం.

'స్వార్థపరుడైన మనిషి మానవత్వాన్ని గుర్తించలేకపోతున్నాడు. తనకు తానే నమ్ముకోలేని స్థితికి దిగజారిపోతున్నాడు. ఈ పతనావస్థ నుండి మనిషిని రక్షించేది ఏది?" ఈ రకమైన ఆలోచనలు అతని జీవితాంతం ప్రశ్నిస్తానే వచ్చాయి. మనిషి ఎదుగుదలకు 'ప్రశ్న' ఎంత అవసరమో (సోక్రటీస్) అతని పతనానికి అంతే దోహదపడతాయి. 'సాయిబాబా' పాత్రలోని వివిధ ప్రాంతాల్లో అతని ఉద్యోగ ప్రస్థానంలో మునియా, హఫీజా, థెరిజా వంటి వారి కలయిక, సహచర్యం, వారు నేర్పిన జీవిత సత్యాలు అతడిని ఎన్నెన్నో ఆలోచనలకు గురిచేస్తాయి. బీదర్ మునియాతో 'పంచుకొన్న' అనుభవాలు, డిఎస్పి, మరో సహ ఉద్యోగి చంద్రంతో 'వృత్తి' 'మనసు ఎదురు ఎదురుతిరగడం మానేసి రాజీపడటం నేర్చుకుంది' అనేటట్టు చేసాయి. కమలతో వివాహం అతనికి జీవిత పరమార్ధం చెబుతుంది. 'మునియా' (తన వలన కలిగిన) కొడుకు చనిపోవడం, థెరిజా, విజయ వంటి 'వ్యతిరేక భావాలున్న వ్యక్తుల సమూహాలు' అతను జీవితానికి అర్ధం ఏమిటని అన్వేషించేటట్లు చేసాయి. 'చివరకు మిగిలేది' దయానిధి పాత్ర 'సాయిబాబా'లో జొరబడినట్టుగా అనిపిస్తుంది. 'చివరకు మిగిలేదేమిటి' అని ప్రశ్నించుకొన్న దయానిధికి,

'జీవిత సంక్లిష్టతలకు పరిణామాలు' ఏమిటి చింతనతో 'సాయిబాబా' తమ పాత్రలను సమర్థవంతంగా నిర్వహించారు. అయినా ప్రతీ సంఘటనలోనూ 'సాయిబాబా'కు ఏదో ఒక 'దెబ్బ' అతని 'జీవితానికో స్థిరమయిన' పాలన లేదు అనిపిస్తాయి. మిత్రులు, మునియా, తదితరులు క్రమంగా దూరమవుతున్న వేళ, అతను టి.బి.తో శానిటోరియంలో చేరతాడు. అక్కడ అతనికి రచయిత, రాఘవరెడ్డి, రాజగోపాలరావు, ఫక్రుద్దీన్ తదితరులు పరిచయమవుతారు. చివరకు ఆరోగ్యవంతుడుగా ఇంటికి చేరిన 'సాయిబాబా' కు కూతురు పుట్టిందని 'కమల' తండ్రి ఉత్తరం వ్రాస్తాడు. ఆ పిల్లకు 'మైనా – మైనాకుమారి' అని పేరు పెడతాడు. ఈ మొత్తం కథా గమనంలో 'సాయిబాబా' పాత్ర చిత్రణలో అతని వ్యక్తిత్వంలో అనే కోణాలు 'సమాజం దిశగా వెళుతున్న వ్యక్తి వ్యక్తిగతం వైపు ప్రయాణం చేయాలనే భావిస్తాడు. సమాజంలో తను ఒకడ్ని తప్పా తానే సమాజం అనుకోకూడదు' అని తెలుసుకుంటాడు.

నవలలో 'రచయిత' పాత్ర 'సాయిబాబా' లో భిన్న పార్శ్వాలు (నీతి, అవినీతి అనేవి ఉన్నాయి) లను స్పృశించి సృజన చేస్తే 'పాఠకులు అతడిని క్షమిస్తారా' అని ప్రశ్నించుకుంటాడు. నిజమే మునియాతో అతని (అనైతిక ప్రవర్తన (దాని వెనుక గల కారణాలు – భావాలు) సాయిబాబాలోని ఓ కోణం. హఫీజా అతని 'చనువు' ధేరిజాతో 'స్నేహం' ఇలా వివిధమైన ప్రాంతాల్లో అతని పాత్ర చిత్రణ వెనుక 'తనలోని మానసిక కోణాలు' కు అతనే ఆశ్చర్యపోతాడు. భయపడతాడు. కాని... పోరాటం చేయాలనే భావిస్తాడు. 'మునియా' తనతో వచ్చేస్తానన్న సమయంలో వద్దన్నాడు. 'హఫీజా' సాధారణ యువతిలా 'పెళ్ళి – పిల్లలు' చట్రంలో ఇమడలేదు అనుకున్నాడు. 'ధేరిజా' దూరం ఆమెకు (తనకు కూడా మంచిదేనని భావించాడు. ఇలా అతని వ్యక్తిత్వం భిన్న భావాలకు అతని జీవితంలోని అశాంతి, అశ్రద్ద, నిరాశ, నిర్లిప్తత, కుటుంబం, ఎదిగే ఎదగని 'మానసికస్థితి', భావుకత, ఉ ద్యోగం వంటివి కారణాలుగా కనిపిస్తాయి. చిన్నతనంలో ఓ జీవిత మలుపు (?)కు కారణం 'మైనా', ఇప్పుడు జీవన స్థిరత్వానికి ఓ మలుపు (ప్రమోషన్, బదిలీ)కు 'మైనా' ప్రారంభం కావాలనుకొన్నాడు. కనుకనే తన కూతురుకు 'మైనాకుమారి' అని పేరు పెట్టాలనుకున్నాడు.

శీలా వీర్రాజు గారి రచన 'మైనా'లో సాయిబాబా పాత్ర ఓ మరపురాని పాత్ర. జీవితంలోని 'సంక్లిష్టత'కు తన అనుభవాల నుంచి 'అర్థం' చేసుకానే ప్రయత్నంలో ఎన్నెన్నో జ్ఞాపకాలు, మంచి, చెడు, పరాజయం, విజయం, అభిమానం, అవమానం, అభిమానం, అసూయ వంటి 'మనిషి' సహజితాల వెనుక 'ఆకర్షణీయ'మైన 'అవసరం'ను అన్వేషించే క్రమంలో కోల్పోతున్నదేమిటి? తీసుకుంటున్నదేమిటి? అనే ప్రశ్నలు అతదిని నిరంతరం ఆలోచనల్లో పడేస్తాయి. 'చైతన్య స్రవంతి' పథంలో అనుభవాలతో మమేకమైన వ్యక్తిత్వం వెనుక సంఘర్షణను అక్షరరూపం 'మైనా' సాయిబాబా పాత్రను చదువుతుంటే అతను నైతికత ఉ న్నవాడా? లేని వాడా? అనే అనుమానం పాఠకుడిలో కదులుతుంది. బుచ్చిబాబు 'తలుపుచాటు నీతి' అనే మాటను ఉపయోగిస్తారు. నిజ జీవితంలో ప్రతి వ్యక్తి ఈ 'నీతి'కి ఆశక్తి, అనురాగం కలవాడే. ఇందుకు భిన్నమైన, సంక్లిష్టమైన పాత్ర 'సాయిబాబా'.

ఇ.ఎమ్. ఫార్స్టర్ పాత్రల్ని 'ఫ్లాట్ కారెక్టర్స్' 'రౌండ్ కారెక్టర్స్' అని రెండు రకాలుగా విభజిస్తాడు. మానసిక శాస్త్రం ప్రకారం 'టైప్స్' 'ఇండివిజువల్స్' అనే వర్గీకరణ కూడా ఉంది. ఫార్స్టర్ చెప్పిన పదాలకు

వల్లంపాటి వారు తన 'నవలా శిల్పం'లో 'క్లిష్టత లేని పాత్రలు' 'క్లిష్టత ఉన్న పాత్రలు' అని వివరిస్తారు. 'సాయిబాబా' పాత్ర క్లిష్టత ఉన్న పాత్ర. ఈ పాత్రల లక్షణాలును గమనిస్తే ఇది నిజమనిపిస్తుంది. భిన్న వ్యక్తిత్వం, అంతఃసంఘర్షణ, పరిస్థితుల ప్రభావం చేత మార్పు చెందటం వంటి వాటిని పాఠకుడు ఆశ్చర్యంగా గమనిస్తూనే, ఆయా 'కారణాలు' మార్పుకు ఆధారమని విశ్వసిస్తాడు. 'తనలో వచ్చిన మార్పుకు ఆధారభూతమైన కారణాలున్నాయన్న నమ్మకాన్ని పాఠకునిలో కలుగజేయడమే క్లిష్టత ఉన్న పాత్ర ప్రధాన లక్షణం అని వల్లంపాటి వారి నిర్వచనం. 'మైనా' నవల్లో 'సాయిబాబా' పాత్రకు ఈ లక్షణాలు ఉన్నాయి. 'చివరకు మిగిలేది' లో దయానిధి కూడా ఈ రకం పాత్రే. 'సాయిబాబా' దయాధికి కొనసాగింపుగా నాకనిపిస్తుంది.

ఈ రచన గురించి రచయిత చెప్పిన ముందుమాటలో 'పాత్రయినా కన్నీరు కారిస్తే, ఆ కన్నీటి చుక్కలో లిట్మస్ కాగితాన్ని ముంచి, విద్యుత్తును పంపించి మాలిక్యూలులుగా విడదీసి, మైక్రోస్కోప్ క్రింద చూసి గుణాలనూ, ధర్మాలను తెలుసుకొని కన్నీళ్ళకు కారణాలు చెప్పాను. ఈ పరిశీలనలో హృదయం బయట పడేది. అందులోని చీకటి కోణాలు వెలికి వచ్చేవి' అని అంటారు.

ఈ దిశగానే సాయిబాబా పాత్ర పోషణ కొనసాగింది. ఇది చదివిన వారికి 'అతను' తప్పనిసరిగా గుర్తుంటాడు.

31. 'నార్ల' పురాణ దృక్పథ ప్రతీక "సీతజోస్యం"

"నాకు కావలసింది మీ ఆమోదం కాదు. మీలో ఆలోచన, నేను కోరేది మీ ప్రశంస కాదు. మీలో జిజ్ఞాస. ఎప్పటికప్పుడు పాత విషయాలను క్రొత్త దృష్టితో చూడ్డానికి మనం ప్రయత్నించాలి. పాత విశ్వాసాలను కొత్త పరీక్షలకు పెట్టుకోవాలి. కొత్త వ్యాఖ్యానాలను చెప్పుకోవాలి". నార్లవారి ఈ మాటలు ఆయన తన పౌరాణిక నాటకాల పీఠికలకు రాసుకొన్నవే అయినా, ఆయన దృక్పథం నుంచి చూస్తే నేటికి కూడా సమాజ పరమైన సమాధానాలు వెతకవలసిన ప్రశ్నలే! ఒక గిరిగీసిన సంప్రదాయపు చట్టం నుంచి వెలుపలికి వచ్చి ఓ క్రొత్త దృష్టికోణం నుంచి శాస్త్రియ దృక్పధాన్ని ఊతమిస్తూ ఆలోచనలు చేస్తున్నామా అని ప్రశ్నించుకుంటే... అది భేతాళ ప్రశ్న అవుతుంది. క్రొత్తను స్వీకరించటంలో, పాత అంశాలకు నూతన సమాజ రీతులకనుగుణంగా, శాస్త్రియాన్వేషణ చేసి వ్యాఖ్యలను గ్రంథస్థం చేయటమనేది జరగటం లేదనే భావన పెక్కుమందిలో ఉ ంది. నార్లవారు ముందుకు వచ్చి ప్రతీ అంశాన్ని నిగ్గు తీసి 'నిర్వచనాలు' అందించారు. సాంఘిక, పౌరాణిక నాటకాల్లో ఆయన లేవనెత్తిన ప్రశ్నలు సంప్రదాయ సిద్ధాంతాలకు కట్టుబడిన వారిని భయపెడతాయి. ఆలోచించమంటాయి. ఆయన తన వాదనలకు నిర్దిష్టమైన శాస్త్ర ఆధారాలను చూపిస్తారు. వాటి చుట్టూ ఉన్న ఓ చీకటి వార్తా ప్రపంచానికి ఆవలనున్న శాస్త్రియ,తార్కిక, నిజ నిర్ధారణ అంశాలను పరిశీలించమంటారు. 'జాతి భవిష్యత్' ను మత మౌఢ్యంలో సమ్మేళన పరచటంలో గందరగోళం తగదంటారు.

నార్ల వారు వేమన పద్యాల ఆధారంగా వేమనను నిర్వచిస్తూ, అంధకారమైన క్షీణయుగంలో జన్మించి, ఆ కాలపు దుర్నీతిని ఏకాకిగా ఎదిరించాడు వేమన. వేమన స్వరం కఠినంగా, వాక్కు పరుషంగా, విమర్శ కర్కశంగా ఉన్నందున అతడు కఠిన స్వభావుడని అర్ధం చేసుకోకూడదు. వేమన సాధు స్వభావుడు. అనురాగ పూరితుడు. సహనశీలి. అంటారు నార్ల వారిని దగ్గరగా పరిశీలించిన వారికి ఇందులో కొన్ని మాటలు వారి దృక్పథానికి కూడా వర్తిస్తాయి అని నా భావన. మతపరమమైన బాహ్యాచారాలను పరిహసించడంలో వేమన కబీరునకెంత మాత్రం ఈసిపోడు. పరుల బాధను తన బాధగా భావించేవాడు మానవుడు' అనేది వేమన సందేశ సారాంశమనే నార్ల వారు తన రచనల్లో కూడా జోడించరు. తన ప్రతి రచనలోనూ నార్ల వారి 'ప్రతిబింబం' కనిపిస్తుంది. ఈనాడే కాదు ఏనాడైనా సాహిత్యం రాజకీయాలకు అతీతంగా లేదు' అని రాజకీయాలకు, రచయితకు మధ్యనున్న బంధాన్ని నిష్కర్షగా వివరించారు. నిజమైన రచయిత వ్యక్తి స్వాతంత్ర్యానికి, భావ స్వేచ్చకు పూర్తిగా అవకాశమిచ్చే సమాజ వ్యవస్థను కోరుకుంటాడని అంటారు. ఆ దిశగా తన రచనా వ్యాసంగను చివరి వరకు కొనసాగించారు. నార్ల వారిలోని మేధాశక్తిని, వైదుష్యాన్ని, తర్కదృష్టిని, వాదనా బలాన్ని, మానవీయ దృక్పధాన్ని, భావకవిత్వాన్ని, విషయ నిరూపక

శైలిలోని సౌరళ్యాన్ని, నిర్మోహమాట వైఖరినీ, వ్యంగ్యాన్ని, పదాల పదబంధ ప్రయోగాల నైపుణ్యాన్ని రచనలు పట్టి చూపుతాయి. ఉననిషత్తులు, గీతారహస్యంల మీద ఆయన రచనలు చదివినప్పుడు పాఠకులకు నిశితమైన చూపు అవవడుతుందని శ్రీ కేతు విశ్వనాథ రెడ్డిగారంటారు. నార్లవారి పదివేల పుటల రచనలు చదివితే పరితులు ఓ విభ్రమకు లోనవుతారు.

కవులలో ప్రతిభాశీలురు ఎంతో అరుదు. విమర్శకులలో మంచి అభిరుచి కలవారు కూడా అంతే అరుదు' అని పోప్ వ్యాఖ్యానం ఒకటి నార్లవారు రచించిన 'వేమన' లో కనిపిస్తుంది. వేమన చరిత్రను ఎంతోమంది ఎన్నో కోణాల్లో చిత్రించారు. చలనచిత్రాల కూడా వచ్చాయి. నార్ల వారికి ముందు కట్టమంచి, రాళ్ళపల్లి వారలు తప్పా మిగిలిన వారు కట్టు కథలనే నమ్ముకున్నారు. ప్రజల భాషను, శ్రేయస్సును గాఢంగా అభిమానించే నార్లవారు 'వేమన' పైన దృష్టి సారించారు. విశేష పరిశ్రమ చేసారు. పాశ్చాత్య పండితులు రచించిన గ్రంథాలను సేకరించి వాటిలోని సత్యాలను నిగ్గుతేల్చారు. వేమన పద్యాలుగా ప్రచారంలో ఉన్న వృత్తాలు ప్రక్షిప్తాలన్న రాళ్ళపల్లి వారితో నార్లవారు ఏకీభవించారు. వేమన పేరుతో ఉన్న అసభ్య పద్యాలు వేమనవి కాకపోవచ్చనని ఆయన అభిప్రాయపడ్డారు. తిరుక్కురళ్, బసవేశ్వరుడు కబీర్ వలె వేమన గొప్ప తాత్విక చింతనాపరుడని, ప్రజాకవి అని నార్లవారు తెలుగు వారికి, ఇతర భాషల వారికి తెలియజెప్పారు.

వేమన ప్రభావంతో నార్లవారు 'నార్లవారిమాట' అను మకుటంలో పద్య రచన చేసారు. 'చిన్నయసూరికి కొన్ని చోట్ల చికాకు కలిగించినందుకు పండితులు నన్ను ఆక్షేపించినా అని వివరించారు. 1956–74లమధ్య రాసిన పద్యాలను చదివిన కొంతమంది "ఒక్కొక్క యేడు పై బడిన కొద్ది నార్లకు మతి మరింతగా చెడుతున్నదని" ఆయన చెప్పుకున్నారు. పుస్తకం రెండవ కూర్పున. ఆయన "దానిని ప్రశంసగానే" తీసుకున్నాననన్నారు. "తన మానవవాదానికి పరీక్ష పెట్టిన సంఘటనలు అనేకం తనకెదురైనా సరే మానవుని పట్ల, మానవత పట్ల ప్రేమ విశ్వాసాలను చెక్కుచెదరకుండా నిలుపుకున్నానని" కూడా ఆయన చెప్పారు– మూడవ కూర్పు పీఠికలో. అనగా ఆయనాశించిన విధంగా జనం 'నార్లవారి మాట' ను అక్కున చేర్చుకున్నారు. ఆయన కోరింది ఇదే. 'నవయుగాల బాట' గా శీర్షికను మార్పు చేసారు. ఎన్నెన్నో నిప్పుల ప్రశ్నలను వేసారు. ప్రజాస్వామ్యం లోని డొల్లతనాన్ని కొన్నింట్లో ఎత్తి చూపారు. ఈ శతకంలో ఆయన సృశియించని అంశం లేదంటే అతిశయోక్తి కాదు. ఉదాహరణకు ఒక్కటెండు చూద్దాం.

తల్లి యొకతె సోకు పిల్ల లెందరినైనా

ఉంగలోన ప్రేమ రంగరించి

తల్లి యొకతే బరువు పిల్ల లెందరికైనా

ఇది నాటికి. నేటికి ఒకే రీతి సామాజిక ధర్మంగా చలామణి కావటం విషాదం. 'స్వేచ్ఛలేదు, ఓటు స్వేచ్ఛగా పడకున్న/ స్వేచ్ఛ లేదు, సభల స్వేచ్ఛలేదు/ స్వేచ్ఛలేదు, చర్చ స్వేచ్ఛలేదు' నేటి సభలో స్థితి కూడా ఇంతకుమించి గొప్పగా లేదు. నందు దొరికి లేని సడియ చప్పుడు లేక

మేత మేయు వాడు నేత యగునే? ఒకడు లంచగొండి, ఒకడేమో తుంటరి / ఒకడు పక్షపాతి, ఒకడు శంఠ. వీరు మన నాయకులు. దేశ సేవయని పరితపించేవారు. ఇంకో వాస్తవం కూడా (నాడు.. నేడు) చెబుతారాయన వచ్చు మంత్రిపదవి పచ్చిగా తిట్టినా / వచ్చు మంత్రి పదవి భజన సేయ / వచ్చు మంత్రి పదవి పార్టీలు మారినా ప్రజాస్వామ్యంలో నాయకులు మారాలి, మారాలి అనే నినాదాలు గడచిన ఏడున్నర దశాబ్ధాలుగా వినిపిస్తున్నా నేటికి కూడా నార్ల వారి వ్యాఖ్యానం అక్షర సత్యం. ఏడువందలకు మించిన పద్యాలలో ఏడువందల సంవత్సరాలకు సరిపడే సాంఘిక, సామాజిక, వయుక్తిక దౌర్భాగ్య స్థితిగతులను, హేతుబద్ధతలేని పాతచింతకాయ సిద్ధాంతాలను, కుహనా మేధావులు భాషాడంబరాన్ని, మానవీయ విలువలను, మానవతా ధర్మాలను కాస్త ఘాటుగానే 'నవ యుగాల బాట' గా ఈ శతకంలో వివరించారు. వేదన చెందారు.

నార్ల వెంకటేశ్వరరావు గారు రచనలను వారి కుటుంబ సభ్యులు ఏది సంపుటాలుగా తీసుకువచ్చారు. తెలుగు, ఇంగ్లీష్ రచనల సర్వస్వం ఇవి. సమగ్రంగా నార్ల వారి సాహితీ విశ్వరూపాన్ని ఈ గ్రంథాలలో చూడవచ్చు. ఆయన దృక్పథంలోని 'వాస్తవ కోణాల'ను స్పృశించివచ్చు. ప్రతి రచనలోనూ ఆయన వ్యక్తిత్వం ఆవిష్కరణ జరిగింది. జీవిత చిత్రణలు, వర్తమాన సంఘటనలు, సంస్కృతి, సాహిత్యం, సాహిత్య రచనలు, పౌరాణిక నాటకాలు, సాంఘిక నాటికలు, వ్యాసాలు సంపాదకీయాలు, ఇలా ఎన్నెన్నో అంశాలను ఆయన తన రచనలో పొందుపరిచారు.

మంత్రుల కెదురేగి మల్లెపూలను జల్లి

పూజ సూయునేల పొగడనేల

మంత్రులనగ యెవరు? మనకు భృత్యులు కారే!

"చవట కూడా తాను సర్వజ్ఞుడైనట్టు / మంత్రి మయ్యే కాని, మాటలాడు / పదవి యబ్బినంత పాండిత్య మబ్బునా, జాతి, కుల, మత వర్గ విభజనలో దేశం పురోగతి ఏ దిశగా సాగుతుందోననేది బాధాకరమైన అంశం. ఈ వర్గీకరణల నేపథ్యంలోనే నార్లవారు 'పరుగు చీమలందు బాపన చీమలు / కాకులందు మాలకాకి కలదు / కులము కుళ్ళు చొరని నేల వేదికలదురా' అని ప్రశ్నిస్తారు. ఆయన సంపాదకుని బాధ్యతను ఎంతో నిజాయితీ, నిర్భీతితో నెరవేర్చారు. రాజీపడని ఆయన మనస్తత్వంతో 'ఆంధ్రప్రభ' 'ఆంధ్రజ్యోతి' వంటి పత్రికలకు క్రొత్త రూపును తెచ్చారు. సంపాదకుని బాధ్యతను చెబుతూ, వర్తమాన జగతి పరివర్తనాలపై / స్వేచ్ఛతో వ్యాఖ్య సేయనట్టి / ఎడిటరెందుకోయి ఏటిలో గలపనా? అని రాశారు.

నార్లవారికి ఆత్మ విశ్వాసం మెండు. సంపాదకీయాల్లో 'నేను' అనే చోట 'మేం' అని ఆయన తరుచుగా ఉపయోగించేవారు. ఆయన రచల్లో లోకజ్ఞత, చమత్కారం, గడుసుదనం, వ్యంగ్యం, హేతువాదం, నీతి బోధ పుష్కలంగా ఉన్నాయి. సమాజంలో ఉన్న మతం, కులం, స్వేచ్ఛ, సమత, సైన్స్, శీలము, సోషలిజం, సంస్కృతి సంప్రదాయం, భాష, సంస్కృతం, ఇంగ్లీష్ ప్రభావం. పురాణాలు ఇతిహాసాలు, వేదాలు ఇలా ఎన్నెన్నో విషయాలపైన సమగ్రమైన అధ్యయనం చేసి, అరుదైన అంశాలను

నగ్న చిత్రణలతో నిరూపిత బుజువులతో వివరించడం ఆయన నైజం. ఆయన తనదైన స్వంత అభిప్రాయాలను లాగి విడిచిన బాణం లాగా గుండెకు తగిలేటట్లు చెప్పారు. 'బుద్ధి చెప్పువాడు గుద్దితేనేమయా' అనే వేమన వాక్కుకు వాస్తవ రూపమిచ్చే నార్లవారి వ్యాఖ్యానాలు ముక్కు మీద గుద్దినట్లు ఉంటాయి.

నార్లవారు సంస్కృతి, సాహిత్యం, మతం, భాష వంటి విషయాలపైన వ్రాసిన వ్యాసాలను గమనిస్తే అవి నేటికి కూడా సత్యాలుగానే కనిపిస్తాయి. అంతటి శాశ్వతత్వం, దూరదృష్టి ఆలోచనలు ఆ మేధావికి ఎలా సాధ్యమనే ఆశ్చర్యం వేస్తుంది. ఆయన వ్యాసాల్లో ప్రధానంగా నాలుగు అంశాలు కనిపిస్తాయి. భాష వైషమ్యాలు, విద్వేషాలు, ఉన్మాదం త్రిభాషా పథకంలోని లొసుగులు

కొత్త జ్ఞానావసరాలు, క్రొత్త భాషల ప్రకటన పరభాషల సాంగత్యం – భాషాభివృద్ధి 'స్వభాషాభిమానం భాషా వికాసానికి దోహదకారి'గా నార్లవారు అభిప్రాయపడ్డారు. మరి వర్తమానంలో....? " మతోన్మాదం ఎంత ఖండించ దగినదో, భాషోన్మాదం కూడా అంతే ఖండించదగినదని' హెచ్చరిస్తారు. నార్ల వారు రచించిన 'సాహిత్యంలో అశ్లీలం' 'సాహిత్యం – విలువలు' అనే రెండు వ్యాసాలను ఈనాటి టి.వి. సీరియల్స్, సినిమా వర్గాల వారికి తప్పనిసరిగా చదవమని చెప్పవలసిందే! ఆయా శిక్షణా సంస్థల్లో 'సిలబస్' గా కూడా చేర్చాలని అభిప్రాయపడే విజ్ఞులున్నారు. ఊ ననిషత్తులు, భగవద్గీతలమీద ఆయన చేసిన ఘాటైన విమర్శల వెనుక సమాజంలో పేరుకుపోయిన మూఢత్వం, అంధత్వం వంటి వాటిపైన ఆవేదన ధ్వనిస్తుంది. 'సైంటిఫిక్ టెక్నిక్ ను మాత్రమే స్వీకరించి 'సైంటిఫిక్ స్పిరిట్ ను తోసివేయటం జాతిప్రగతికి, భవిష్యత్ కు ప్రమాదమంటారు. 'జాతీయ జీవనంలో సంస్కృతి, సంస్కృతుల స్థానంపై ఆయన చేసిన పదిహేను భాగాల వ్యాసంలో ఎన్నెన్నో అంశాలను ఆలోచనాత్మకమైన విశ్లేషణలతో వివరించారు. తన 'హిందూ ఈథాస్' సమీక్షలో జ మీ గత చరిత్ర మహోజ్వలమైనదే. కానీ మీకు భవిష్యత్ ఉన్నదా' జ గడిచిన వెయ్యి సంవత్సరాల్లో ఎన్నెన్నోయుద్ధాల్లో మీరు ఎందుకు ఓడిపోయారు? గడిచిన వెయ్యి సంవత్సరాలలో యూరప్ ఎంతో ముందుకు వెళ్తూగా మీరు పడివున్నారు.వెనుకనే ఎందుకు అని ప్రశ్నించిన నార్ల వారికి సమాధానాలు వర్తమానంలోనూ సాధ్యమా అనే ఆ ప్రశ్న వస్తుంది. ఇందుకు ప్రతిగా ఆయనే ఇందుకు ఓ పదకొండు కారణాలు వివరించారు.

నార్లవారు మన సాంస్కృతిక వారసత్వంలో మంచిని సహితం చూసారు. కానీ..ఇందుకు మించి పై మెట్టునుంచి జాతి, మత, కుల, వర్గ విభేదాలకు అతీతుడై మానవుడు మానవుని పట్ల మానవుని వలె వర్ణించగల మానవీయ వ్యవస్థ అవతరించాలని ఆయన స్వప్నించారు. అది వాస్తవం అయేంత వరకు ఆయన రచనలు 'చిరంజీవులే'. వర్తమానంలో మన దేశంలో జరుగుతున్న సంఘటనలు, పరిణామాలు ఈ నేపథ్యం నుంచి గమనిస్తే 'నార్ల వారి రచనల' అంతర్యం అవగతమవుతుంది.

నార్లవారు తన బౌద్ధ సంస్కృతి వ్యాసంలో ప్రకృతిని మానవుడు వశపరుచుకొని జీవితం సుఖమయం చేసుకోవడానికి ఆధునిక మానవుడు అహోరాత్రాలు పాటు పడుతున్నాడు. దీనినే ఒక విలక్షణమైన నాగరికతగా భావిస్తున్నాడని. 1952లో రాసారు. నేటికి కూడా ఇది మానవుని ప్రకృతిని జయించాలనే దాహానికి ప్రతీకని చెప్పక తప్పదు. నార్లవారి మానవతా వాదానికి ఎన్నెన్నో

పునాలుదులున్నాయి. ఆయన రచనల్లో వాటి మూలసూత్రాలు కనిపిస్తాయి. 'ఇంతటి మానవతావాదం సాధ్యమా' అని ఆశ్చర్యానికి గురి చేస్తాయి.

'జగన్నాటకం', 'నవయుగాల బాట' 'కొత్త గడ్డ', 'మాట – మంతి', 'కొత్తపాత' 'పిచ్చాపాటి' వంటివి ఆయన దృక్పథంలోని నిజాయితిని ఆవిష్కరింపజేస్తాయి. 'పురాణ వైరాగ్యం' నార్ల వెంకటేశ్వరరావు అసంపూర్ణ నవల. బాబాల ఆశీర్వచనాల కోసం విద్యాధికులే వేలం వెర్రిగా పడిగాపులు పడుతున్న వైనం, ఇందులో కథాంశం. చదువుతున్నంతసేపు అటువంటి వారి 'మౌఢ్యం' వేదనను కలిగిస్తుంది. బాధ, ఆవేదన, నవ్వులు ముప్పేట కులుకుతాయి. మేధావుల అంధవిశ్వాసాలు వంటివి మన దేశంలోని మరో కోణాన్ని చూపిస్తాయి. చురుక్కుమనిపిస్తాయి. పాత్రలు, కథనం, సంభాషణలు వంటివి పదునుగా ఉంటాయి. నార్లవారు నవలా రచయితగా నిలద్రొక్కుకొని ఉంటి మరెన్నో నవలలు వారి నుంచి వచ్చి ఉండేవి. తెలుగు పాఠకులకు ఇదో బాధాకర అంశమే! అయితే ఈ అసంపూర్ణ రచనను ఆ తరువాత కాలంలో శ్రీమతి పైడి చంద్రలతగారు పూరించి సంపూర్ణం చేసారు.

నార్ల వెంకటేశ్వరరావు గారు రచించిన 'పురాణ నాటకాల'ను ప్రత్యేకంగా ప్రస్తావించు కోవలసిన అవసరం, ఆవశ్యకత ఉన్నాయి. ఆయన 'జాబాలి'(1974), 'సీతజోస్యం' (1979), (ఈ రచనకు 1981 సంవత్సరంలో కేంద్ర సాహిత్య అకాడమీ పురస్కారం' లభించింది. 'నరకంలో హరిశ్చంద్రుడు'(1982) 'పంచరాత్రం' (ద్రౌపది –1990) 'హిరణ్యకశిపుని హత్య' (1990) తదితరాలు వ్రాసారు. వీటిలోని కథాంశాలు ఎన్నో వివాదాలకు, చర్చకు దారితీసాయి. వివిధ ప్రముఖ పత్రికల్లో పెక్కు సమీక్షలు వచ్చాయి(సీత జోస్యం పైనే ఎక్కువ) కారణం రచన కన్నా వాటి ముందున్న 'పీఠికలు' విస్తారమయినవి కావటం, అవి ఉండటం వలననే ఆయా నాటకాలు ప్రేక్షకులను, పాఠకులను సులభంగా ఆలోచింపజేసాయంటారు విశ్లేషకులు.

పౌరాణిక నాటకాల రచనల్లో నార్ల వారికి ఓ ప్రత్యేకమైన సత్య నిష్ఠ ప్రస్ఫుటమవుతుంది. ఆయన ప్రగతివాది, హేతువాది, నాస్తికుడు, మానవవాది. ఏనాడు ఆయన మతవాది కాదు. జాతీయ వాదిగా రాజకీయాల్లోకి ప్రవేశించారు. పత్రికా రచయిత, సంపాదకులుగా కీర్తినొందారు. క్రొత్త వరవడులనద్దారు. ఆనాడే స్వతంత్ర భారతం పోకడ దారి తప్పినట్లు తెలుసుకున్నారు. వీటి వెనుకనున్న కారణాలను అవగాహన చేసుకున్నారు. వాటి రూపురేఖలను మార్చే ప్రయత్నం చేయదలచారు. 'రచన' వీటికి ఓ గొప్ప సాధనంగా భావించారు. ఆ దిశగానే ముందుకు వెళ్ళారు. 'సీత జోస్యం' పీఠికలో ఆయన దృక్పథాన్ని చూడవచ్చు. జాతి, మత, కుల, వర్గ భేదాలన్నీ సమసిపోవాలి. సమతా స్వాతంత్ర్యాలు సర్వత్రా నెలకొనాలి. దారిద్ర్యం, దైన్యం ఈ భూతలం నుంచి మటుమాయం కావాలి. వివేక విజ్ఞానాలు వర్ధిల్లాలి. మానవునికి, అతని మానవతకు పట్టాభిషేకం జరగాలి. ఇది ఆయనలోని 'మనీషి' వాదం. మరో చోట "రామాయణ భారతాలైనా, అష్టాదశపురాణాలైనా, వాటి ప్రధానోద్దేశాలు కుల వ్యవస్థను పరిరక్షించడమే, ఫ్యూడల్ సంఘాన్ని సుస్థిరం చేయడమే. అందువల్ల ప్రస్తుత ధోరణిలో వాటి ప్రచారం సాగితే, ప్రకృతి రీతిలో వాటి పట్ల భక్తి శ్రద్ధలు ప్రబలడం జరిగితే, నవసమాజ నిర్మాణం, నూతన ధర్మ సంస్థాపన కేవలం శు ష్క నినాదాలుగానే మిగిలిపోయవడం తథ్యం". అంటూనే ఈ అవరోధాన్ని తొలగించుకోకపోతే ఆధునిక

యుగంలో ప్రవేశించలేమని హెచ్చరిస్తారు. సమాజం పెక్కు విధాలుగా రూపాంతరం చెందింది. సాంకేతికాభివృద్ధి తోడ్పాటుతో మనిషిలోని హేతుబద్ధ తర్కానికి బీజాలు మెరిసాయి. అతని జ్ఞానం పలు విధాలుగా ఆలోచనలను చేయసాగింది. రామాయణ, మహాభారత, పురాణాల పట్ల సంప్రదాయ భావనలను ప్రక్కన పెట్టి, హేతువును అన్వేషించవలసిన ఆవశ్యకతను శాస్త్రజ్ఞులు, విజ్ఞాన శాస్త్రవేత్తలు గ్రహింపుకొచ్చారు. 'సీత జోస్యం' లో సీత, రాముడు, లక్ష్మణుడు ఋషులు మధ్య జరిగిన సంభాషణల్లో నార్ల వారు ఎన్నెన్నో సమాజంలోని సత్యాల వెనుక మరో కోణాన్ని విపులీకరించడం జరిగింది. సీత వాదనలో "దోషం" కనిపించదు.

సీతజోస్యం' నాటికలో సీత సద్విమర్శకురాలిగా, విచక్షణ శీలిగా, వాస్తవికతను అంచనా వేయగల ఉదాత్త మహిళగా కనిపిస్తుంది. 'సీతజోస్యం' రచన లక్ష్మణుడు సీతల సంభాషణతో మొదలవుతుంది. ఇది రెండు అంకముల నాటకం, మొదటి అంకంలో సీత, లక్ష్మణులు ఋషులు సంభాషణ. రెండవ అంకములో రాముడు, సీత, ఋషులు మధ్య భాషణ కొనసాగుతుంది. సీత రామునికి అనేక విషయాలను, జ్ఞాపకాలు, సందేహలు, ప్రతిమాలుకోవటాలు ద్వారా వివరిస్తుంది. 'లక్ష్మణుడు బ్రహ్మచారి' అని నార్లవారు చెప్పుకనే చెబుతారు. వారి పీఠికలో ఇదే వరుస కనిపిస్తుంది. 'పెళ్ళికాని తన తమ్ముని చేసుకొంటే సవతి పోరుండదని రాముడు శూర్పణఖతో చెబుతాడు". "సభ్రాతా లక్ష్మణా నామ బ్రహ్మచారీ ధృఢవ్రత; (అరణ్యకాండ 47–19)" అని వాల్మీకంలో ఉందంటారు నార్ల. లక్ష్మణ మూర్చ సమయంలో కూడా తన తల్లులకు ఏమని సమాధానం చెప్పాలనే దుఃఖిస్తాడంటారాయన. యుద్ధకాండ దృష్టాంతను వివరిస్తారు. లక్ష్మణునితో సీతకున్న చనువును పురస్కరించుకానే వారి మధ్య సంభాషణతోనే ఈ రచన ప్రారంభమవుతుంది. 'సీతజోస్యం' లో అనేక సందర్భాల్లో సీత ఎంతో పరుష వ్యాఖ్యానాలు చేస్తుంది. రాముని నిందిస్తుంది. ఋషులను తూలనాడుతుంది. కాని, ఆమె మాటల్లోని సత్యముందని గమనించవలసిందేని నార్ల వారంటారు. ఇంతకన్నా కఠినంగా సీత రామునితో మాట్లాడిందనే సాక్ష్యాలు 'సంస్కృత', 'రామాయణం' నుండి ఉదహరిస్తారు. అరణ్యవాస క్లేశాలను వివరించి, తన వెంట ప్రవాసానికి రావలదని రాముడు ప్రతిమాలాడిన ఘట్టంలో "నీవు పురుష రూపంలో ఉన్న స్త్రీవే కాని, పురుషుడవు కావని" ఆమె పలుకుతుంది. ఇలా ఎన్నెన్నో ఉదాహరణలను ఆయన ఎత్తి చూపుతూ వీటి ఆధారంగా తన నాటకంలో 'సీత' రాముడు, ఋషుల పాత్రలను చిత్రించారు. 'పాత్రల శీల పరీక్ష అంతా వాల్మీకం ప్రకారమే చేసారు' నార్ల. ఈ రచనకు కేంద్ర సాహిత్య అకాడమీ 1981–82 సంవత్సరానికి గాను సాహిత్య పురస్కారం అందించింది. ఆ సందర్భంగా ఎన్నో చర్చలు జరిగాయి. నార్ల వారు కూడా తమ వంతు వాదనలను వినిపించారు. అకాడమీ వారు ఇందుకు ముగ్గురు న్యాయ నిర్ణేతలను నిర్ణయించి వారి సూచనల మేరకు 'సీతజోస్యం'కు పురస్కరమిచ్చారు. ఆ ముగ్గురు న్యాయ నిర్ణేతల పేర్లను కూడా (అమరేంద్ర, జస్టిస్ ఓ చిన్నప్పరెడ్డి, బి. గోపాలరెడ్డి) ప్రకటించారు. తొలుత నార్ల వారు అవార్డును ఎందుకు తాను వద్దన్నది కూడా గ్రంథంలో వివరించారు. ఇలా ఇవన్ని పీఠికల రూపంలో వచ్చాయి. పురస్కారాల ప్రధానోత్సవంలో గుల్బర్గా విశ్వవిద్యాలయం పూర్వ ఉపకులపతి డా॥ హెూ. మా. నాయక్ 'సీతజోస్యం' ను ప్రశంసిస్తూ. కండగల హేతువాద రీతిలో సులభ గ్రాహ్యమైన సహజశైలితో,

సాంప్రదాయ బద్ధం కాని పద్ధతిలో పాత్ర చిత్రణ చేసి, సరికొత్త పద్ధతిలో రామాయణ ఇతి వృత్తాన్ని తీర్చిదిద్దినట్లు 'సీతజోస్యం' తెలుగు సాహిత్యాన్ని పరిపుష్టం చేసిందని భావిస్తున్నాం" అన్నారు . అయితే పురస్కార ప్రదానోత్సవంలో నార్ల వారు తన వ్యక్తిగత కారణాలు చేత హాజరుకాలేక ఒక లేఖలో "ప్రపంచంలో ఉత్కృష్ట మానవుల కోసం నా జీవన పోరాటం, అన్వేషణలలో ఒక భాగమే 'సీతజోస్యం' ". అని తనలోని సాహితీకారుని యొక్క ఆశయాలను, ఉద్దేశ్యాలను తెలిపారు. ఇది ఆయన నిబద్ధత....

పురాణాలపై తొలి సమగ్ర విమర్శ ప్రారంభించిన వారు కవిరాజు త్రిపురనేని రామస్వామి చౌదరి గారని చెబుతారు. ఆ తరువాత ఆ స్థాయిలో పురాణాలలోని అంశాలను చరిత్ర, జ్ఞానం, విజ్ఞానం, వర్తమానం అనే వాటి ఆధారంగా విపులంగా చర్చించారు. కీ.శే. నార్ల వెంకటేశ్వరరావుగారు (1909– 1985) ఆయన రాసిన పౌరాణిక నాటకాలు ఇందుకు నిదర్శనాలు. 'సీతజోస్యం' రెండవ నాటకం. ఈ పుస్తకానికి రాసిన పీఠికలో 'సమతా స్వాతంత్ర్యాలు సర్వత్రా నెలకొనాలనీ, దారిద్ర్యం, దైన్యం అనే భూతాలు మటుమాయమైపోవాలని, వివేక, విజ్ఞానాలు వర్ధిల్లాలని' ఆయనంటారు. ఈ సందర్భంగా ఆయన లేవనెత్తిన ప్రశ్నలు కూడా ఉన్నాయి.

ఆ రామాయణ గాథ కున్న చారిత్రిక ఆధారాలేమిటి.

ఆ రాముని, మునులు వనవాసం ఏ ప్రాంతంలో జరిగింది.

ఆ రాక్షసులెవరు? వారి స్థితి గతులేమిటి?

ఆ ఋషులెవరు?

ఆ యజ్ఞయాగాదుల ప్రాధాన్యతా ఏమిటి?

ఆ ఆనాటి ఆయుధాలు ఎలాంటివి?

ఈ విషయాలపైన లోతైన అధ్యయనంతో ఆయన ఈ రచన చేసారు. ఏబై నాలుగు పేజీల పుస్తకంలో ఇన్ని అంశాలను ఆయన విపులకరించలేదు. అందుకు రాసిన పీఠికలలో సంపూర్ణంగా వాటిని ఆవిష్కరించారు. వీటికి తగిన హేతుబద్ధ రుజువులను వాల్మీకం రామాయణం (సంస్కృతం) నుంచి చూపారు. ఇవి కాదనలేని సత్యాలు.. మన పురాణాలపై పరిశోధనలు చేసిన వారిలో రమేశ్ చంద్ర దత్ ప్రముఖుడు. ఈయన మాటల్లో రాముడు 'ఇంద్రునికి' ఒక కొత్త మార్పు. నార్ల వారు తన రచనలో 'దత్' గారి వ్యాఖ్యానాలను ప్రాతిపదిక ప్రాతినిధ్యమిచ్చారు సీతారాముల వారి వ్యక్తిత్వాలను విశ్లేషిస్తూ సీత వ్యక్తిత్వం గొప్పదంటారు.

పురాణాల నుంచి చరిత్రను వేరు చేయాలి. మతం నుంచి నీతిని విడదీయాలి. చరిత్ర వేసిన పురాణం మన మేధాశక్తిని బలహీన పరుస్తుంది. హేతుదృష్టిని మందగింపజేస్తుంది. వాస్తవికత దృక్కోణం నుంచిదూరంగా నెట్టేస్తుంది. నార్లవారు రామాయణాన్ను పూర్తిగా 'కల్పిత గాథ' గానే చారిత్రిక ఆధారాలతో నిరూపించారు. కొన్ని సూచనలు, సిద్ధాంతాలను ప్రతిపాదించారు. అవి వాస్తవ సత్యాలని సశాస్త్రీయంగా నిరూపించారు. చదువురులకు ఓ క్రొత్త మేధా దృక్పథాన్ని కలిగిస్తారు. రామాయణాన్ని

కూలంకషంగా పరిశీలించిన జర్మన్ పండితుడు హెర్మన్ యాకోబీ విష్ణువునకు మరో పేరు 'ఉపేంద్రుడు', ఇతడు ఇంద్రుని సోదరుడని చెబుతారు. ఇందుకు శాస్త్రీయ పరమైన ఉదాహరణలు బుుగ్వేద, రామాయణాలనుంచి చూపిస్తారు. ఇలా అనేక మంది పండితుల విశ్లేషణలను వివరిస్తూ తనదైన క్రొత్త చూపును నార్లవారు ఈ 'సీతజోస్యం'లో ప్రకటించారు.

రచయిత జీవన రేఖల స్పర్శ ఆయన రచనల్లో ప్రతిఫలిస్తుంది. నార్ల వారి జీవిత జీవన రేఖలను తెలిసినవారు ఆయనలోని నిర్భీతి, నిష్పక్షపాత ధోరణి, ముక్కుసూటితనను గౌరవిస్తారు. ఆ మేధస్సులో ఓ జ్ఞాని, తాత్వికతతో పాటు గొప్ప తార్కికతతో కూడిన విశ్లేషణను చూస్తారు. జీవన, కౌటుంబిక, పరిశీలనాత్మక, పరిశోధనాత్మక, ప్రయోగాత్మకతల పట్ల నార్లవారి కున్న నిబద్ధత 'సీతజోస్యం' కనిపిస్తుంది. ఈ మొత్తం నాటకం సీత ప్రత్యేక వ్యక్తిత్వాన్ని వివరిస్తుంది. అలవాటుపడిన సంప్రదాయరీతి, ఛాందసవాద భావాలతో 'రామాయణం' కు అలవాటుపడిన వారు 'సీతజోస్యం'లో సీత ధోరణిని సహించలేరు. ఒకబాణికి అలవాటుపడిన 'నలిగిన' భావాలను, వాదాలను సీత ఎదిరిస్తుంది. కాని... ఆ మాటల్లోని 'వాస్తవికత' ను 'వర్గ' ముసుగు నుంచి వ్యవస్థీకృత విస్తృత భావాల ప్రయజనాల కోణం నుంచి చూసేవారికి సీత ఓ ఆదర్శనీయమైన మహిళగా గోచరమవుతుంది. మొదటి, రెండు అంకాలలో ఆమె వాదనలను లక్ష్మణుడు వారించలేకపోతాడు. రాముడి కున్న 'మాట తప్పని' నైజమును, రాక్షసులను వధించే అంశాన్ని సీత ప్రశ్నిస్తుంది. వాస్తవాలను విశదీకరిస్తుంది. తార్కికమైన ఆలోచనలను తావివ్వమంటుంది. బుుషులతో ఆమె మాట్లాడిన తీరులోని తీవ్రత సీతలోని 'అసలైన రాజ స్త్రీ తత్వాన్ని' తెలుపుతుంది. అసలు రాక్షసులను ఎందుకు చంపాలని ప్రశ్నిస్తుంది.

" ఈ అడువులను మీరు ధ్వంసం చేస్తే వారి బ్రతుకులే ధ్వంసం కావాలి "

సేద్యం పట్ల వారికి ఆశక్తి లేదు. వారు హోమగుండాలు ఎందుకు వెలిగించుకోవాలి? వారు తన జీవిత విధానాన్ని ఎందుకు మార్చుకోవాలి".

"జంతువులను వేటాడినట్టు తోటి మానవులను వేటాడి, వారి నివాస స్థానాలలో తిష్ట వేయడమేనా మీ నాగరికత"

" భక్తుల స్వభావాన్ని బట్టి దేవతల స్వభావాన్ని నిర్ణయిస్తే మీ దేవతలే క్షుద్ర దేవతలేమొ"

ఇలా బుుషులను వివిధ వాస్తవాలనే ప్రశ్నలుగా సంధించిన వేళ వారంతా "అమ్మవారికి తమపై ఆగ్రహం కలిగిందనే వంకతో జారుకోవడం చూస్తాము. రెండవ అంకంలో రామునితో కూడా ఇదే ధోరణిలో ప్రశ్నల పరంపర కొనసాగిస్తుంది. 'రాక్షస వధ' ఆర్ష ధర్మమని రాముడంటే రాక్షసులు 'ఆత్మ రక్షణ' కోసం పోరాటం చేస్తున్నారంటుంది. తల్లిదండ్రులకు వనవాసమునకు బయలుదేరు సమయంలో 'మునీంద్రుల' వలె జీవిస్తామని ఇచ్చిన రాముని మాటను ఎత్తి చూపుతూ 'మునీంద్రులు అస్తశస్త్రాలను ధరిస్తారా? నిరాయుధులను చంపివస్తారా"? అని గుర్త చేస్తుంది. 'కాషాయ వస్త్రాలు ధరించి ఆయుధాలను ధరించడమెందుకు? ముని వలె జీవించలేనప్పుడు మొని వేషం ఎందుకుంటుంది. చిత్రకూటంలో ఆశ్రమం నిర్మించుకొని ప్రశాంతంగా, ఎన్నెన్నో ప్రేమ భాసలు చేసుకుంటూ జీవిస్తుండగా,

మునుల మాటలు విని ఇలా ఇడుములు పాలవటం జరిగిందని వాపోతుంది. ఆనాటి వారి ప్రేమ ఊసులను రామునికి గుర్తు చేస్తుంది. నేడు అవన్ని దూరమయినాయని కలత చెందుతుంది. 'ఎందుకీ 'బలిజాతర' ని మెత్తగా నిందిస్తుంది. ఋషుల మాటలు విన్నప్పుడు వారంటే జాలి కలిగిందని, కాని ఇక్కడకు వచ్చిన తరువాత రాక్షసులు అమాయకులని, వారు తమ ఉనికి అస్తిత్వాల కోసం పోరాడుతున్నారని, మీది ఆధిపత్యం కోసం పోరని' తెలుసుకొన్నానంటుంది. ఇప్పటికైనా 'నరమేధం' ఆపమంటుంది. ఆమె వ్యధలో న్యాయముంది. ఆయన 'వేట' లో అవసరముంది. స్త్రీగా సాటి స్త్రీలకు (రాక్షసుల భార్యలకు) మాంగల్య భిక్ష పెట్టమంటుంది. ఆమె మాటలు విన్న రాముడు వర్తమానంలో కొంతమంది పురుషులువలే 'అవసరమైతే నేను నిన్ను విడుస్తాను. లక్ష్మణుడిని విడుస్తాను. నా ప్రాణాలైనా విడుస్తాను. కాని ఋషులకిచ్చిన మాటను తప్పన' ని చెబుతాడు. అందుకు సీత. వంశ గౌరవం కోసమని ఎత్తిపొడుస్తూ 'ఎప్పుడో ఒకప్పుడు ఏ నట్టడివిలోనో నన్ను దిక్కులేని దాన్నిగా మీరు దిగవిడుస్తారంటుంది'.... 'సీతజోస్యం' నిజమయ్యింది.

　　　'సీతజోస్యం' నాటకంలో రాముని పాత్ర కేవలం ఓ నిష్ప్రయోజక పాత్రగానే నిర్మాణమయ్యిందని చెప్పాలి. సీత వాదనలో నిజం లేకపోలేదు. రాముని పాత్రలో 'చేవ' లేకపోవటం. అందుకు తగిన బలమైన వ్యాఖ్యానాలు ఆ పాత్ర చేయకపోవటం వెనుక నార్లవారి అంతరంగం అర్థమవుతుంది.

　　　భక్తుల వలె కాక, మేధావుల వలె రామాయణాన్ని పరించాలంటారు. అలా కాకుంటే మన మధ్యకు అనేక వేలమంది బాబాలు, అమ్మలు, అమ్మమ్మలు వచ్చి వారి వలస మేధో సంపత్తిలో ప్రజలను నిలువు దోపిడి చేస్తుందంటారు. తులనాత్మక అధ్యయనం. తార్కిక జ్ఞాన మేళవింపు మనిషి మేధను పదును పరుస్తుంది. ఆ దిశగా నార్లవారి పౌరాణిక నాటకాలు దిశా నిర్దేశం చేస్తాయి.

　　　చివరిగా.. నార్లవారి జీవన చిత్ర రేఖలను రేఖామాత్రంగా స్పృశించి వ్యాసం ముగిస్తాను.

　　　కీ.శే|| నార్ల వెంకటేశ్వరరావుగారు 1908 డిసెంబర్ 1 న జబల్పూర్లో జన్మించారు. 1985 ఫిబ్రవరి 16 న మరణించారు. వి.ఆర్. నార్ల అనేది వీరికున్న మరో పేరు. లక్ష్మణరావు మహాలక్ష్మి గార్లు వీరి జననీ జనకులు. సులోచనదేవి జీవిత భాగస్వామి. వీరికి శారద, చంద్రకళ, మీనాక్షి, ఉమాదేవి, రమాదేవి అని ఐదుగురు కుమార్తెలు. మోహన్దాస్, దుర్గాదాస్, లక్ష్మణదాస్ అనే ముగ్గురు కుమారులు. భారత విద్యుత్ రంగ నిపుణులుగా ఖ్యాతిగాంచిన నార్ల తాతారావు గారు వీరి సోదరులు. వీరి పెద్ద కుమార్తె కొల్ల శారద గుంటూరు నగర పాలిక సంస్థకు మేయర్గా పనిచేశారు. 1928 లో "కాంగ్రెస్" అనే పత్రికకు రాసిన ఉత్తరంతో పత్రికా రంగ ప్రవేశం చేసారు. 'స్వరాజ్య', 'జనవాణి' 'ప్రజామిత్ర' పత్రికల్లో మెరుపులు మెరిపించారు. 1938 నుండి 1959 వరకు 'ఆంధ్రప్రభ' లో వివిధ హోదాల్లో పనిచేసారు. తరువాత వారి కోసమే ఏర్పాటు చేసిన 'ఆంధ్రజ్యోతి'లో సుదీర్ఘకాలం ఉన్నారు. ఛాందస భావాలపై రాజీలేని పోరు చేసారు. తెలుగు పత్రికా రచనకు క్రొత్త గౌరవాన్ని, మర్యాదను తీసుకువచ్చారు. బాలల కోసం 'వాస్తవమ్ము నార్ల మాట' అనే మకుటంలో నీతి పద్యాలు రాసారు. తరువాత దానిని 'నవయుగాల బాట' గా మార్చి 700కు పైగా సందేశాత్మక పద్యాలు రాసారు. తెలుగులోనే కాకుండా ఆంగ్లంలోనూ రచనలు చేసారు.

నిర్భీతీ, నిబద్ధత, నిజాయితీ వారి సహజ గుణాలు. "నచ్చని నాయకుడిని ఎన్నుకోవాలని చెప్పే హక్కు గాంధీజికి సహ ఎవరికీ లేదని" తెగేసి చెప్పిన సాహసి ఆయన. "నిజము కప్పి పుచ్చి నీతిని విడనాడి స్వామి సేవ సేయు జర్నలిస్టు తార వాని కంటే తక్కువ వాడురా". "ఏ ఎండకు ఆ గొడుకు పట్ట నేర్చిన వాడు ఏమైనా కావచ్చునేమోకాని, నిజమైన ఎడిటర్ కానేకాడు" అని నిష్కర్షగా చెప్పిన జర్నలిస్టు, సాహితీవేత్త, కవి, రచయిత ఉద్యమకారుడు నార్లవారు. ఆయనకు స్ఫూర్తి ప్రధాతలు బెర్నాడ్, గురజాడ, కందుకూరి, వేమన, కవిరాజు త్రిపురనేని రామస్వామి చౌదరి తదితరులు. ఎం.ఎన్. రాయ్క వీరాభిమాని. క్రమంగా హేతువాదిగా, మానవవాదిగా జీవించారు. గోరాశాస్త్రిగారు "తెలుగు నుడికారంలో 'కారం' ఎంత ఉందో చెప్పిన వాడని" ఖాసా సుబ్బారావుగారు. "విరామ మెరుగని రాక్షసుడు 'నార్ల'ని కొనియాడారు. ఆయన ఏ సాహితీ ప్రక్రియలో రచన చేసినా 'క్లుప్తత' కు అధిక ప్రాధాన్యం ఇచ్చేవారు. ఇందువలన చేరవలసిన వారికి అసలు విషయం వేగరంగా చేరుతుందనేవారు.

"నార్లవారి ధోరణిలో ఆధునిక విజ్ఞానాన్ని మిళితం చేసిన గ్రంథాలు పుంఖానుపుంఖాలుగా వెలువడాలి. బండ్ల కొలదిగా ఉన్న మత సాహిత్యాన్ని, దాన్ని సారాన్ని అడ్డుకోవాలి. నార్లవారి భావ విప్లవాన్ని మనో వాక్కాయ కర్మలా కాంక్షించారు" అనే రావిపూడి వారి వ్యాఖ్యానం అక్షర సత్యం.

32. అనంతరత్న ప్రభాభూషితం – సినారే కవిత్వం

"ఏమిటో ఈ మూర్ఖలోకం ఇంతగా దిగజారుచున్నది

అడుసులో పొరలాడుతూ అది పడక గది అని కేరుతున్నది

స్వార్థమన్నది నెత్తికెక్కితే సర్వనాశనమే కదా మరి!"

సింగిరెడ్డి నారాయణరెడ్డి ఎవరు అని అడిగే వారు కూడా సి.నా.రే అనగానే గర్వంగా తెలుగు కవితా వైతాళికుడని చెబుతారు. పరిచయం అవసరం లేని పేరు సి.నా.రే. ఆయన 1931 జూలై 29న రాజన్న సిరిసిల్ల హనుమాజీపేటలో జన్మించారు. "నన్ను దోచుకుందువటే" అనే సినీ గేయంతో చిత్ర పరిశ్రమలో ప్రవేశించి తనదైన శైలిలో 1962లో నుంచి మరణించే వరకు దాదాపుగా 3 వేలకు పైగా గీతాలు రచించారు. "నారాయణరెడ్డి తిలకాగా రెండంచుల పదును గల కత్తి. కవిత్వంలో అగ్ని చల్లగలరు. అమృతం కురిపించగలరు. అంటారు కుందుర్తి ఆంజనేయులు. సినారె రచనల్లో మనిషికి సంబంధించిన సమస్తమైన షేడ్స్ ను చిత్రించారు. పద్యం, గేయం, కవిత ఇలా ఏ ప్రక్రియ నడిపించగలరు. ఏదో ఒక 'ఇజము'నకు కట్టు బడని తత్వం ఆయనది. సమకాలీన సంఘటనలు తనను ప్రేరేపించినప్పుడు కవిగా స్పందించి అనేక రసగుళికలు వంటి రచనలు చేశారాయన. గురజాడకు కైమోడ్పులిస్తూ 'కుల, మతముల ఉక్కుడెక్కల నలిగిపోయెదు మాలలంగని అలనాడే కంట నీరిడినట్టి వెన్నెల మనసు నీయద'ని కవితాంజలి అర్పించారు. అతను రచించిన తన పరిశోధన గ్రంథం 'ఆధునికాంధ్ర కవిత్వం – సంప్రదాయములు, ప్రయోగములు' అత్యంత ప్రామాణికమైనదిగా ఖ్యాతిగాంచినది. ఈ పుస్తకం ఇంగ్లీషు, ఫ్రెంచ్, సంస్కృతం, హిందీ, మలయాళం, ఉర్దూ కన్నడ మొదలగు భాషలలో అనువదింపబడింది. 1990లో యుగోస్లేవియాలోని స్ట్రుగాలో జరిగిన అంతర్జాతీయ కవి సమ్మేళనంలో భారతీయ భాషల ప్రతినిధిగా పాల్గొన్నారు. పద్మశ్రీ పద్మభూషణలు ఇతనిని వరించి ఆనందించాయి. ఆంధ్ర, కాకతీయ, డాక్టర్ అంబేడ్కర్, మీరట్, నాగార్జున విశ్వవిద్యాలయాలు ఆయనకు గౌరవ డాక్టరేట్ లను ప్రధానం చేసి తమను తాము గౌరవించుకున్నాయి. 1997లో భారత రాష్ట్రపతి ఆయనను రాజ్యసభ సభ్యునిగా నామినేట్ చేశారు. 1993 నుంచి ఉమ్మడి ఆంధ్ర సారస్వత పరిషత్తు అధ్యక్షునిగా విలక్షణమైన కార్యక్రమాలకు కార్యచరణ ప్రణాళికను రూపొందించుకొని తెలుగు భాషా సాహిత్య, సాంస్కృతిక అభ్యుదయానికి ఎనలేని కృషి చేశారు. 100 వరకు రచనలు చేశారు. అజంతా సుందరి, నాగార్జునసాగరం, విశ్వంభర, కర్పూర వసంత రాయలు, రామప్ప వంటివి ఆయన కీర్తిని చిరస్థాయిగా నిలిపాయి. 'రచన చేయని రోజు ఆయనదినచర్యలో లేదంటే అతిశయోక్తి కాదంటారు' ఆయనను

దగ్గరగా చూసిన మిత్రులు. ఆయన రచించిన గేయలలో సహితం రాజీలేని తనమే కనిపిస్తుంది. ప్రజలు ఆయన రాసిన ప్రతి అక్షరాన్ని ఆనందంగా ఆస్వాదించారు. 'అనుబంధం ఆత్మీయత అంతా ఒక బూటకం' అని మనుషులు కృత్రిమమైన అనుబంధాలను నగ్నంగా చూపినా,

"జగమున యశమే మిగులునులే / అది యుగములైన చెదరదులే
దైవం నీలో నిలుచునులే / ధర్మం నీలో నడుచునులే"

ఇది 'కర్ణ' అనే అనువాద చిత్రం కోసం రాసిన పాటంటే నమ్మగలమా! ఈ పాటను పార్శ్వ భాగంగా నేడు చేర్చితే.. 'కులపరమైన చావులు' లేకుండా చేయవచ్చు అనిపిస్తుంది. ఇలా ఆయన ఏది రాసినా ప్రేక్షకులు, రసజ్ఞులైన పాఠకులు ఆస్వాదించారు. ఆనందిస్తున్నారు. ఈ ఒరవడి ఆయన రాసిన మూడువేలకు పైగా పాటల లోనూ క(వి)నిపిస్తుంది. భళారే.. సినారె.. అనక తప్పదు.

సి.నా.రె కవిత్వంను స్పృశిస్తే అద్భుతమైన అక్షరాల త్రోవలు మనసును కుదుపుతాయి. 'నోట్ల కట్టల మధ్య నలిగే, ఓట్ల జన్మ హక్కులలో పదవుల తారాజువ్వల వెలిగించే, పచ్చ కాగితాల మ్యాజిక్కులో / నీతి నీతి కట్టుకున్న" అని ఆయన 1971లో రాసిన 'కవిత'లో వర్తమానం దృశ్యమానం కావడం కాకతాళియంకాదు.. రాజకీయ రాక్షసత్వం అనాలేమో! కవి వ్యక్తిత్వాన్ని, పాఠకుని వ్యక్తిత్వాన్ని సైతం నిరోధించి, కావ్య వ్యక్తిత్వాన్ని ప్రాధాన్య క్రమంలో మొదటి స్థానంలోకి తీసుకువచ్చారు. సి.నా.రే ప్రతి కొత్త పుస్తకంలో ఈ క్రమాన్ని పరిశీలించవచ్చు. ఇదే... ఆయన 'పసినాటి నవ్వని పువ్వ' నుంచి ప్రౌఢవాక్యం 'విశ్వంభర' వరకు కొనసాగించిన ప్రస్థానం. ఆయన విజయ రహస్యం కవిత్వంలోని హృదయాన్ని తరింపజేసే సంగీత కళను దర్శించి తన రచనల్లో రంగరించి రసప్లావితం చేయగల సంగీతసాహితీ స్రష్ట సి.నా.రె. మాధుర్య రహితంగా .సినా.రే ఒక్క అక్షరం సహితం రాయలేదనటం యథార్థం. ఆయన రచించిన 'ప్రపంచపదులు' ఆధునిక కవితా జీవనధర్మం ఎలా ఫలవంతమైందో అవగతం అవుతుంది. సామాజిక వాస్తవికతల దర్పణం ఆయన కవిత్వం. వెగటు పుట్టిన ప్రసంగాలను వేసుకో నీ సంచిలోనే, భజనపదులయ్యేది ఎప్పుడు? సృజన శక్తులు ఇంకినప్పుడే! బాధలో దేవుని కాలిచే బాధలు ఎందుకులే! ఎన్ని మెట్లు ఎక్కవని కాదు, ఎంతఎత్తు ఎదిగేవని! ఎక్కడిది దుర్గంధమని నువ్వు ముక్కు మూసుకుంటున్నావా, కొట్టిన కొబ్బరికాయతోనే కాలవబోకు నీ భక్తిని, తోడుగా సాగే నీడను కూడా వాడుకుంటుంది స్వార్థం. ఒక్క జల్లు కురిసిందా అబ్బో రెక్కలార్చుకున్నట్టే వంటి పంచపదులు ప్రపంచమంతా ఆలోచనలను ఆయత్తం చేస్తాయి. తమ మిత్రుల గురించి ఎంతో గొప్పగా కవితాత్మకంగా చెప్పగల కవి సినారే. 'తాను వానలో తడిస్తే వాళ్ల ఒంటినిండా చినుకులు మెరిసేవి, తాను ఎండలో నడిస్తే వాళ్ల ఒంటినిండా ఆవిర్లు ఎగిసేవి' అని ఆగలేదు.. 'నా జ్వలనానికి ధూపం మీరు, నా చలనానికి రూపం మీర'ని స్నేహితులను అగ్రభాగాన్ని నిలుపుతారు, సౌజన్య శీలి, మానవతా మూర్తి సి.నా.రే. "నడిచే కలం ఉసురుమని వాలిపోతే – స్వతంత్ర దేశం జెండా వాలినట్టే" చక చక నడిచే కలాలు వాలిపోకూడదంటారు. ఆయన తన తుది శ్వాస వరకు కవిత రచన చేశారు. కలాన్ని ఖాళీగా ఉంచలేదు. ఆయన నిరంతర కవితాధ్యయన సృజన శీలి. ఆయన కవిత్వంలో అక్షరాలు ఓ నూతన బంధాలను సంతరించుకుంటాయి. వినూత్నమైన అర్థదారులను ఏర్పరచుకుంటాయి. ఆకాశానికి నేలకు మధ్య తిరుగుతున్న లంకెల చక్రంలో

మనిషి కాలధారి. అన్న వాక్యంలో కాలధారి అనే పదంలో మహత్తరమైన ప్రాణశక్తి పూన్చబడింది. పంక్తి విలువ గుర్తించలేని వాళ్ళు పంక్తికి బాహ్యులే!" 'దున్నని తలలో మొలుస్తాయా నదుల అడుగులు', 'అవయవాలన్నింటినీ వేలం వేసిన తలను మాత్రం తాకట్టు పెట్టను' ఇలా ఆయన కవితల్లోని ఏ పంక్తిని తీసుకున్నా ప్రపంచంలోని 'సూక్తి'నిధి కనిపిస్తుంది. వ్యక్తిత్వ వికాసపు సూత్రాలు కొన్ని అక్షర పదబంధాల్లోనే 'చిత్రమయి' కనుల ముందు కదలాడుతుంది. కవిత్వం 'కవి వ్యక్తిత్వం కాదు. పాఠకుల వ్యక్తిత్వ సూత్రం' అన్నారో ఆధునిక కవి. సరదాగా అన్న సీరియస్ గానే ఆలోచించవలసిన విషయం. సినారె కవిత్వంలో మానవతావాదం నిండుగా కనిపిస్తుంది. ప్రతి మనిషిలో ప్రాది చేసుకోమని సూచిస్తుంది.. హెచ్చరిస్తుంది.. అందుకే నేను మనిషిని కమ్మేసే అతిలోక శక్తులకు అతిరిక్తుబడ్ని" అని కంఠోక్తిగా తన హృదయాన్ని ఆవిష్కరించారు. దేవుడా మనిషా ఎన్నుకోమంటే మనిషికే ఓటేస్తానంటూ ధీరవాక్కు ప్రకటిస్తాడు. మనిషి దురంత పతనాన్ని చూసి ఆద్యంతం తపిస్తాడు. ఈ కుల సంకుల కూపం నుంచి దుశ్యక్తుల మేఘావ గుంతనాలు చీల్చుకొని ఉ దయిస్తాడని గాఢంగా విశ్వసిస్తాడు సినారే అంటారు డాక్టర్ ఆవంత్స సోమసుందర్.

     'కవిత్వం కృత్రిమ పిండోత్పత్తి కాదు; కవిత్వం సింథటిక్ ఊహల చిత్రలింగముల క్రీడాగారం కాదు... అర్థంలో నిలిచినా శబ్దంలో ఆర్తి మూర్తిని చూపేది కవిత్వం.... కవిత్వం కాలవాచి; కవిత్వం దిశాసూచి' అని సి.నా.రే కవిత్వ జీవన స్వరలిపిని సాక్షాత్కరింపజేశారు. ఆయన కవిత రూపును కళ్ళకద్దుకొని తెలుగువారిగా మురిసిపోవడమే.. గర్వించడమే.. మన కర్తవ్యం..

33. "నన్నయ మహాభారతం – వ్యక్తిత్వ చిత్రణ'

నన్నయ భట్టు 11 శతాబ్ద కవి. క్రీస్తుశకం 1060 ప్రాంతంలో రాజమహేంద్రవరం రాజధానిగా వేంగి దేశాన్ని పరిపాలించిన రాజరాజు నరేంద్రుని ఆస్థానంలో ఈయన ఉండేవాడు. రాజు చంద్రవంశపు వాడు. ఆనాటికీ బౌద్ధ, జైన మతాల తాకిడికి వైదిక మతం ప్రభ తగ్గసాగింది. రాజుకు తన వంశంలో పూర్వీకులైన 'పాండవోత్తముల చరిత్ర' అంటే ఎంతో ఇష్టం. అతడు 'భారత శ్రవణాసక్తి కలవాడు. కనుకనే "మహాభారత బద్ధ నిరూపితార్థ మేర్పడ దెనుగున రచియింపు మధిక ధీయుక్తి మెయిన్" అని నన్నయను కోరాడు. క్రీస్తు శకం 1050 ప్రాంతంలో సాగిన నన్నయ భారతానువాదం ఆదిపర్వం, సభాపర్వం, అరణ్యపర్వం 4వ ఆశ్వాసంలో కొంతవరకు సాగి ఆగిపోయింది. అప్పటికే కన్నడంలో పంపకవి 'విక్రమార్జన విజయం', తమిళంలో పెరిందేవనార్ కవి 'వెణ్ణా' అనే రచన భారతానికి అనువాదాలుగా వచ్చి ఉన్నాయి. నన్నయకు

'వాగనుశాసనుడు' (రామరాజ భూషణుడు), 'ఆంధ్ర కవితాగురుడి'గా (మారన) బిరుదులు ఉన్నాయి. తెలుగులో తొలి మహాకావ్యరచనకు ప్రారంభించిన వాడు కనుక 'ఆదికవి'గా కీర్తి పొందాడు. నన్నయ పూర్తిగా వ్యాసమహర్షిని అనుసరిస్తూ భారతంను ఆంధ్రీకరించాడు. నన్నయ తన భారతాన్ని 'అవతారిక'లో ప్రారంభిస్తాడు. ఇది ప్రథమ పురుషలో ఉంది. దీని ద్వారా నన్నయ వ్యక్తిత్వం, కవిత్వతత్వం, నారాయణభట్టు సహాయం, రాజరాజు వ్యక్తిత్వ చిత్రణం వంటివి తెలుస్తాయి. మహాభారతం అవతారికతో ప్రారంభించిన నన్నయ్య తెలుగులో మహాకావ్య రచనకే కాకుండా అవతారిక రచనకు కూడా ఆద్యుడు అని చెప్పక తప్పదు.

"శ్రీ వాణి గిరిజాశ్చిరాయ దధతో వక్షో ముఖాజ్జేషుయే

లోకానాం స్థితి మానహస్త్య విమితం స్త్రీ పుంసంయోగోద్భవాం

తే వేదత్రయ మూర్తయ స్త్రీ పురంషాస్యం పూజితా వస్సురై

ర్యాయాసుః పురుషోత్తమ మామ్ముజ భవశ్రీ కంధరాయ శ్రేయసే" అంటూ సంస్కృత శ్లోకంతో కావ్యరచనారంభించాడు. ఈ మాటల్లో శ్రీవాణీ గిరిజలను పేర్లతో ప్రస్తావించిన నన్నయ్య, వారి పతులను మాత్రం విశేషణ నామవాచకాలతో సంబోధించడం గమనార్హం. పురుషోత్తముడు (విష్ణువ), అంబుజభవుడు (బ్రహ్మ),

శ్రీకంధరుడు(శివుడు). ఇక్కడ మరో విశేషాంశముంది. విషముసు కంఠమున ధరించిన వాడనే శబ్దంలో విషమును కూడా శుభ సూచకంగా ఆయన ఉపయోగించటం నన్నయ వ్యక్తిత్వ చిత్రణకు కలం చేసిన చమత్కారం. 'మంగళాదీని కావ్యాని' అన్న సంప్రదాయం చొప్పున కావ్యం మంగళాచరణంలో ప్రారంభం కావాలి. మంగళశ్లోకం 'మగణం'తో మొదలైంది. కావున కావ్యం కలకాలం నిలుస్తుందని ఛందశ్శాస్త్రం నిర్వచనం. నన్నయ మహాభారతంను తానే తెలుగు చేస్తూ కూడా "తెనుంగునన్ మహాభారత సంహిత రచన బంధురుడయ్యే జగద్ధితంబుగన్" అని చెప్పుకున్నాడు. ఇది వ్యక్తిత్వంలోని ఎదిగినా ఒదిగే స్థితిని తెలుపుతుంది. భారతం కేవలం ఇతిహాసం కాదు. నన్నయే అన్నట్టు "ధర్మశాస్త్రజ్ఞులు ధర్మశాస్త్రంబని..." ఈ గ్రంథం గొప్పతనంలో చెప్పుకొచ్చాదు. గొప్పశాస్త్రాలు, గ్రంథాలు చదివిన వేళ పాఠకులు వ్యక్తిత్వపు ఆలోచనా క్రమానికనుగుణంగా అవగతమవుతాయి. సంఘటనలు, సన్నివేశాల దృక్కోణం కూడా ఇటువంటిదే... నన్నయ్య మహాభారతంలో ఆది, సభా పర్వాలను పూర్తిగానూ, అరణ్యపర్వంలోని 142 పద్యాలను రచించాడు. ఇంతే కాదు 'చాముండికా విలాసం' అనే మూడు ఆశ్వాసాలు గల 120 పద్యాల గ్రంథాన్ని, 'ఇంద్ర విజయమనే' అనే కావ్యాన్ని 'ఆంధ్రశబ్ద చింతామణి' అనే వ్యాకరణ గ్రంథాన్ని (నిజానికిది సంస్కృతంలో ఉంది) రచించాడని చెబుతారు.

"సారమతిం గవీంద్రులు..." అంటూ నన్నయభట్టు భారతావతారికలో తన (కవితా) గుణాలు చెప్పుకున్నాడు. ఇది అందరికీ తెలిసినవే. నన్నయ్యకు ముందే తెలుగు పదం ఉందని అనేక చారిత్రక సత్యాలుండగా 'ఆదికవి'గా నన్నయను ఎలా పేర్కొంటారనే భావనలు సాహితీ లోకంలో ఉన్నాయి. నన్నయ కవిత్వం మహాభారత రచనకు ఒక తిన్ననైన రాజమార్గమును చూపింది. రచన సాఫీగా కొనసాగటానికి ఇదొక ఉదాహరణ. తరువాత వచ్చిన తిక్కన, ఎఱ్ఱనలకు చక్కని మార్గదర్శిగా నిలిచింది. చదవడానికి అత్యంత సులభశైలి. మళ్లీ మళ్లీ చదవాలనిపించే 'కవితార్థ యుక్తి'కి ఆయన సోపానం వేశాడు. పండితులే కాదు పామరులను సహితం సులభంగా ఆకర్షిస్తుంది గ్రంథం. కారణం... తెలుగు సొగసులు సంతరించుకున్న వ్యక్తిత్వ వికాస సూత్రాల పొందిక పోతన గారిలోని పతాక స్థాయికి చేరుకున్న అక్షర రమ్యతకు మూలబిందువు నన్నయ కవితా వ్యక్తిత్వం అనడం అతిశయోక్తి. కొన్ని ఉదాహరణలు చూడాలి ...

"ధేయుండవు, సకల లోక

స్థేయుండవు, న్రము(లకు విధేయుడవు, వయో

సాయజ్ఞడ విజ్ఞగముల

నీ యెరుగని యవియయవగలవే నీరజనాభా"

వంటి సుకుమార పదసంపద గల పద్యాలు ఎన్నో.. ఎన్నెన్నో ఉన్నాయి. పద్యంలో ఏదైనా

ఒక మాట ఎలా వాడితే, అటువంటిదే దానికి పక్కన వాడి మనసుకు ఉల్లాసం కలిగించడం నన్నయ్య గారి అసాధారణ శిల్పం. 'దురమార్ధ జలగౌరవ **భారత భారతీ** సముద్రము', '**భారత భారతీ శుభ గభస్తి** చయంబులజేసి', '**కృష్ణాజినా** వస్త్రువన్ద్ర విషయాప్త విషాదు నిషారు జూచి', '**మద మాతంగ కురంగ**

కాంచన లసాన్మాణిక్య గాణిక్య సంపద లోలిన్ గొనివచ్చి', 'కురువృద్ధుల్ గురువృద్ధ బాంధవులనే కుల సూచుచుండన్' వంటి ఆయన కవితాశైలికి 'చిత్రం' పట్టిన పద్యాల. ఆయన ఒక సన్నివేశమును వివరించే సందర్భంలో పాఠకుడు ఆ సన్నివేశం యొక్క 'అనుభూతి'ని 'దృశ్యాన్ని' తన అనుభవంలోకి తీసుకొని రాగలుగుతాడు. చదువరి ఓ మైకం కమ్మినవాడిలా ఆ సన్నివేశంలో తనను తాను ఆవిష్కరించుకోగలుగుతాడు. ఉదాహరణకు సముద్రమును వర్ణించే సమయంలో 'వర్ణన'తో సముద్ర అలలు సాక్షాత్కారం పాఠకుడి ముందు ఆవిష్కరించటం శైలి విన్యాసం

"వివిధోత్తుగా తరంగ ఘట్టిత చలద్వేలా వనైలావలీ

లవలీతుంగ లవంగ సంగత లతాలాస్యంబు వీక్షించుచున్"

ఈ పద్యం భావం తెలిసాకే కాదు, తెలియక ముందైనా తలలాడించవలసిందే. ఇదే నన్నయ కవితాశైలి. మరో సన్నివేశం – ఏకలవ్యుడ్ని గురువు ద్రోణుడు కలిసిన సందర్భం. ఏకలవ్యుడిని ఒకే ఒక సమాసంలో వాడి ఆకారమంతటను పాఠకుడి కనుల ముందు ప్రత్యక్షం చేస్తారు. ధ్రుడ దీర్ఘ మలిమస కృష్ణ దేహుడు" అనునది ఆ ప్రయోగం. ఈ పద్యరూపంలో ఏకలవ్యుడి వ్యక్తిత్వాన్ని, అతడి రూపుకి మధ్య సాదృశ్యం దృశ్యమానమవుతుంది. అక్షర మైత్రితో స్నిగ్ధమైన సమాసాలు కల్పించడం నన్నయ ఘనాపాటి. 'కృష్ణాజన వస్తు వస్త్ర' అన్నచోట అనుప్రాస 'విషాదు నిషాదు' అనే చోట 'యమకం' అద్భుతమైన సమ్మేళనం. 'శారదరాత్రు లుజ్జ్వల లసత్తర తారక హార పంక్తులం..' అనే శరత్కాలం వర్ణనకు 'రాజహంస గతి'లో చిత్రించిన 'అక్షరచిత్రం' ఆకాలంనాటి 'ఆకాశం'ను వివిధ వర్ణాలలో కలం ద్వారా 'కల్పించిన' నన్నయ కవిత్వంను ఏమని వర్ణించగలం? ఇటువంటి మనోహరపు దృశ్యాలు 'మనసు' పై విన్యాస క్రీడలు అంతట వెదజల్లబడిన కర్పూరపు పుప్పొడిలాగా తెల్లని కాంతి ప్రవాహాలు ఆకాశం నిండిపోగా రాత్రులు అందగించిన విధం 'చూసే మనసుకు కనులుంటే' మైమరపు తప్పదు. "చెవికింపయిన చక్కని అక్షరాలను (శబ్దాలను) కూర్చటమే అక్షరరమ్యత" అంటారు. పామినేని శివశంకర్. 'లసవత్తర తారకహార, గంధ బంధురోదార సమీర సౌరభము, పూరము లంబర పూరితంబులై ' అనే చోట సమానాక్షర పునరుక్తితో ఇంపైన రచనా విన్యాసం నన్నయకే సాధ్యం. 'గంధ బంధుర సుధాంశు ' అన్న పదబంధాల్లో తప్పా మరెక్కడా మహా ప్రాణక్షరాలు లేవు. అన్నీ మృదువైన పదాల పొందికే..!

ఆచార్య ఖండవల్లి లక్ష్మీరంజనం గారు 'సూక్తియనగా రుచిరమైన చమత్కార యుక్తమైన కూర్పు. ఈ చమత్కారము ఒక్కొక్క పదమునందు, పదబంధమునందు, సమాసమునందు, కారకమునందు, వాక్యమునందు బహుభంగుల చూడవచ్చు' నంటారు. నన్నయ రచనలో 'సూక్తుల'కు ప్రత్యేకత ఉంది. కథలో నీతిగాని ధర్మన్ని గాని చెప్పవలసి వచ్చినప్పుడు ఒక ప్రత్యేకమయిన పద్యరూపంగా తీర్చిదిద్దుతూ, "క్షమలేని తపసి తపమును, ప్రబత్తు సంపదయు ధర్మ బాహ్య ప్రభురాజ్యముభిన్న కుంభమునతో, యమలట్టు యప్రవంబులగునివి యెల్లన్'; 'మతి దలపగ సంసారం బతి చంచల' 'జనపాలుడు మృదుకర్మం' 'ఎంత శాంతులయ్యినెంత జితేంద్రియులయ్యి కడు వివక్తమయిన చోట' 'చనుబొంకగ'; ప్రాణత్యయమున, సర్వధనాపహరణమున, వధగాన' 'నుతజల

పూరితంబుగలు నూతులు నూరిటి కంటె' వంటివి ఇందుకు మహత్తరమైన ఉదాహరణలు. నన్నయ కవిత్వంలో దీర్ఘ సంస్కృత సమాసాల ప్రయోగమే కాదు 'తెలుగు పలుకు బళ్ళ' వాడకం కూడా అద్భుతంగా చెవికింపు కలిగిస్తుంది. ఓ ఉదాహరణ–

> "వీడె కృతహస్తిదఖిలాస్త్ర విద్యలందు
>
> వీడె యుగ్రగణ్యుడు ధర్మ విదుల లోన
>
> వీడె భరత వంశ బెల్ల వెలుగ, గుంతి
>
> కడుపు చల్లగా, బుట్టిన ఘన భుజుండు" ఇంతే కాదు. అర్జునుని గురించి

విర్ణస్తూ 'హరి విచిత్ర హేమ కవచావృతుడున్నత చావ చారుదీ...' అనే పద్యంలో గొప్ప చమత్కారం కనిపిస్తుంది. అతడిని 'ఇంద్రచాపంతో కలిసి ఉన్న మేఘంగా ఉత్ప్రేక్షించడం వల్ల అర్జునుడు ఇంద్రుని కుమారుడు అనే విషయం వ్యక్తిత్వ సూత్రాలు కూడా అవగతమవుతాయి. ఈ మొత్తం భాగాన్ను స్థూలంగా విశ్లేషిస్తే ఆయా పద్యాలలో అంతర్లీనంగా ఉన్న ఇటువంటి ఉదాహరణల కోసం 'కుమారాస్త్ర విద్యా సందర్శన' ఘట్టం చదవ వలసిందే. అరణ్యపర్వం నాలుగో ఆశ్వాసంలో 141వ పద్యంగా పేర్కొన్న నన్నయ్య చివరి పద్యంలో కూడా మెరుపులున్నాయి. భవిష్యత్ సూచికలున్నాయని సాహితీకారుల అభిప్రాయం.

> 'శారదరాత్రులుజ్జ్వల లసత్తర తారకహార పంక్తులం
>
> జూరుతరంబులయ్యె, వికసన్నవ కైరవ గంధబంధురో
>
> ధార సమీర సౌరభము దాల్చి సుధాంశు వికీర్యమాణ క
>
> ర్పూర పరాగ పాండురుచి పూరములంబర పూరితంబులై'

ఈ పద్యం 'నన్నయభట్టు కవిత్వము సంపూర్ణము' అనే వాక్యంతో ముగుస్తుందని ఎన్నో భారత గ్రంథాలలో ఉంది. ఇందుకు కారణాలు 'ఎవరికి తోచిన విధంగా వారు' వివరించారు. ఈ పద్యం చివరిపాదంలో 'పాండురుచి పూరములు + అంబర పూరితంబులై' అని సహజ విభజనగా చూస్తారు. అలా కాకుండా 'పాండురుచిహూరములన్ + పరపూరితంబులై' అనే ద్రుత సంధిగా విభజించి చూస్తే 'ఇతురలచేత పూరింపబడినవై' అనే సూచన క(వి)నిపిస్తుంది. అంటే ఇకపై భారతరచన తన చేత కాక 'ఇతరుల చేత పూర్తి చేయబడుతుందనే' సూచన నన్నయ పేర్కొన్నట్లుగా చెబుతారు. 14వ శతాబ్దంలో ఎళ్ళిన తన ప్రారంభ పద్యంగా 'స్మరదారుణాంశు రాగరుచి బొంపిరి వోయి నిరస్త నీరదా..' అనేది నన్నయ శైలిలోనే ప్రారంభించాడు. ఆయన శైలి విన్యాసం గొప్పతనమేమిటంటే– మానవ మనస్తత్వ చిత్రణను అంతర్లీనంగా లక్ష్యభూతం చేయటం.

చివరగా... 'మహాభారతం'ను నన్నయ తెలుగు వారికందించిన గొప్ప బహుమానమే చెప్పాలి. 'తింటే గారెలే తినాలి.. వింటే భారతమే వినాలి' అనే నానుడికి తొలి అడుగులు వేసినవాడు నన్నయ.." ఆయనను నిత్యం స్మరించుకోవడం తెలుగువారికి గర్వకారణం.

34. ప్రాచీన సాహిత్యంలో 'శిల్పం'

"శిల్పం" గురించి చెప్పుకానే ముందు ప్రాచీన సాహిత్యంను రేఖామాత్రంగా స్మృశియించుకోవాలి. మహత్తరమైన వైభవాన్ని తనలో ఇముడ్చుకాని ఆధునికతకు దారి చూపినది ప్రాచీన సాహిత్యమనే చెప్పాలి. ప్రాచీన సాహిత్యాన్ని సుసంపన్నం చేసిన నన్నయ్య, తిక్కన, ఎర్రన, శ్రీనాథుడు పోతన వంటి వారు చిరస్మరణీయులు. తొలి తెలుగు సాహిత్యానికి ముద్రగా తెలుగు వాడయిన గుణాఢ్యుడు రాసిన 'బృహత్కథ' అనే వారున్నారు. అయితే ఇది 'పైశాచి ప్రాక్రుతం'లో ఉంది. రెండు వేల సంవత్సరాల క్రితమే 'తెలుగు' ఉందనేందుకు 'గాధాసప్తశతి' తిరుగులేని ఆధారం. మహాభారతాన్ని ఆంధ్రీకరించిన నన్నయ్యకు పూర్వం కూడా ఎంతో సాహిత్యం ఉంది. కన్నడ భాషలో 'ఆదికవి'గా ప్రసిద్ధి గాంచిన 'పంపడు' తెలుగువాడే...మల్లియ రేచన వంటి వారి రచనలు ప్రాచీన సాహిత్యపు మూలాలను మనకు తెలియజేస్తాయి. 10వ శతాబ్దానికి చెందిన రచన 'కవిజనాశ్రయం' తెలుగులో లభిస్తున్న తొలి 'ఛందో గ్రంథం'. అయ్యనభట్టు, చేతనభట్టు, శ్రీపతి పండితుడు, గజాంకుశుడు, వేములవాడ భీమకవి వంటి వారి రచనలు అలభ్యాలు. నన్నేచోడుడు, పాల్కూరికి సోమనాధుడు వంటి వారి రచనల్లో వివిధ సాహిత్య ప్రక్రియల ప్రస్తావన ఉంది. కావ్య సంప్రదాయం తెలుగులో ప్రాచీన కాలంలో ఎక్కువగా ఉంది. అయితే చాలా వాటికి లిఖిత ఆధారాలు లేకపోవటం విచారించదగ్గ అంశం. ఎందుకీ ప్రస్తావననుకుంటే 'శిల్పం' గురించి ప్రాచీన సాహిత్యంలో ఏవిధమైన నడకలున్నాయో తెలుసుకానే ప్రయత్నానికి నాంది కనుక. 'ఆధారాలు లేని చరిత్రను వివరించడానికి స్వీయవాదనలు బలంగా పనిచేయవు. ఇహా...కవిత్రయ మహాభారతంలో 'శిల్పం'నకు చెందిన అనేకమయిన పోకడలున్నాయి. నాటక శిల్పం, వర్ణనా శిల్పం, కథాకథనశిల్పం వంటివాటిని 'కవిత్రయం' ఎవరికివారుగా 'స్వీయగమనాన్ని, గమ్యాని' నిర్దేశించుకున్నారు. ఆర్వీఎస్.సుందరం గారు 'కవిత్రయ భారతం మనదేశంలోనే విశిష్ట గ్రంథం. ఇది వ్యాస భారతంలో సగం ఉంది. ఇంత పెద్ద గ్రంథం ప్రపంచంలోనే అరుదైనద'ని అంటారు. సంస్కృత భారతానికి పీఠిక రాసిన భాండార్కర్ కూడా 'మన రచనా సంప్రదాయం గొప్పదనం'ను గూర్చి సమగ్రంగా ఆవిష్కరించారు. ప్రాజ్ఞానయయుగం (క్రీ.శ.1000) నుంచి ఆధునిక యుగం (1875) వరకు వచ్చిన వివిధ సాహిత్య ప్రక్రియలలో 'శిల్పం' క్రొత్త క్రొత్త సొగసులద్దుకుందని అంటారు. సాహితీవేత్తలు నిజం కూడా ఇదే!

విశ్వనాథ వారు తన 'కావ్యనందము'లో కావ్యము ఆనందానుభూతి కొరకే ప్రధానముగా నిర్ణయింపబడినది. తక్కి పాండిత్యాదులకు వాని వాని స్థానము వానికున్నది' అన్నారు. ఈ ఆనందమును కలిగించే అంశాలేమిటి? వాటి నిర్మాణం 'రస'వంతంగా 'వర్ణ'నాత్మకంగా ఎలా కావ్యంలో

పోషించుకోవాలి అనేది కవి 'టెక్నిక్'పైన ఆధారపడి ఉంటుందంటారు వర్తమాన సాహితీ అభిమానులు. కావ్య ప్రయోజనాల్ని నిర్వచించిన మమ్మడుడు 'కావ్యం యశసే అర్ధకృతే, వ్యవహారవిదే/శివేతర క్షతయే/సద్యః పరనిర్వృతయే/ఉపదేశయజే కీర్తి కొరకు, ధనం కొరకు, కీడు నుండి రక్షించుకొనుటకు తత్షణమందే ఆనందము కల్గించుటకు, ఉపదేశ కొరకు అని భావన ప్రసారం అయింది.

ఈ అంశాలను ఫలవంతంగా విజయం సాధించుకోవటానికి 'శిల్పం' దోహదపడుతుందంటారు అలంకారికులు. ఇక్కడ 'శిల్పం' గురించి ప్రస్తావించుకోవాలి. 'కళాదికమైన కర్మ శిల్పము' అంటాడు అమరసింహుడు. కళలన్ని శిల్పవాచ్యములే. ప్రాచీన సాహిత్యకారులు 'రసము, ధ్వని, రీతి, అలంకారం' వంటి వాటి గురించే చర్చించారు కానీ 'శిల్పం' గురించిన ప్రస్తావన తీసుకురాలేదు. అయితే విమర్శకులు మాత్రం 'శిల్పి ఒక శిల్పాన్ని ఎంతో జాగ్రత్తగా, ప్రతి సూక్ష్మాంశం విషయంలోనూ పరిశీలనతో నిర్మిస్తాడు కాబట్టి 'శిల్పం' అనే పదం కవి నేర్పరితనానికి చెందినదిగా చెబుతారు. ఇక్కడ కుందుర్తి గారి అభిప్రాయం గమనించాలి. ఆయన 'శిల్పం' అనే మాటను 'టెక్నిక్' అనే అర్థంలో ప్రయోగించారు. ఆరుద్రకూడా 'శిల్పం' అనే పదాన్ని కవి 'ప్రత్యేక ధోరణి' గా చెప్పారు. నన్నయ్య, తిక్కన, ఎర్రన,పోతన వంటి వారి ప్రాచీన కవుల రచనలను సింహావలోకనం చేసుకొంటే, నిర్దేశించిన 'కావ్య లక్షణాలు' 'ప్రయోజనాల' చట్రంలోనే (దాదాపుగా ఒకే రకమైన కథలను) తమ యొక్క ప్రత్యేకతను నిలుపుకొన్నారనేది స్పష్టం. శ్రీశ్రీ శిల్పాన్ని 'అర్థ శిల్పం'గా 'శబ్ద శిల్పంగా' విభజించారు. కృష్ణదేవరాయలకు చెందిన ఓ ఉదాహరణ 'కూపనటద్వైకములకు గగనధునీ' అంటే 'నా కథునీ' అని కూర్చమన్నాడుట రాయలు. ఇక్కడ 'గగన' అన్నా 'నాక' అన్నా అర్థశిల్పంలో బేధం లేదు. కానీ ఈ చిన్న మార్పు వల్ల 'అక్షరశిల్పం' శోభయామానమయింది. సి.నా.రే కూడా 'శబ్దసౌందర్యం' శిల్పం అంటారు.

తెలుగులో 'శిల్పం' అనే పదాన్ని నేరుగా ప్రయోగించిన వారు లేరు. ఆదికవి నన్నయ్య కూడా ఈ ప్రస్తావన తీసుకురాలేదు. కానీ తిక్కన 'అమలోదాత్త మనీష నేను భయకావ్య ప్రౌఢి పాటించుశి/ల్పముననన్ బారగుడన్' అనే ప్రయోగంలో 'ప్రౌఢి' అనే శబ్దాన్ని 'శిల్పాని'కి అన్వయించినట్లుగా చెబుతారు. మహాభారతంలో నన్నయ, తిక్కన, ఎర్రనలు తనదైన శైలిలో వస్తువ, భాష, అలంకారం, రసం, ధ్వని వంటివాటి పోషణలో మహత్తరమైన నాటకీ, వర్ణన, కథాకథన 'శిల్పా' రీతులను పోషించారు. 'మహాభారతం' ప్రారంభంలోనే నన్నయ, వాల్మీకి తదితర కవులను స్మరించుకుంటూ 'సారమతి గభీంద్రులు ప్రసన్న కథాకవితార్థయుక్తిలో" అని చెబుతూ ప్రసన్న కథ, అక్షరమ్యత, వివిధ రుచిరార్థ సంపన్నము, లోకహితప్రదమూ – అని ఆయన 'టెక్నిక్'ను గూర్చి చెప్పారు. 'నానారుచితార్థ సూక్తినిది' అనేది నన్నయ ప్రతిభకే కాదు ఆయనెన్నుకొన్న 'శిల్పాని'కి వర్తిస్తుంది. ఇది కూడా ప్రతిభే నన్నయ్య, తిక్కన, ఎర్రన, సూరన్న వంటి వారి రచనల్లో కావ్యకళా శోభలన్నియు కవి యొక్క నిర్మలమైన హృదయ విన్యాసములనే 'శిల్పం' గా చిత్రించడం జరిగింది. 'మహాభారతం' సామాన్యులకు 'అసమాన్యమైన' సామాజిక, ఆర్థిక, వ్యక్తిగత నీతిబోధను చేయటమే కాకుండా 'కవితా సౌందర్య' సాధనములను సమగ్రంగా వివరిస్తుంది. మనుచరిత్ర, వసుచరిత్ర, కుమారసంభవము, కాశీఖండము వంటి కావ్యాలను తెరచి చూస్తే వాటిలోని అలంకారములు, రససిద్ధి, గుణములు వంటివి సామాన్య

ప్రజానీక జీవితమును తేజోవంతం చేసేవిగా ఉంటాయి. కనుకనే క్షేమేంద్రుడు 'అలంకారాస్త్వలంకారా, గుణాపేవగుణాస్పదా/ఔచిత్యం రససిద్ధన్య, స్థిరంకావ్యస్య జీవితమ్' అని పేర్కొన్నాడు. ప్రాచీన సాహిత్యానికి 'ఆది' కవి అయిన నన్నయ మహాభారతాన్ని 'రాధా మాధవ కవి' ప్రశంసిస్తూ 'భారత కావ్యహారమొక భాగము నన్నయ భట్టోనర్చేయి" అన్నారు. ఇందుకు నన్నయ కథాకథన శిల్పం కారణము కాదనగలమా? 'శిల్పం' పుష్టం కావాలనుకుంటే కవితా సౌందర్యమునకు హేతువులయిన అష్టాదశ వర్ణనలు, దర్శనం అనేవి ప్రధానం, "భారతం"లో ఇవి పుష్కలంగా కనిపిస్తాయి.

నన్నయ రాజును వర్ణించిన తీరు 'రాజకులైకభూషణుడు రాజమనోహరుడడన్య రాజతే...' అనే తీరు అద్భుతం. నన్నయ, తిక్కనల తరువాత ప్రారంభించిన ఎఱ్ఱన తన ప్రారంభమును 'స్ఫురదరుణాంశురాగరుచిబొంపినోయి నిరస్తనీరద' ఇక్కడ వారిరువురి 'శిల్ప' 'చాతుర్యానికి తాను ప్రభావితుడు కాకుండా తనదంటూ 'వర్ణనా శిల్పాన్ని' ఎంచుకొని ముందుకు ప్రయాణం చేసాడు.

ఇహ తిక్కన 'కందం' రాయటంలో ఘనుడు. కవి చొడప్ప తిక్కన 'కందపద్య' చతురతను 'ముందుగజను దినములలో కందమును సోమయాజి ఘనుదందురు' స్తుతించడం జరిగింది. తిక్కనలో తెలుగుదనపు గుభాళింపులు ఆయన 'నాటకీయ శిల్పానికి' సొగసులద్దాయి. 'విచ్చినకుండ బసులం/దెచ్చుట మునుమున్న వలయు తెఆగాపనికిం' ఇది ఉత్తర గోగ్రహణంలో అర్జునుడు ఉత్తరుని పురికొల్పుతూ చెప్పిన మాట. వీరి ముగ్గురు శైలిలో అలంకారాలు ఎంతో శోభాయమానంగా కావ్య కన్యకకు అలంకరింతం గ్రంధానికి వన్నెలు తీర్చింది. అసలు భారతం ప్రారంభంలోనే నన్నయ, 'శ్రీవాణీ గిరిజాశ్చిరాయ' అన్న దానిలోనే 'యథా సంఖ్యాలంకారం' నిబద్ధ అయింది. తరువాత "భారత భారతీ శుభ గభస్తి చయంబుల జేసి ఘోరసం" అనే సందర్భంలో రూపకం ఎంత నిపుణంగా ప్రయోక్తమయిందో గమనార్హం... ఈ కావ్యంలో రససిద్ధి అద్భుతం. తిక్కన రసస్ఫూర్తిని శ్రీనాథుడు 'వాక్రుత్తు తిక్కయజ్వ ప్రకారము రసాభ్యుచిత బంధముగ నొక్కక్క మాటు' అని రసోల్లసిత రచనను ఆదర్శమన్నాడు. కుంతి ద్రౌపదితో సహదేవుని గురించి చెప్పిన మాటలు 'కడుబసిబిడ్డ వీడొకటికా దవునా/నెఱుగుడు ముందరె... కరుణ రసప్లావితాలు.

'కవిత్రయం' 'శిల్పం'లోని చతురత ఆయా సన్నివేశాలు, సంభాషణలు, దృశ్యాలు, పాత్రలు వంటివి ప్రత్యేక్షంగా దృశ్యమానమవటం ఓ విచిత్రమయిన మన:స్థితి పాఠకులకు కలుగుతుంది. కవులు తమదైన 'ముద్ర'తో 'కథావస్తువు'లోని ప్రతి సన్నివేశాన్ని రక్తి కట్టించే దిశగా వాటిని వర్ణశోభితం చేసారు. వారు 'శిల్పం' చేత వ్యక్తుల వ్యక్తిత్వాని అందమైన చిత్రాలుగా చూపుతారు. 'మనుచరిత్ర' వరూధిని మూర్తిని కవి 'చూచి ఝుళంఝుళత్కటక నూచితవేగ పదార వింధయై వివరించిన సందర్భంలో ఆ వరూధిని కళ్ళ ఎదుట చూచిన గొప్ప చిత్రకారుడు కూడా ఇంత అందంగా చెప్పలేదు. నన్నెచోడుడు తన 'కుమారసంభవం'లో 'కలకల నవ్వనట్లు తమకంబున గన్గవనిచ్చి భ్రూలతల్', సూరన తన 'ప్రభావతీ ప్రద్యుమ్న'లో 'కలకలనవ్వినట్లు తెలిగన్నెల విక్కమ చూచినట్లుతోలలో 'చిత్రకళ' పద్యముల్లోఒద్గిగ నూత్న అందాలను సంతరించుకున్న వైనం వారి 'శిల్పం' చాతుర్యానికి మెచ్చుతునగా చెప్పుకోవాలి. ప్రాచీన

సాహిత్యంలో కోకొల్లలుగా ఉన్న ఇటువంటి కావ్యాలలోని 'వర్ణచిత్రాలు' శిల్పం యొక్క ప్రాధాన్యతను, సౌందర్యంను లోకోత్తరం చేస్తాయి.

కావ్యాలకన్నా ముందుకు వెళితే వేదాలలో సహితం మనకిటువంటి ఓ అద్భుత వర్ణచిత్రాల సమూహారం గోచరమవుతుంది. వేదఋషి సూర్యోదయమును 'ఆ సత్యేన రజసా వర్తమానో/నివేశయన్న మృతం మర్తంచ' అని వర్ణించిన తీరును ఏవిధంగా ప్రశంసించగలమో రసజ్ఞులైన పరితులే నిర్ణయించుకోవాలి. ఇది 'శిల్పం' మహత్తు. ఆచార్య తిరుమల 'శిల్పం వారి వారి ప్రతిభల దస్తురీ, వ్యక్తిత్వానికి తార్కాణం. నిజమైన ప్రతిభావంతుడికి తప్పించి యింకెవరికి సొంత శిల్పం అంటూ ఉండదు అది అనర్గళం, అనితరసాధ్యం' అంటారు. ప్రాచీన సాహిత్యంను విస్తారంగా అధ్యయనం చేసిన వారికి ఈ వాస్తవం తెలుస్తుంది.

'శిల్పం' అనేది శబ్దానికి సంబంధించినంతవరకు సౌందర్య బోధకంగా, భావానికి సంబంధించి గొప్ప అభివ్యక్తి మార్గాన్నైనా సూచించవచ్చు. పాశ్చాత్యవాదన కూడా గమనించదగ్గదే 'కావ్యము శిల్ప సృష్టి, శిల్ప మర్యాదలననుసరించి ఆసృష్టి అనపత్యముగా జరుగనేని వలది నీతి బద్ధమైనట్టే' అంటారు. అనగా ఖ్యాతి టశీతీ ఖ్లిఁ యిసేవ ధనుంజయుడు ఇదే సిద్ధాంతమును తన దశరూపకమున 'రమ్యం జుగుప్సిత మంధార మధాపినీచమ్' అని వివరించారు. ఏ రసమైన, ఏ రకమైన వస్తువయినా, అసలు వస్తువే లేని పేలవమయిన కావ్యమయినా భావుకుడైన కవి చేతిలో అద్భుతంగా తీర్చిదిద్దటం ఓ కాదనలేని సత్యం. ఈ లోకమున రసవంతము కానిదేయిలేదు. కావలసినదల్లా కవికి గొప్ప 'శిల్ప' నైపుణ్యం

35. కథాకథన చక్రవర్తి – శ్రీపాదసుబ్రహ్మణ్యశాస్త్రి

ఓ రచయిత రచనలు ఏం చెబుతాయి? అతడి నుండి పాఠకులు ఏం ఆశిస్తారు? ఈ ప్రశ్నలు ఈనాటవి కావు. సాహిత్యం ప్రారంభమైన తొలినాళ్ళ నుండి ఉన్నవే...కొన్ని వేల మంది రచయిత(త్రు)లు రచనలు చేశారు, చేస్తున్నారు. పాఠకులకు తెలిసిన వారు ఎంతమంది? గుర్తున్నవారు ఎంతమంది? రచయితలకు లక్ష్యం ఎంత అవసరమో... ప్రతిభా సాహిత్యం అంతే అవసరం. వీటి వలననే అతని రచనలు వన్నె తీరుతాయి. తరతరాలకు కీర్తి తరగని వస్తువుగా మిగిలిపోతాయి. రచయిత సమాజం వేరు... సమాజాన్ని రచయిత గమనిస్తున్న తీరు వేరు కావచ్చు... కానీ... తన రచనల్లో రచయిత తనెంచుకున్న లక్ష్యం దిశగానే 'సమాజపు' తీరు తెన్నులను చిత్రిస్తాడు. పాఠకులను తనవైపు తీసుకుంటాడు. రచయిత కల్పనలకు ఓ భాష ఉంటుంది. ఏదైనా జరగవచ్చు, ఏమైనా చేయవచ్చు కానీ... రచయిత ప్రతిభ సమాజాన్ని విడిచి 'నేల విడిచి సాము చెయ్యదు'... చేయకూడదు. కాలం, సమాజం వంటివి రచయితపైన ప్రభావం చూపుతాయి. చివరిగా... రచయితలో తపన, ప్రతిభా, సాధన అనేవి అతనని శిఖరాగ్రాన నిలుపుతాయి. ఇన్ని గొప్ప సుగుణాలున్న రచయిత శ్రీపాదసుబ్రహ్మణ్యశాస్త్రి.

శ్రీపాదసుబ్రహ్మణ్యశాస్త్రి గారిది ఓ విశిష్ట రచనా వైదుష్యం. ఆయన రచనల్లో 'సంభాషణలు' కథను వి(క)నిపిస్తాయి. దృశ్యమానమైన భాషాపరబంధాలు ఆయన ప్రత్యేకత. బహుగ్రంథచదువరి. 'పురుషుల భాష అయినా, ఇప్పటిలా ఇంగ్లీష్ మొదలైన పరభాషతో సంకరం అయి, పలుకుబళ్ళులేనిది కాదప్పుడు. అయినా పురుషుల భాషలో కంటే, స్త్రీల భాషలో మాధుర్యము, హృదయాలను పట్టివేసే జాతీయత కనపడింది నాకు. వారి మాటల పొందిక, వారి హావభావ ప్రదర్శనచాతుర్యమూ తెనుగుభాషలో నాకు మాతృభిక్ష ప్రసాదించాయి'. మరో

సందర్భంలో 'ముప్పయి సంవత్సరాలుగా నిర్విరామంగా రాస్తున్నాను. వ్యావహారికం అయిన నాదింకా సాధకావస్థగానే వుంది'. అంటారాయన తెలుగు సాహిత్యజగత్తులో 'శ్రీపాద' వారు ఏవర్గానికి 'సరిపడని' వారు. శ్రీశ్రీ, చలం, కొడవటిగంటి, గురజాడ, కందుకూరి, విశ్వనాథ ఇలా వీరందరూ ఏదో ఒక సిద్ధాంతానికి కట్టుబడినవారు... ఆయా వర్గాలకు ఆరాధ్యులు. వారిని అనుసరించినవారు, అనుకరించినవారున్నారు. కానీ శ్రీపాద వారిని అనుసరించిన వారు తక్కువ. మతం, వైదికత, సమాజం, జాతీయత వంటి వాటిని మిగిలినవారు విడివిడిగా తీసుకొని తమ రచన అజెండాలుగా చేసుకున్నారు. కానీ... శ్రీపాదవారు వాటిని విడివిడిగా చూడలేదు. బహుశా ఆయనలోని ప్రజాస్వామిక భావజాలం ఇందుకు వేదిక అయిందనుకోవాలి. డా||వేదగిరి రాంబాబు గారు 'తెలుగు జాతి, భాషలపట్ల అభిమానంతో – సాహిత్యసహకారంతో, విశిష్టసేవల్ని అందించిన అద్వితీయమూర్తి

శ్రీపాదసుబ్రహ్మణ్యశాస్త్రి' అంటారు. శ్రీపాద వారు 20వ శతాబ్దపు తెలుగు కథకుల్లో విశిష్టమైన వ్యక్తి. ఏప్రిల్ 23, 1891లో అనపర్తి మండలం పొలమూరులో జన్మించారు. ఫిబ్రవరి 25, 1961 రాజమండ్రిలో మరణించారు.

శాస్త్రి, వాచస్పతి, తార్కికుడు, వసంతుడు, కుమారకవిసింహుడు, భటాచార్యుడు, కౌశికుడు అనేవి ఇతనికున్న పేర్లు. తన అత్త కూతురునే వివాహం చేసుకున్నాడు. ఆమె పేరు 'సీత' తండ్రి లక్ష్మీపతిసోమయాజులు, తల్లి 'మహాలక్ష్మిసోదెమ్మ' వైదికవిద్యలో విద్యాభ్యాసాన్ని ప్రారంభించి, స్మార్తం పూర్తి చేసి, పెద్దన్న గారి దగ్గర రఘువంశ పాఠము నేర్చారు. తర్వాత సంస్కృత పాఠం కోసం గుంటూరు సీతారామశాస్త్రి గారి దగ్గరకు ఊరు విడిచి 'వల్లూరు' వెళ్ళారు. 'తెనుగులో మంచి పాండిత్యం సంపాదించాలి' అని నిశ్చయించుకొన్న శ్రీపాద వారి పట్టుదల తెలుగు అభిమానులకు షడ్రసోపేత సాహితి విందును అందించింది. ఆయన తన కథల్లో వినిపించే 'సంస్కరణవాదం' తెలుగు కథకు సువాసనలద్దింది. ఆయన కథలు చదివిన వారు శ్రీశ్రీ, చలం, విశ్వనాథం వారిని ప్రక్కనపెట్టేసి, ఈయన కథల్లో వారందరి 'వాదాల'ను చూస్తారు. ఈయన 'కొత్తచూపు' కథ చిన్నదే... కానీ.. కథలో అన్నపూర్ణ వేసిన ప్రశ్న నాటిది...నేటిది కూడా...'ఆడపెళ్ళి వారిని దాష్టికం చేసే మగపెళ్ళి వారిని ఉద్దేశించి భారతీయ స్త్రీలెందరో మానభంగాలకులోనయారు. ఉత్తరాంధ్ర భూముల్లో మనవాళ్ళెందరికో అలాంటిది తటస్థపడుతుంది. తెలుగు స్త్రీలది చావుబ్రతులకు సమస్య. మేమిది చూసీ చూడకుండా విడిచిపెట్టడానికి వల్ల కాదు. మరి మీ కళ్ళ యెదుట మీ ఆత్మీయలకున్నా అలాంటిదే తటస్థ పడితే, తరువాత మాటయేదయినా, ముందు కళ్ళు మూసుకొని శత్రువుల మీద పడగలరా? అన్నారు. ఇంకో సన్నివేశంలో 'తెనుగు కన్యలం మేమిప్పుడు చూసుకోవలసి సరియొగ్యత చక్కదనం కాదు. చదువు కాదు. ఐశ్వర్యం అసలే కాదు. ఇవన్నీ తెలుగు యువతిని బానిసని చేసాయి. ఈ లక్షణాలున్న తెలుగు యువకులింత వరకు చక్రవర్తులుగా చలామణి అయ్యారు ఇలాంట వారు వివాహానికి అర్హులు కారు. అనిపిస్తారు కూడా' అంటుంది. ఇది నేటికి కూడా వాస్తవమే. కోటీశ్వరులైన యువకులకు సహితం వివాహం కాని స్థితి నేడుంది. ఈ సంభాషణలు గమనిస్తే శ్రీపాద వారు స్త్రీల విషయంలో ఎంత బలీయమైన అభిప్రాయంలో తన రచనల్లో ఆయా పాత్రలను చిత్రించారో... శ్రీపాద వారు రాసిన 75 చిన్న కథల్లో ప్రతీది సమాజ దర్పణంగానే నిలిచింది. 'కలుపు మొక్కలు' 'గులాబీ అత్తరు' 'అరికాళ్ళ క్రింద మంటలు' 'ఇలాంటి తవ్వాయి వస్తే' 'గుర్రప్పందేలు', గూడుమారిన కొత్తరికం, విమానం ఎక్కబోతూనూ, తాపిమేస్త్రి, రామదీక్షితులు బి.ఎ,పుల్లంపేట జరీచీర, జూనియర్ కాదు, అల్లుడు, రామలక్ష్మి ఇలా ప్రతీ కథ గొప్పతనం ఆ కథనేని చెప్పాలి. ఇవన్నీ చదివితే పాఠకుల మనసు, మెదడు విశాలమవుతుంది. మల్లరామకృష్ణశాస్త్రి గారు 'తెలుగు వాళ్ళకి మాత్రమే శ్రీపాద వారి కథలు చదివే అదృష్టముందున్నారు. గొప్ప సత్యమిది. వైదికపరిభాష, ఆయుర్వేద యోగ వైద్యముక్తావళి లాంటి వైద్యగ్రంథాలు, భాషకి సంబంధించిన ఎన్నో వ్యాసాలు రాసారు. 'ప్రేమపాశం' 'నిగళబంధనం' 'రాజరాజు' 'కలంపోటు' వంటి నాటక నాటికలు రాసారు. వీటిలో 'రాజరాజు' గొప్ప ప్రసిద్ధి పొందింది.

రామాయణం, మహాభారతాలను సహితం తనదైన దృక్కోణం నుంచి రస్మాతకంగా తీర్చిదిద్దారు. ఎన్నెన్నో కొత్త కోణాలను ఆవిష్కరించారు. ఆయన తన అత్మ కథను 'అనుభవాలు జ్ఞాపకాలునూ'గా రాసారు. ఇదో అద్భుత కావ్యమనే చెప్పాలి. తెలుగు ఆత్మకథల్లో ఇది అగ్రస్థానంలో నిలవగలిగేదనే చెప్పవచ్చు. 'ప్రబుద్ధాంధ్ర' పత్రికను నిర్వహించారు. గిడుగు వారి లాగానే భాషావాది. అనేక 'అష్టావధానాలు' చేసారు. 1956లో కనకాభిషేకం కూడా అందుకున్నారు. వీరి మొదటి కథ 'ఇరువురము ఒక్క చోటికే పోదాము' 1915 లో ప్రచరితమైనది. 'మిథునానురాగము' వీరి మొదటి నవల. 1923 వరకు గ్రాంధిక రచనలే చేసారు. 1925 నుంచి పూర్తి వ్యవహారిక భాషలోనికి వచ్చేసారు. హింది – గాంధీ – ఖద్దారు వంటి వాటికి పూర్తి వ్యతిరేకి – చివరి వరకు తను నమ్మిన సిద్ధాంతంపైనే నిలిచారు. 'తెనుగు దేశమే దేశం' 'తెనుగు భాషే భాష' 'తెనుగు మనుష్యులే మనుష్యులు' 'తెనుగు వేషమే వేషం' 'ఏ జాతి యెదటా ఏ సందర్భంలోనూ ఎందున్నానా తెనుగు జాతి తీసిపోదు'... అని సత్యాలను నినదించిన అచ్చతెనుగు కవి, నాటక, నవలా కథ, వ్యాస రచయిత శ్రీపాద సుబ్రహ్మణ్యశాస్త్రి. ఆయన రచనా నిబద్ధత సాటిలేనిది. చివరిగా....

"నేను చెయ్యగలిగినా చెయ్యలేకపోయినా దేశీయులది గుర్తించినా, గుర్తించలేకపోయినా, నా జాతికి నేనే చెయ్యవలసినదేదో కొంత ఉంది. రచనే అందుకు సాధనం నాకు. అది సాగించాలంటే కాలూ, చేయా ఆడాలి. అలా ఆడ్డానికి బువ్వ కావాలి. కళాజీవి అయిన వాడికి బువ్వ ప్రయోజనం అంతే... నాకు ఎప్పుడూ ఉంటున్నదే డబ్బు ఇబ్బంది. అనివార్యంగా కాదు అభిమానం ముందుకు రావడం వల్ల యేర్పడుతోందని' అని తన గురించి తనే చెప్పుకొన్నారు. శ్రీనాథుడైనా... శ్రీపాదవారైనా 'కవికి' తప్పని వేదానభరిత వ్యాఖ్యానాలివని అనిపిస్తుంది. 'మనసు ఫౌండేషన్' వారు శ్రీపాద వారి సర్వలభ్యరచలను నాలుగు సంపుటాలుగా వెలువరించారు.

శ్రీపాద రచనలను చదివినవారే అదృష్టవంతులు...

36. 'త్రిపురనేని' – సామూహిక ఏకవచనం

What I assume you shall assume

For every atom belongs to me

as good belong to you – Walt Vitman

ఓ రసవత్తర చర్చతో సాగుతున్న సంభాషణలు గల రచన అసంపూర్ణంగా ముగిస్తే ఆ శూన్యాన్ని ఎవరు పూర్తి చేయగలరు. అస్పష్ట భావ చిత్రాలలోని వర్ణాలు తెలిపే 'భావ' పరంపరను ఎలా అర్థం చేసుకోవాలి. సృజనకు సంపూర్ణత్వం అవసరమే కదా? కాని.. అసంపూర్ణంలోనూ ఓ పూర్ణత్వాన్ని ఆపాదించే, ఆస్వాదింప చేయగల కవిత్వం మనకు క్రొత్త కాదు. ఉబికి వస్తున్న ఉద్యమం నరాల గొంతులను ఆప జేయగల శక్తులు వ్యవస్థలకున్నాయి. 'రద్దుల' పద్దులో చేరిపోయిన గళాల – కలాల అక్షర సమూహాలున్నాయి. మన మధ్య లేని వారి తీవ్రమైన స్వరాన్ని స్మరించుకోవటం చాలా అవసరం. త్రిపురనేని శ్రీనివాస్ కవిత్వం ఓ అగ్ని కొలిమి. "నా కక్ష వేరు నా లక్ష్యం వేరు ఈ భూగోళానికి అసలు సూర్యుణ్ణి నేను" అంటారాయన. వ్యక్తులు నినాదాలు కాదు, నినాదాలైన వ్యక్తులను గురించి సాహిత్యం చెబుతుంది. ఎవరి కోసం కవిత్వం, ఎందుకోసం కవిత్వమనే ప్రశ్నలు నినదించే గొంతులో ఎంతో ఆవేదన, ఆక్రోసాల నడుమ కొంచె ఆర్తి, ఆర్ద్రతలు కూడా కలిసిపోతాయి. వ్యాఖ్యానాల కందని కవిత్వం, వ్యాఖ్యలను దరి చేరనీయని కవిత్వం ఆయన స్వంతం. అనవసర పదాడంబరం కన్నా అవసరమైన భావ ప్రసారం కవిత్వం చలన సూత్రం. సరిగ్గ సూత్ర ప్రాయంగా తనదైన భావజాలాన్ని, పదునైన భాషతో వెలువరించిన త్రిపురనేని కేవలం 'మూడు దశాబ్దాలకే' మన మధ్య లేకుండా పోవటం విషాదం. రాక్షసులను సృష్టించిన భగవంతుడిలో కూడా ఇదిగో ఇటువంటి సందర్భాలలోనే రాక్షసాంశం కనిపిస్తుంది.

త్రిపురనేని శ్రీనివాస్ కవిత్వాన్ని అనుభవాల, జ్ఞానాల నేపథ్యంలో చూడాలనే వారున్నారు. అక్షరానికి అర్థం, అపార్థం చారిత్రాకమే అయితే శ్రీనివాస్ వ్యక్తిత్వం, వ్యక్తిగతం కూడా ఓ చరిత్ర పుట. ఓ అగ్ని శిఖ. జనన మరణాల తేదీలు, ప్రాంతాల వారీ వివరాలు కొంతమందికి ఇష్టం ఉండదు. తెలియని వారికెందుకు? తెలిసని వారికి తెలుసుగా? ఇలా ఎందుకో వెలుగు చాటున నీడలో ఉంటూనే మంటలను అక్షరాలతో అభిమానుల మెదళ్ళను జ్వలింపజేస్తారు. త్రిశ కవిత్వం కూడా అంతే! 'రహస్యద్యోమొ' 'హో' అనే సంపూటాలు ఆయనలోని రహస్యాన్ని, ధిక్కారాన్ని, ఆత్మ త్యాగాన్ని తెలియజేస్తాయి. "వ్యవస్థను వ్యతిరేకించడం అంటే వ్యవస్థీకరణను వ్యతిరేకించడం" అనేది ఆయన అభిప్రాయం. కె. శ్రీనివాస్ తన

అభిప్రాయంలో "శ్రీనివాస్ సాహిత్యం జీవితాచరణ నుంచి తెలుగు సాహిత్యం ముఖ్యంగా పురోగామి సాహిత్యం ఎంతో ప్రయోజనం పొందింది. పాతికేళ్ళ వెనుకకు వెళ్ళి చూసినప్పుడు, ఆ కాలపు మలుపులలో శ్రీనివాస్ కీలకమైన కర్తవ్యాలు నిర్వహించాడు. ఏకైక నాయక పాత్రలో ఉన్న విప్లవ సాహిత్యం స్థానాన్ని బహుళ సాహిత్య వాదాలు పరచుకానే పరిణామానికి అతను ఫెసిలిటేటర్గా ఉన్నాడు" అంటారు. కాలక్రమ పరిణామ శీల సాహిత్యం మలుపులు దగ్గర ఎవరో ఒకరు తమ వంతు పాత్రను సమర్ధవంతంగా పోషించారు. కనుకన ఈ రోజు చైతన్యవంతమైన సాహిత్యం నిలబడింది. ప్రయోగాలకు వేదికయింది. ఆలోచింపజేసే కవిత్వం ఎన్నెన్నో పదాలను సృష్టించింది. కాని.. కాలక్రమంలో వాటికి తగు ప్రాముఖ్యత లేకుండా పోయింది. త్రిశ ఇందుకు మినహాయింపు కాదు. త్రిపురనేని శ్రీనివాస్ –ఓ సామూహిక ఏకవచనం "మన ఆలోచనల్లో ఖాళీలున్నాయి" వాటిని 'ఫిల్ చేసుకోమని చెబుతుంది ఆయన కవిత్వం. ఓ మార్క్సికవాదం, మంత్రముగ్ధులను చేసే పదజాలం, సరళత స్పష్టతలతోనే 'అరుస్తూ' చెప్పే అక్షరాల అల్లిక నిర్మాణం పాఠకుడి శరీరంలోని రక్తాన్ని ఆలోచింప చేస్తుంది. 'కవిత్వానికి జీవితాన్నిచ్చి 'ఆయుధం' చేస్తారు త్రిశ. అతడు సృజనకు జన్మభూమి. కవిత్వాన్ని అవలోకిస్తే... ఓ జ్ఞానవంతమైన స్పష్ట వర్ణచిత్రం తనలో ఐక్యం చేసుకుంటుంది.

> "నా అస్తిత్వం చైతన్యమైభూకంపమై
>
> అస్తమయంలోంచి ఆకారంలోకి దృశ్యమై
>
> జారుడు బండల మీంచి సెలయేటిలోకి "చేతనాస్తిత్వంతో ముందుకు

దూసిన పరిస్థితి సమాజంలో ఉంది. ' ఈ ప్రపంచంతో సుదీర్ఘ శత్రుత్వం నాది' అనే నిర్వృతి వర్తమాన సామాజిక పరికల్పనలో మానవ మస్తిత్వాన్ని నిస్పృహకు గురిచేస్తుంది. వెంటనే ఉద్యమించ వలసిన అవసరం, కనీసం ఆలోచించవలసిన ఆవశ్యకతను కూడా ఎవరికివారే 'నేను' గా భావించి పోరాటం చేయవలసిన సమయమిది. నేను అనేది ఓ తాత్విక భూమిక నుంచి చూడకుండా ఓ వాస్తవిక దృక్పధంనుంచి చూస్తే భావనా ప్రపంచంలో త్రిశ కనిపిస్తారు. తన మిత్రుడు చలపతితో కలిసి వ్రాసిన వైనను చెబుతూ ప్రపంచం తన అస్తిత్వాన్ని నుంచి జారిపోతున్న వైనం ధ్వనింప జేస్తారనిపిస్తుంది. మనిషి క్రమంగా రాజీపడుతూ బ్రతుకులో 'పోరును మరచిపోవుటమంటే' జీవితాన్ని సుదీర్ఘ స్వప్నంలో తోసుకుపోతున్నట్టే కదా!

> 'ఒకే స్వప్నంతో నిద్రను దేదీప్యమానం చేసాం
>
> ఒకే జీవితాన్ని సగం సగం జీవించాం'

అని చెప్పుటంలో స్నేహం యొక్క సగం సగం సూత్రం జ్ఞాపకాల పొదలను తడుతుంది.

> 'నిజమైన మనుషులందరూ అజ్ఞాతంగా బతకటమే
>
> ఇక్కడి విషాదం'ను రాసిన వేళ 'అస్తిత్వ రాహిత్యాన్ని రాల్చుకున్న సజీవ జ్ఞాపకాల'

దొంతర్లు మనమొందుకు వస్తాయి.

అక్షరాల మంత్రాక్షరాలుగా పాఠకులపైన చల్ల తనలోకంలో విహరింపజేసి, ఆలోచనల్లో పడేసే కలం త్రిపురనేని. 'కవిత్వం ఓ అల్కెమీ' అంటారు తిలక్. కవిత్వం ఓ అక్షరాయుధ అంటారు త్రి శ'

కవిత్వ రాయి

కాగితం మించి కన్నులోకి వెన్నులోకి దన్నులోకి

దూసుకు పోయె కవిత్వం రాయి

మరో సందర్భంలో

'చెత్తల్ బుట్టల్ మాటల్ రాల్చి కవిత్వమని ఘీంకరించకు

కవిత్వాన్ని వంచించకు

వచనమై పుడతావని' శపిస్తారు.

సామాజిక నిర్మాణంలో ఏర్పటయిన మనుషులను విడదీయగల, అసమానతలను పెంచగల భౌతిక పరమైన విలువలు ప్రయోజన శూన్యమని కవిత్వం అనాదిగా చెబుతూనే ఉంది, స్వార్ధంలో ఎన్నెన్నో 'విలువలు' పతనమవుతున్న సాధారణ జీవితంలో స్థూలంగా 'విలువల్ని భగ్నం చేయడమే జీవితమైనప్పుడు

మృత్యువును కౌగిలించు కొనైనా మాట నిలబెట్టాలి.

'ఎన్ కౌంటర్' నిర్వచనం నాలుగు వాక్యాల్లో క్లుప్తంగా ఘాటుగా' వివరిస్తారు.

'కొన్ని కొత్త కొత్త సంగతులను

పాతగా చెబితే కొత్తగా అర్ధమవుతాయి కదా మరి!'

సమాజంలోని, వ్యక్తుల శక్తిలోని విలోమ స్థితికి నాగరికత చిహ్నలు కారణమని చెబుతారు. ఈ నేపథ్యంలో 'మార్పు' క్రొత్తగా, చైతన్యవంతంగా వేదని చెబుతారు. పచ్చని పల్లెలు అజ్ఞాతంలోకి వెళ్ళిపోతున్నాయంటారు.

మనూరిప్పుడు అజ్ఞాతవాసంలో ఉంది.

'యిప్పుడు కన్న బిడ్డలే కాదు పొమ్మంటుంటే

హారర్ సినిమా ఫిల్మ్ ముక్కలు గుచ్చుకుంటున్నాయి.

ఓ భయానక దృశ్యాలు నిత్య జీవితపు కౌటంబిక వ్యవస్థలో వికృత రూపంలో కనిపిస్తున్న చిత్రం అక్షర రూపం దాల్చినదని చెప్పవచ్చు. ప్రేమలు విరిగి మనసులు తరిగి 'మనుషులుగా నిర్లిప్త ప్రాణులుగా మిగులుతున్న 'ప్రేమికులు' ను

"ఈ దేశంలో ప్రేయసి ప్రియులు వేరు

అందరూ భార్యాభర్తలే' కవితలో ప్రేమలేని దాంపత్యంకు రేఖామాత్రంగా

సృశియిస్తూ ఎన్నో హెచ్చరికలు చేస్తారు.

నిజాలు నిప్పులు కురిపించే కలాలకు 'రహస్యోద్యమం' తప్పనివని వర్గాలున్న

సమాజంలో అగ్ని కురిపించే మనస్తత్వాలకు స్వేచ్ఛ లభించటం కష్టమే. బహురూపాలుగా 'రాజ్యం' చేసే 'నిషేధాలు' ఎదుర్కొన్న త్రిశ కవిత్వం

'మొదలెట్టిన వాక్యం పూర్తి కాలేదు. మొదటి పేజీ మీద అప్పుడే నిషిద్ధ ముద్ర'

'అవును నిషేధించిన అక్షరం మీదె నాకెప్పుడూ మోజు'

'పూర్తికాని వాక్యాన్ని పోరాటంతో"

'మళ్ళీ మళ్ళీ రాస్తాను'

ఆంక్షలో విజృంభణ నాకు కొత్త కాదు. ఇది శ్రీనివాస్ వ్యక్తిత్వ శక్తి. అందుకే 'లోపల సరస్సులున్న మనిషి' గా కె. శ్రీనివాస్ పేర్కొన్నారు. తానే తన గురించి

'అలలు కను రెప్పలెత్తిన ఆకాశాన్ని తీక్షణంగా చూసి సాగర నేత్రాలను చిన్నప్పుడే నాకెవరో పొదిగారని' చెప్పుకొన్నారు. కవి ద్రష్ట. కలం కన్నులతో లోకంను చూసేవారు కవులు. నిన్నటిలో నుంచి రేపులోకి దృష్టి సారించి నగ్న సత్యాలను ఊహించి చెబుతారు. దండనలననుభిస్తారు. కాని.. భవిష్యత్ చిత్రాన్ని కాన్వాస్పైన చిత్రించి రహస్యంగా అక్షరాల్లో బంధించి, 'ఒంటరి ప్రయాణానికి' సిద్ధమవుతారు. రైతులు, నిరుద్యోగులు, నిరాశ నిస్సృహలు నిండిన జనం, దగాపడిన చెల్లెలు. దిగులు పడే మధ్య తరగతి విద్యావాదుల ఆత్మహత్యలు 'హత్యలే' నంటారు శ్రీనివాస్. 'ఆత్మహత్యలన్ని హత్యలే' కవితలో

'హత్యకు ఆత్మహత్యకు హంతకుడు ఒక్కడే

హతుడే హంతకుడైన చోట హత్య నేరం కాలేదు.

ఆధునిక హంతకుని రహస్యం అదే

హతుని చేతనే హత్యలు చేయిస్తే' ఇందుకు కారణాలను అన్వేషిస్తే లభించే సమాధానం ఏమిటంటే 'మనిషి మీద మనిషి అధిరోహణ'. 'మనిషి లోకి మనిషి అదృశ్య ప్రవేశం'. బహుశా నిన్ను, నేడు, రేపు కూడా జరిగే 'ఆత్మహత్యలన్ని హత్యలే'. నిస్తేజం నిండిన జనం 'యుద్ధం మరచిపోయారనిపిస్తుంది. ఆయుధాలు ధరించి చేస్తేనే యుద్ధమనే భ్రమలున్న ప్రజలున్న వ్యవస్థలో 'ఎదురు తిరగటం' ను 'బహుమానాలు' జయించాయి. కాని... కనిపించిన 'శత్రువులు' రాబోయే తరాలను' శాపగ్రస్తులను చేస్తున్నాయనే గ్రహింపు ఎప్పటికీ? యుద్ధం అనివార్యం కదా స్వేచ్ఛకు.

'యుద్ధం చేయాల్సిందే

శవాలు యుద్ధాలు చేయలేవు

యుద్ధం చేయాల్సిందే

క్రీనీడ శత్రువు కాదు

శత్రువు మేలి ముసుగుకప్పుకొని

మబ్బుల్లో తిరుగుతుంటాడు'

ఎవరీ శత్రువు? ఎందుకీ శత్రుత్వం వంటివి తెలుసుకోవలసినదెవరు? మెలుకొల్పాసిన కలాలు సహితం

'అక్షరారణ్యాలతో కవులు జంతువులుగా

మారటం దారుణం.....

పోలికలను పోల్చి పోల్చి తనను తానే

పరాయివాడితో పోల్చుకుంటాడనే' శ్రీనివాస్ కవిత్వంను గురించి ఎంత

చెప్పినా ఇంకా సశేషమే...

త్రిపురనేని శ్రీనివాస్ నిర్భయమైన ప్రశ్నలు వెల్లువెత్తడానికి సహాయపడ్డాడు. వ్యక్తివాదులుగా, అనుభూతి వాదులుగా, అస్పష్ట– సంక్లిష్ట వ్యక్తీకరణ వాదులుగా పేరుపడ్డ అనేకమంది ఒంటరి సామాజికులను కవిత్వ పాఠకులందరి ముందుకు తెచ్చాడు. 'కవిత్వం కావాలి కవిత్వం

అక్షరం నిండా జలజలలాడిపోయే కవిత్వం కావాలి కవిత్వం'

Poet is a man speaking to men' అనే వర్డ్స్‌వర్త్ వాక్యం అక్షర సత్యం...

37. "వర్ణనా" శోభితం – శిల్పం

'శిల్పం' అంటే ఏమిటి అనే ప్రశ్నకు విస్తృతమైన పద్ధతిలో సమాధానం చెప్పవలసి వస్తుంది. సాహిత్యంలో 'శిల్పం' 'శైలి' అనే మాటలు తరచుగా వినిపిస్తుంటాయి. అటు ప్రాచీనా, ఇటు ఆధునిక సాహిత్యాలలో 'శిల్పం' అనేది ఓ తర్క సంబంధమైన అంశం. ఇందుకు తగిన సాహిత్యపరమైన 'శాశ్వత' స్థిరీకరణ సిద్ధాంతాలు లేవు. 'కళాదికమైన కర్మశిల్పము' అని అమరసింహుడు, 'చెప్పిన ధోరణిలో ఆధునికముగా కళలన్నియు శిల్పవాచ్యములైనవి' అని డాక్టర్ కొవెల సంపత్కుమారాచార్య గారు అన్నారు. 'శిల్పం'ను నిర్మించిన 'శిల్పి' ప్రతి సూక్ష్మాంశం విషయంలోనూ పరిశీలనతో నిర్మిస్తాడు. కవి నేర్పరితనానికి 'శిల్పం' ఓ సూచన. ఇక్కడ గమనించదగ్గ అంశమేమిటంటే సంస్కృత, అలంకార శాస్త్రాలలో సహితం 'శిల్పం' అనే మాట ప్రచురంగా లేదు. కావ్యాత్మ విషయంలో రసము, ధ్వని, రీతి, అలంకారం అనేవి 'శిల్ప' వేదికలుగా అలంకారికులు వివరించారు. కానీ... సూటిగా 'శిల్పం' అనే పదాన్ని వినియోగించకపోవటం విశేషం. కొందరు శిల్పాన్ని 'కౌశలము' అన్నారు. అది ఈనాడు 'శిల్పం' అనే మాటకు సమానార్ధంగా లేదు. శ్రీశ్రీ శిల్పాన్ని శబ్ద శిల్పంగా, అర్ధ శిల్పంగా విభజన చేసారు. శబ్ద శిల్పమంటే అక్షరాల పొందికలో ఉన్న రమ్యత. అక్షర శిల్పం శరీరమని, అర్ధ శిల్పం ప్రాణమని రెండింటికీ అవినాభావ సంబంధం ఉందన్నారు. ఈ రకంగా శిల్పాన్ని నిర్వచించుకుంటే మహాభారత, రామాయణ, భాగవతాలు గొప్ప వర్ణనాత్మక శోభితాలుగా చెప్పాలి. వాటిలో ప్రతీ అంశం – విషయంల ఎంతో శోభాయమానంగా వెలుగొందే 'శిల్పం' ఉంది. 'కవిత్రయం'లో ఒక్కొక్కరు ఒక్కొక్క విధమైన 'శిల్పం'ను నిర్వహించారనేది విస్మరించలేని విషయం. సినారే కూడా శ్రీశ్రీ మాదిరిగానే 'శబ్ద సౌందరమే' శిల్పం అన్నారు. ఆచార్య తిరుమల (ఆధునిక కవిత – అభిప్రాయ వేదిక) 'పాలరాయి అందమైనదే, అది తాజ్మహాలుగా రూపొందినప్పుడు, పదాలు పాలరాళ్ల వంటివి అవి అందంగా, పొందికగా అమరితే రూపొందే కవిత తాజ్మహాల్ వంటిది. శిల్పమంటే ఇదే అనుకుంటాను' అన్నారు. 'శిల్పం' అనేది ఓ ప్రత్యేకమైనది. తెలుగులో నన్నయ్య ఎక్కడా 'శిల్పం' అనే మాటను వినయోగించలేదు. తిక్కన 'అమలోదత్తమనీష నేను భయకావ్య ప్రౌఢ పాటించు శి/ల్పమునన్ బారగడున్' అని చెప్పిన పద్యంలో 'శిల్పం' అనే పదానికి 'ప్రౌడి'కి సంబంధించినదిగా నిండైన అర్ధంలో ప్రయోగించాడు. ఆధునిక సాహిత్యంలో విశ్వనాథ వారు శైలికి సంబంధించిన నేర్పరితనంగా పేర్కన్నారు. ఎక్కువగా ఉపయోగించుకున్నారు. అయితే ఆయన కేవలం శబ్దాల కూర్పుకి 'శైలి అందానికి' దానిని వాడకుండా అనేక అంశాల్ని పరమార్ధానికి అన్వయించేవిగా నిర్మించడాన్ని 'శిల్పం' అన్నారు. ఇంతే కాదు అపూర్వ చాతుర్యం ప్రదర్శించబడే అన్ని అంశాలలోనూ ఆయన ఇదే శబ్దాన్ని వాడుకున్నారు. విశ్వనాథ వారి

దృష్టిలో 'శిల్పం' అనేది విస్తృతమైనది. 'తిక్కన శిల్పంపు తెలుగు తోట' అని ప్రయోగించటంలో కూడా 'కవి' అన్ని విధాలైన అభివ్యక్తి చాతుర్యంగల వాడనే అర్థం ధ్వనిస్తుంది. ఆధునిక సాహిత్యంలో 'శిల్పం' అనే పదానికి విమర్శకులు, రచయితలకు సంబంధించి నేర్పరితనానికి ప్రయోగిస్తుందటం కనిపిస్తుంది.

ఈ సందర్భంలో 'కవిత్రయం'లో నన్నయ కథా కథన శిల్పం, తిక్కన నాటకీయశిల్పం, ఎర్రన వర్ణనాశిల్పం మొదలైనవి పరిశీలించుకోవాలి. "తిక్కన గారు శిల్ప శబ్దాన్ని ఏ అర్థంలో వాడినా ఇప్పుడు మాత్రం దీనికి 'టెక్నిక్' అనే అర్థం రూఢం 'అయ్యింది' అనే కుందుర్తి, 'ఒక భావాన్ని చెప్పడంలో ఉన్న నేర్పరితనమే' అనుకోవాలి రచయిత లేదా కవి. ఒక భావాన్ని సాధ్యమయినంత శక్తిమంతంగా అభివ్యక్తికరించడానికి అనేక పద్ధతుల్ని ఉపయోగిస్తారు. వాటన్నిటిని 'శిల్ప'మనే అంటారు. ఇక్కడ చిన్న ఉదాహరణ చెప్పుకోవాలి 'కూపనటద్బేకములకు గగనధుని' అంటే 'నాకధుని' అని కూర్చమన్నాడట కృష్ణదేవరాయలు. 'గగన' అన్నా 'నాక' అన్నా అర్థశిల్పంలో తేడా ఏమీ లేదు కానీ... ఈ చిన్న మార్పు వలన 'అక్షర శిల్పం' ఎంతగా శోభిల్లిందనేది ప్రత్యేకంగా ఇది 'శిల్ప' సౌందర్యం. ఇన్ని అంశాల నేపథ్యంలో 'శిల్ప'మంటే శబ్దానికి సంబంధించినంత వరకూ 'సౌందర్య బోధకం'. భావానికి సంబంధించిన ఏ గొప్ప వ్యక్తీకరణ మార్గమైనా 'శిల్పం'గానే సూచించవచ్చు.

'శైలి' 'శిల్పం' అనే పదాలు తరచుగా 'ప్రశ్నల' రూపంలో వస్తుంటాయి. శైలి అనగా పదాల పొందిక, వాక్య నిర్మాణం వంటి భాషాపరమైన అంశాలకు చెందినది. కానీ... 'శిల్పం'లో ఇది కూడా 'భాగమే' అనగా – 'శిల్పం'లో శైలి భాగమే కానీ.. 'శైలి' శిల్పం కాదు. అభివ్యక్తి అనేది అనేక మార్గాలలో దృశ్యమానవుతుంది. రసం, ధ్వని, అలంకారం వంటివి చాతుర్యానికి సంబంధించిన అభివ్యక్తీకరణలు. పాశ్చాత్యులు చెప్పిన 'ప్రతీకవాదం' 'భావచిత్రవాదం' (ధ్వని)లు కూడా ఈ వర్గానికి చెందినవి. శిల్పం అనే పదాన్ని ఈ నాటి విమర్శకులు 'అభివ్యక్తి' అని అభిప్రాయ పడుతున్నరు. స్థూలంగా చెప్పుకోవలసివస్తే సాహిత్య సృష్టి అనేది ఒక ప్రత్యేకమైన ప్రక్రియ. అదొక గొప్ప అనుభూతి. 'ఆ అనుభూతిని భావ ప్రచారానికి వినియోగించుకోవడం చారిత్రక అవసరం' అని మార్క్స్, ఎంగెల్స్, లెనిన్ రచనల ద్వారా తెలుసుకోవచ్చు. ఇందుకు మార్క్సిస్టు సాహిత్య సిద్ధాంతాలు మూడు అంశాలను పేర్కొంటాయి. అవి కళ (అనుభూతి), సౌందర్యం, వస్తురూపాల చర్చ. వీటి నేపథ్యంలో మరో లోతైన 'సిద్ధాంత శిల్ప సమన్వయం' అనేది కూడా ఉత్పన్నమవుతుంది. సిద్ధాంతానికి, శిల్పానికి మధ్య ఉన్న సంబంధాలను స్థూలంగా వివరించేవి కావు. ఎన్నో సాహిత్య ప్రభావాలు సిద్ధాంతాలకు

అభిముఖంగా ప్రయోగించవు. ఈ సందర్భంలో కొన్ని స్థూలమయిన అంశాలను పరిగణనలోనికి తీసుకోవాలి. ప్రక్రియ, భాష, భావాభివ్యక్తి (శిల్పరీతులు) వంటి వాటిని గమనించాలి. పద్యం, పాట, కవిత ఇవి ప్రక్రియలు. జాషువా, విశ్వనాథ, తిరుపతి వెంకటకవులు వంటి వారు అటు సంప్రదాయ, ప్రజా సమస్యలకు 'పద్యం' వేదికనుకున్నారు. శ్రీశ్రీ సి. నారే, ఆరుద్ర వంటి వారు 'కవిత'లను అల్లుకున్నారు. భాషాపరంగా మార్పులకు డబ్బె, ఎనభై సంవత్సరాలు పట్టింది. తిలక్ తన అమృతం కురిసిన రాత్రిలో ఎన్నో చోట్ల కొత్తదైన, వింతగా తోచే భాషా ప్రయోగాలు చేసాడు. ఉ దా: సురభిళాత్తశయ్య సజ్జితమ్ముఁవలదు ఇక శిల్పరీతుకు వస్తే, శైలి, రసం, ధ్వని, అలంకారం వంటి వాటికి ప్రత్యే లక్షణాలు, విశిష్టతలున్నాయి.

ఇంతటి క్లిష్టమనిపించే 'శిల్పం' ను గురించి విశ్లేషణకు అనేకమైన అంశాలు, నేపథ్యాలు ప్రయోజనకారులవుతాయి. కొన్ని ప్రాచీన, ఆధునిక ఉదాహరణలను పరిశీలిస్తే కొంత 'అర్థవంతమైన శైలి పదానికి' మార్గం సుభోదకమవుతుందని నా భావన. ఆధునికతలో ఒక సౌలభ్యం ఏమిటంటే ప్రజల్ని ఆకర్షించే ఒక కల్పన ద్వారా, తన భావాల్ని కవి వ్యక్తీకరించడం ఓ శిల్పరీతి. కందుకూరి తన 'సరస్వతీ నారద విలాపము'లో ఒక సందర్భంలో 'అటు సుఖియింపుచుండగ......' అనే పద్యంలో 'రసం'ను ప్రయోగించినా భావాన్ని, వక్రమార్గాలతో చెడగొట్టకూడదని కూడా చెబుతారు.

'తెలియదు సుమ్మిప్పుడునా /పలుకుల యర్ధంబు నాకె భావముకేమిన్' అని కవికే అర్థం కాని శిల్పరీతుల్ని హేళన చేసారు. గురజాడ 'పూర్ణమ్మ'ను గమనిస్తే విషాదాంశాన్ని సవివరంగా ప్రదర్శించగల అన్నీ 'శిల్పరీతులు నిండుగా అక్షరబద్ధమనిపిస్తాయి. 'కొన్నాళ్ళకు పతికానిపోవచ్చెను /పుత్తడిబొమ్మను పూర్ణమను 'ఆమని రాగా దుర్గకొలనులో /కలకలనవ్వెను తారకలు' ఈ గేయంలో అనేక చోట్ల గురజాడ చేసిన పద చిత్రాలు పరితుల దు:ఖాన్ని తారాస్థాయికి తీసుకుపోతాయి. ఇలా శ్రీశ్రీ, చిలకమర్తి, విశ్వనాథ, కృష్ణశాస్త్రి వంటి వారి రచనల్లో ఎన్నెన్నో 'శిల్ప' చమత్కారాలు పాఠకులను ఆలోజింపచేస్తాయి. రసానుభూతిని కలిగిస్తాయి. ప్రాచీన సాహిత్యంలో జయదేవుని అష్టపదిలో 'యది హరిస్మరణే సరసంమనో” అనే సందర్భంలో విలాస శబ్దము సరసశబ్దమునకు సమానార్ధకముగ ప్రయోగించిన తీరు రసాస్వాద జన్యమైన మనోవిలాస కారకమనే చెప్పాలి. 'మను చరిత్ర'లో వరూధిని మూర్తిని ఏ చిత్రకారుడు చిత్రించని విధంగా కవి చిత్రించిన తీరు 'చూచి ఝుళం ఝుళత్కటలే సూచితవేగ పదారవిందయై' అద్భుతం. ఈ పద్యంలోని శిల్పచాతుర్యం గమనిస్తే వరూధిని చిత్ర పటం పరితల మాట్లాడుతున్నట్టే భ్రమకు లోనవటం తథ్యం. 'కుమార సంభవము'లో నన్నెచోడుడు 'కల కల నవ్వునట్లు తమ కంబునగన్గవవిచ్చి భ్రూలతల్', సూరన తన ప్రభావతీ ప్రద్యుమ్మము'నను 'కలకల నవ్వునట్లు తెలిగన్నుల నిక్కము చూచినట్లుతో' అనే పద్యములలో రసవర్ణ 'చిత్రాలు' కనిపిస్తాయి. లయ, రసం, భాష, హోయలు, సంగీత ధ్వని వంటి వాటిలో ఆయా కవులు చేసిన కవిత్వీకరణలో ఏదో ఒక మూర్తిని చిత్రించటమే కాకుండా, అనేక ప్రాణిప్రవర్తితమైన ఒక కథను 'వస్తువు'గా తీసుకొని తదనుగుణంగా గుణ, శీల, అనువర్తనలతో సృష్టికి ప్రతి సృష్టి చేసిన చమత్కారం దృగ్గోచరమవుతుంది.

మహాభారత 'కవిత్రయం'లో ముగ్గురి 'శైలి' విభిన్నం. ఆ గ్రంధానికి అంతటి సౌశీల్యత, సౌగంధం అలవడటానికి ఈ సుగుణమే ముఖ్య కారణమునుకోవాలి. ఎత్తిన నన్నయను గురించి చెబుతూ ఆయనను ఏనుగుతో పోల్చిన చిత్రం 'ఉన్నత గోత్ర సంభవము నూర్జిత సత్త్యము భద్ర జాతి సం... అదే విధంగా తిక్కనను గూర్చి 'తనకావించిన సృష్టి తక్కోరుల చేతం గాదు నా నేముఖం...' ఈ రెండు పద్యాలు 'హరివంశము'లోనివే, ఎత్తిన సౌశీల్యం, హృదయ మేథలో వారిరువురి చిత్రాలను మనందరి 'చిత్త'ములలో ముద్రించిన విధముల్లో ఆయన 'శైలి' చాతుర్యం, వర్ణనానైపుణ్యం శ్లాఘనీయమనిపిస్తాయి. భారతమంతా 'వర్ణ'నామయం. శైలిని వర్ణములతో ముంచి సృజియించిన అద్భుతకావ్యం. అది తెలుగు వారి అదృష్టం. వర్ణనలకు, అక్షరరమ్యతను అద్ది రాజును గురించి నన్నయ్య చెప్పిన పద్యం 'రాజుకులైకభూషణుడు రాజమనోహరుడన్యరాజలే'. అద్భుతమైన శబ్దాలంకార సౌందర్యసహిత 'శిల్పం'తో ఏకలవ్యుని వర్ణించిన తీరు గమనించాలి 'తేజిత బాణహస్తు దృఢదీర్ఘమలీమసకృష్ణదేహుగ'

– – అయన తన రచనలో చివరి పద్యంగా చెప్పిన శరద్రాతి వర్ణన 'శారదరాత్రులు జ్వలల సత్తరతారక హార పంక్తులన్' ఇలా ఆయన యొక్క ఉభయ రచనల అనుసంధానంలో సొంపు చెడకుండా తన అనుసృజనను ఆవిష్కరించారు. తిక్కన నాటకీయశైలిని కూడా గమనించాలి "ఎవ్వని వాకిట నిభమద పంకంబు / రాజభూషణ రజోరాజినడగు" ధర్మరాజు రాజత్వమును అమోఘమైన పదగుంఫనములో పరిమళభరితం చేసారు.

యుద్ధ రంగంలో అర్జునుని రథము యొక్క తీవ్రగతిని తెలియజేస్తూ 'బలమెల్లన్ వెట రెండు పాయలుగా శుంభద్వేగుడై చొచ్చియా,' మరో సందర్భములో ద్రోణార్జునులు పరస్పరబాణ ప్రయోగాన్ని పరికించిన సైనికులు ఆ శరాల చిత్రగతిని అభివర్ణిస్తాడు. 'ద్రోణుడు రయమున నేసిన' అనే సందర్భంలో తిక్కన 'కందపద్య' రచనా చమత్కారం ఆయన నాటకీయ 'శిల్ప'మునకు వన్నెలెద్దినదని చెప్పక తప్పదు. కవి చోడప్ప తిక్కను 'ముందుగ జను దినములలో 'కందమునకు సోమయాజి ఘనుడందురు' అని ప్రశంసలు కురిపించాడు. అది నిజమేననిపిస్తుంది. 'బిందుపూర్వజకార' ప్రాసతో నడచిన ఈ కందం 'సంజయ! మురభంజనునిద/నంజయునింజీరికింగొనడు కర్ణండిం" శ్రణానందరకరం ఆ 'శిల్ప' చమత్కారం. 'ష్ట' ప్రాసతో కర్ణ పర్వంలో తిక్కన చేసిన విన్యాసం 'దృష్టాంతము సెప్పెదనని...' కాకి – హంస కథలో స్పష్టం. ఇహ నన్నయ్య వర్ణనాశిల్పంలో మెచ్చదగినవి ఎన్నెన్నో ఉన్నాయి. ఈయన రచన సంస్కృత పద ప్రచురంగా ఉంటుందనేది లోకవిదితం. 'అవనీనాథులనేకులుండగ విశిష్టారాధ్య తార్యుల్ మహీ' శిశుపాలుడు కృష్ణుని ఆక్షేపిస్తూ పలికిన పలుకులు పరితులకు సహితం 'ములుకులు' వలే తాకుతాయనడంలో అతిశయోక్తి లేదు. ఇలా మహాభారతంలో ఎన్నెన్నో 'శిల్ప' విన్యాసాలను 'కవిత్రయం' చేసారు.

ఆధునిక సాహిత్యంలో 'శిల్ప' రీతులను ఎవరికి వారుగా తమ సౌలభ్యానికి దగ్గరగా వాడుకున్నారు. గురజాడ అప్పారావు 'మారుతున్న కాలానికి ఒదగని ప్రాచీనతా వైరుధ్యాలన్నిటిని నిరసిస్తూనే, ప్రజా కవిత్వానికి కావలిసిన ముఖ్యమైన శిల్పరీతులను తెచ్చారు. 'గుత్తనా ముత్యాల సరములు/కూర్చకొని తేటైన మాటల' ద్వారా కవిత్వంలో వాస్తవికతకే, సామాజిక అవగాహనకే ప్రాధాన్యమిచ్చారు.

వ్యవస్థలో క్రమేనా మార్పులు అనివార్యమయినాయి. సమాజహితం కోరే సాహిత్యం సహితం సమాజరీతులను తనలో కలుపుకుంటూ ముందుకు సాగింది. సమస్త సాహితీ ప్రక్రియలకు ఈ సిద్ధాంతం వర్తిస్తుంది. ఈ మార్పులు కారణంగా అసమగ్రంగానో, సమగ్రంగానో సామాజిక సిద్ధాంతాలు రూపాంతరం చెందాయి. 'శిల్పం'లో కూడా మార్పులు వచ్చాయి. 1930ల నుండి సామ్యవాద సాహిత్య సిద్ధాంతం క్రమంగా అభివృద్ధి చెందింది. కనుక వర్తమానంలో 'శిల్పం' అనటం కన్నా కుందర్తి వారన్నట్లు 'టెక్నిక్' అంటేనే బాగుంటుదనుకుంటాను.

38.ప్రతీకల కవిత్వం... "గుడిసెలు కాలిపోతున్నె"

"మనుషులందరూ ఒక్కటే... కాకపోతే కొన్ని వర్ణాల వారు కొంచెం ఎక్కువ... కొన్ని వర్ణాల వారు కొంచెం తక్కువ... అయినా మనుషలంతా ఒక్కటే"నని ఐదు దశాబ్దాల క్రితమే ముళ్ళపూడి వారు జోకేరు... సీరియస్ గానే... నిజమే... వర్ణ వ్యవస్థ ఏర్పాటు వెనుక హిందూధర్మం ఎన్నో రకాలైన శాస్త్ర ధర్మాలను వివరించింది. 'మనిషిని మనిషి దూరంగా ఉంచడం' ఏ ధర్మమో బహుశా వివరించలేదు. వర్ణాలు ఎలా ఏర్పడ్డాయి అనేదానికి కూడా శాస్త్ర చర్చలతో సాక్ష్యాలు చూపినవారున్నారు. అంటరానితనం నేటికి కూడా నేరమే కానీ... ఆ నేరం ఓ సామాజిక న్యాయంగా కొన'సాగు'తుండటం గమనార్హం. సాహిత్యంలో దళితవాదం ఓ ఉద్యమంగా కొనసాగింది. త్రిపురనేని రామస్వామిచౌదరి, నార్లవెంకటేశ్వరరావు, జాషువా, ఆ కోవలోనే డా॥ బోయిభీమన్న కూడా ఈ ధోరణిలో తన సాహిత్యాన్ని వెలువరించారు. కొకలూరిఇనాక్ వంటి వారు కొనసాగిస్తున్నారు.. కొనసాగవలసిన అవసరం ఇంకా ఉందనటమే విషాదం. "భీమన్న గారు భిన్న దృక్పథాల కూడలి. అయినా ఆయన ప్రధాన దృక్పథం దళిత శంఖారావాన్ని పూరించడమే 'పాలేరుకు పుట్టిన నేను మామలకు (మాల, మాదిగలకు) ఋషి వారసత్వం అందించానని 'భీమన్న గారే చెప్పుకున్నారంటారు' కె. ఆనందన్ గారు. 'నేను ఏ పల్లెనో జనించినను కానీ విశ్వమెల్లను నాదిగా విసిరినాను' (పంచమస్వరం) అని భీమన్నగారంటారు. ఇక్కడ గమనించదగిన అంశమేమిటంటే భీమన్న గారు దళితపదం పట్ల అయిష్టతను ప్రదర్శించిన దాఖలాలు లేవు. చాలా రచనల్లో 'తాను మాలవాడినని' స్పష్టంగా ఆత్మాభిమానంతో చెప్పుకొన్నారు. దళితంటే ఎవరో కూడా ఆయన 'పంచమస్వరం' లో వివరిస్తూ.

మాలమాదిగపేట ప్రగ్గుచున్న

దీనులందరూ దళితులే దేశమందు

కలిమితో పైకివచ్చిన దళితులెల్ల

అగ్రగాములె, దేశనాయకులె, దొరలెనంటారు.

'పద్మశ్రీ' డా. బోయిన భీమన్న సామాజిక చైతన్యాన్ని ఆశించి రచనలు చేసిన సాహితీమూర్తి, తెలుగు సాహిత్యాన్ని సుసంపన్నం చేసారు. ఓ మారుమూల పల్లెలో పాలేరు ఇంట పుట్టి స్వయంకృషితో కేంద్ర సాహిత్య అకాడమీ, పద్మశ్రీ పురష్కారలందుకున్నారు. అంటరానితనం, పేదరికం ఆయనకు

అనుభవాలు, దురాచారాలను చూసాడు. చలించిపోయారు. తీవ్రంగా వాటిని నిరసించారు. అంబేద్కర్ రచించిన 'కుల నిర్మూలన' పుస్తకాన్ని తెలుగులోనికి తర్జుమా చేసారు. డా॥బోయిభీమన్న 1911 సెప్టెంబర్ 19న తూర్పుగోదావరి జిల్లా, మామిడికుదురులో జన్మించారు. 2005 డిశంబర్ 16న తన 94వ యేట మరణించారు. పుల్లయ్య, నాగమ్మలు అతని తల్లిదండ్రులు వీరికి పంచపాండవులు వలే ఐదుగురు పిల్లలు వారి పేర్లు కూడా పాండవులు పేర్లే. భీమన్న గారు 1935లో బి.ఎ. పరీక్ష పాస్సె, 1937లో బి.యిడి పూర్తి చేసారు. వీరి "గుడిసెలు కాలిపోతున్నాయి' ఈయనకు కేంద్ర సాహిత్య అకాడమీ పురష్కారం (1945)కి లభించింది. 'పద్మశ్రీ' పురష్కారం (1973) అందుకున్నారు. ఆయనకు దాదాపుగా అన్ని విశ్వవిద్యాలయాలు పురష్కారాలందించాయి. భీమన్న గారి రచనల్లో భిన్నత్వం కనిపిస్తుంది. కుల, మతాలకంటే మానవతే గొప్పదని నమ్మిన మానవతావాది.

భీమన్న గారి రచనలలో 'గుడిసెలు కాలిపోతున్నె (1973) రచనను ప్రత్యేకంగా పేర్కొనాలి. ఈ కావ్యంలో ఏడాదికోసారి దళితులు గుడిసెలెందుకు కాలిపోతున్నాయో, మరలా కొత్త గుడిసెలు మాత్రమే ఎందుకు వస్తున్నాయో ఓ క్రొత్త ప్రశ్నాత్మక పంథాలో వివరిస్తారు. ఓట్ల కోసం వచ్చే వారిని నిలదీసే చైతన్యం దళితుల్లో కలగాలనే ఆశయం ఈ కావ్యంలో కనిపిస్తుంది. చీమలను శ్రామిక దళితులుగా, పాములను దోపిడిదారులకు ప్రతీకలుగా చిత్రిస్తారు. దళితుల మధ్య సమైక్యత అవసరమని ప్రబోధిస్తారు. కవితలు, నాటకాలు, వచన రచనలు అన్నింటిలోనూ దళితస్పృహ, చైతన్యం వంటివి విస్తారంగా చర్చిస్తారు. ఆయన రచనలో సంప్రదాయకత, ఆధునికత వడుగుపేకలా ఉంటాయి. ఆయన రచనాభివ్యక్తి ప్రత్యేకం. గద్యమయినా, పద్యమయిన, వచనమైన ఈ ధోరణి స్పష్టంగా దృశ్యమానవుతుంది. ప్రతీకలు, నూతనవర్ణాలు, వినూత్న కవి సమయాలు, సరిక్రొత్త భావచిత్రాలు కనిపిస్తాయి. ఆచార్య మేడిపల్లి రవికుమార్ గారన్నట్లు 'వెయ్యేళ్ళ తెలుగు సాహిత్యంలో కవులందరూ' 'మిన్నులతో రాయి సువర్ణ సౌధాలనే' దర్శించారు. మట్టిపొరలతో మమేకమై ఉన్న పూరి గుడిసెలను పట్టించుకున్న పాపాన పోలేదు. ఇటువంటి ప్రయత్నం ఆధునిక కవిత్వంలో కనిపిస్తుంది. అటువంటి వారిలో బోయి భీమన్నది స్థిరమైన స్థానం."

'గుడిసెలు కాలిపోతున్నె'లో గుడిసెలు కేవలం గుడిసెలు కావు. ఒకానొక భావానికి ప్రతీకలు. భీమన్న గారే 'గుడిసెలు కాలిపోతున్నె అంటే, అవి కాలిపోతే మాకేం అనుకోకండి. ఇప్పుడు కాలిపోతున్నట్టివి వట్టి గుడిసెలే కాదు. ఆ గుడిసెల్లోని అజ్ఞానము, అబలత్వమూ, చీకటి, ముురికి కూడా కూలిపోతున్నె' అని అన్నారు. ఈ భావనతోనే కవి 'గుడిసెల్ని కాల్చేశారు...' గుడిసెలు కాలిపోవాల్సిందేనని హెచ్చరిక చేసారు. శీర్షికలో ఓ ప్రతీకాత్మకత కనిపిస్తుంది. బోయిభీమన్న గారు తన కవితాప్రస్థానాన్ని ప్రస్తావిస్తూ 'ఆకాశంలో పద్యంగా ప్రవహించిన వాన్ని దూకి, గేయంలో పడ్డాను/అక్కడి నుండి గెంతిగద్యం మీద పడ్డాను' అన్నారు. ఎందుకిలా అనేది కూడా ఆయన వివరించారు. బోయిభీమన్న గారి 'గుడిసెలు కాలిపోతున్నె' రచనకు నేపధ్యంలో ప్రాచీన భారతదేశ వర్ణాశ్రమధర్మాలు గురించిన చర్చ కూడా అవసరమే. ఈ 'ధర్మమే' ఊరిచివర 'గుడిసెలకు' కారణమయింది. 'గుడిసెలలోని అజ్ఞానము' ఈ వర్ణాశ్రమ పుణ్యమే! అందుకే అంబేద్కర్ తన

'కులనిర్మూలన' గ్రంథంలో 'కుల వ్యవస్థ నిర్మూలించనిదే భారత సమాజానికి ముక్తిలేదంటారు'. 'గుడిసెలు కాలిపోతున్నై/ఎవరి గుడిసెలో పాపం/ మాలమాదిగలవే అయి ఉంటాయి/గుడిసెలు ఎవరికుంటే? వర్ణాశ్రమ వ్యవస్థలోని ధర్మాన్ని, అధర్మ రహస్యాన్ని కూడా విప్పి చెబుతూ 'అదే మన ధర్మంలోని రహస్యం' అంటారు. రహస్యం తెలిస్తేనే 'ఛేదన' సాధ్యమవుతుంది. అసలు గుడిసెల్ని సృష్టించిందెవరు? 'భవనాలు' (దోపిడికి ప్రతీకలు) ఈ రెంటి మధ్యనున్న పరస్పర సంబంధాన్ని 'సృష్టికర్తనే మర్చాలి' అనే కవితాఖండికలో 'హూరి గుడిసెల్ని సృష్టించింది మేడలైతే/మేడల్ని నిర్మించింది హూరిగుడిసెలే/స్వార్థానికి అమాయకత్వంబలి/ అమాయకత్వానికి స్వార్థంపులి' అనే వాఖ్యానంలో ఎటువంటి వ్యవస్థను ఆశిస్తున్నారో స్పష్టం. సమాజంలో ఆటవిక న్యాయం అనాదిగా ఉన్నదే. నేటికి ఉన్నది. మనుషుల మధ్య వర్ణాల విభజన ఉంది. తద్వారా ఓ 'వన్య వ్యవస్థ' ఏర్పడిందని భీమన్నగారంటారు. పులులు – సింహాలు – నక్కలు – తోడేళ్ళు, గొర్రెలు ఉన్న సమాజమిది. మనుషులనే జంతు ప్రతీకలుగా చెప్పుకుంటారు. కవి. 'గొర్రెవుకాకు' కవితలో మానవ సమాజం ఒక మహారణ్యంలా/ఉండాలంటాడు కేపిటలిస్టు/సింహానికి బర్రె, తోడేలుకు గొర్రె/డేగకు పాపురం, గోవుకు గడ్డి/ స్వేచ్చగా దొరకాలంటాడు అని హెచ్చరించటం వెనుక జాగ్రత్తలు కూడా ఉన్నాయి. కాని ఇది 'జూ' కాదు. అరణ్యం కాదు. ఇదో 'రేసు కోర్సు' అంటారు. బోయిభీమన్న. కవితలకు 'వ్యంగ్యం' కొన్ని సందర్భాల్లో 'బలం'. పతంజలి. వంటి వారు బలంగానే ఈ విషయం చెప్పారు.

భీమన్న గారు తన 'టుమ్రీ'లలో ఓ సామాజిక స్వభావాన్ని ఎంతో సరళంగా చెబుతారు. 'బలం కలవాడు పులి/తెలివిగలవాడు నక్క/ఈ ఇరువర్గాలకూ ఆహారంగా/ బ్రతుకుతున్న మూర్ఖులు గొర్రెలు. ఇక్కడ మరో విషయాన్ని ఆయన బలంగానే చెప్పారు. సమాజంలో గొర్రెలు, పులులే ఉన్నాయి. బలం గల జాతి, బలహీనజాతి, దోపిడిదారు

– దోచుకోబడినవారు. నిజానికి ఇవే సమాజాన్ని నిర్దేశిస్తున్నాయి. తొంబైతొమ్మిది మంది శ్రమజీవుల 'శక్తి' ఇద్దరి పెట్టుబడిదారుల 'సంపద' కనుకనే భీమన్న గారు కూడా 'నాలుగు వర్ణాలన్నది హిందూయిజం/రెండు వర్ణాలన్నది కమ్యూనిజం/ఈ వర్ణ విభజన వర్ణ విభజనా కూడా/పులీ నక్క కలిసి చేసినట్టిదే ఇవే కదా గొర్రెలను తినేది. మరో ముగింపు వాక్యంగా 'నాడెంతో నేడూ అంతే /అదే పులి! అదే నక్క అవే గొర్రెలు/ ఎంతో విశాలమైన భావ ప్రకటన.

వర్తమానంలో 'రాజకీయం' వ్యక్తులను 'మనుషులుగా' పరిగణించటం లేదు. కేవలం ఓట్లుగానే చూస్తున్నది. మతం, కులం ఇవే పదవులకు మంత్రాలు. డబ్బు వెదజల్లి 'గొర్రెలను కొనటం సర్వసాధారణ ప్రక్రియ అయిపోయింది. మనిషి ప్రాణానికి, కష్టానికి విలువ లేదు. ఐదేళ్ళకొకసారి మాత్రమే అతడిని 'మనిషి'గా చూస్తారు. ఓటు రూపంలో/నోటు పడేసి... ! 'బానిసల జాబితా' అనే కవితలో 'ఓటు'తో 'మా ప్రాణాలు తోడేస్తున్నారు / మా గుడిసెలు తగలబెట్టేస్తున్నారు. బానిసలకుండే సుఖశాంతులు సైతం /మా పేద ఓటర్లకు లేవు మహాప్రభో చివరిగా ఈ దేశంలో పేదలకు వోటుండటం/ప్రక్కలో పాముండటమేనంటారు.

ఈ 'గుడిసెలు కాలిపోతున్నె'లో ఇటువంటి ఎన్నెన్నో విశేషాలు, శ్లేషాలు, చిత్రాలు, బోధలు కనిపిస్తాయి. శిల్పం, కవిత్వం వంటివి 'కవిత'ను ఎంతో ఆర్ద్రత, ఆవేదనలతో చదవరులను కట్టిపడేస్తాయి. ఎంతో వస్తువైవిధ్యం కనిపిస్తుంది. అజ్ఞానం, అవివేకం, పేదరికం వంటివి కాలిపోవలసివి అయితే 'గుడిసెలు కాలిపోవలిసిందే' 'తిరగబడవలసిందే'. హక్కులు కోసం కాదు... స్వతంత్ర్య జీవిక కోసం. వ్యక్తిత్వ అస్తిత్వాల కోసం. దేశమంటే మట్టికాదోయ్ దేశమంటే మనుషులోయ్ అన్న గురజాడ మాటననుసరించి ఇది 'వన సమజాం' కాదు 'జన సమాజం' ఇక్కడ వర్ణాలు కాదు... 'వ్యక్తులు'గా గుర్తింపు అవసరం. అణచబడిన వర్ణాలు ఆక్రోశం చరిత్రపుటల్లో యుద్ధాలుగా మిగిలిపోతే జాతిజీవనానికి కొనసాగింపు ఉందదు. జాతీయ కవులను సహితం 'జాతి' కవులుగా ఎంపిక చేసుకొంటున్నరు కాని... వారి కవిత్వంలోని జాతీయతావాదాన్ని మాత్రం అనుసరించరు, అమలుపరచరు. జాషువా తరువాత అంత బలంగానూ దళితులను గూర్చి కవిత్వం వెలయించిన కవి పద్మశ్రీ డా॥ బోయిభీమన్న గారు. 'ఓ అహంకార కులాగ్రేసర!' 'నా హక్కులేనో నాకిలా పారేయ్!' 'హే పీడిత పిరికజనమా!' 'ఇవిగో మీ హక్కులు!' 'అధికారంతో అనుభవించండిక'

చివరిగా

"మైనారిటీ మతంలో కులాలుండే

ఆధునిక కులం మరో కులాన్ని

అనగద్రొక్కలని చూస్తే

ఆ అనచివేతకు గురయ్యే

కులం వైపు నేను నిలబడతాను" అన్న పెరియార్

ఇ.వి.రామస్వామి గారి వాఖ్యానాన్ని తన సాహిత్యం ద్వారా మరోసారి సమాజానికి ప్రతీకాత్మకంగా కవిత్వీకరించిన కవి పద్మశ్రీ డా॥ బోయిభీమన.

39. వేమన దృక్పథంలో ఆచార సంప్రదాయాలు

"ఆయన యోగమంతా అన్వేషణ, అన్వేషణలో అందివచ్చిన అనుభవాలను ఆటవెలదుల్లో అలవోకగా లోకానికందిచాడా మహానుభావుడు. ఆయన సూక్తి ఆయన అంతర్యక్తికి అద్దంపట్టిన అభివ్యక్తి. ఆయన అంతస్సాధన ఆయనకు ముక్తినిచ్చిందో లేదో కానీ, సూక్తిలోని శక్తి మాత్రం జాతికొకనూత్న వ్యక్తిత్వాన్ని ప్రసాదించింది' అంటారు. ఆచార్య జి.వి.సుబ్రహ్మణ్యం. వేమన సాధకుడు. సాధనకు భక్తి– విశ్వాసం బలం. కానీ వేమన భక్తి కన్నా వివేకాన్ని నమ్ముకున్నాడు. విశ్వాసంపైన ఆయనకు 'విశ్వాసం' లేదనేవారున్నారు. భక్తి, విశ్వాసాలు 'ఆచార సంప్రదాయల' వెనుకుంటాయి. తరతరాలుగా దేవుడు, భక్తి, విశ్వాసం, సంప్రదాయాలలో కొన్ని మంచి, చెడుగులున్నాయనే విశ్వాసులున్నారు. కానీ... మితిమీరిన విగ్రహారాధన, అవివేకంతో కూడిన సంప్రదాయలు, పాటింప వీలులేని, కేవలం కొన్ని వర్గాలుకే పరిమితమైన 'విజ్ఞానం' వంటివి వేమనకు నచ్చలేదు. వేదం చదివామని చెప్పేవారిలో 'వివేకం' శూన్యమవటం వేమనకు తెలుసు. దేవాలయాల ముసుగులో జరిగిన దారుణాలు, వ్యాపారాలు నాటి సమాజంలో ఓ చీకటి దృశ్యాలను చిత్రించిటం ఆయన చూసారు. స్త్రీలను పురుషాధిక్యతో దేవదాసీలుగా చిత్రించటం వెనుక స్వార్థపరుల కుట్రలు వేమన గ్రహించారు. వేశ్యలు వెనుకపడి 'విత్తం' పోగొట్టుకొని 'వెర్రివారయిన' విటుల జీవితాలు, వారి కుటుంబాలలోని విషాదం ఆయన గ్రహింపుకొచ్చిన అంశం. స్త్రీ ఔన్నత్యాన్ని చెప్పే శాస్త్రాలు ఆమెనో భోగవస్తువుగా పరిగణించిన విషాదం నాటి సమాజపు 'సహజరీతి'గా చలామణి కావటం వేమన గర్హించాడు. కనుకనే ఆయన తన పద్యాల్లో ఆచార సంప్రదాయాలను 'గొప్పవిగా' అంగీకరించలేకపోయాడు. కారణం... ఆనాటి సమాజంలోని ఒక వర్గపు ఆధిపత్యపోరు. కుహన సంప్రదాయవాదుల విలాసవంతమైన జీవితాల వెలుగు మేసినకు ఆలోచింపజేసాయి. దృష్టిలో మనిషే దేవుడు. ఆయన మతం – మానవతావాదం 'బాపడనగనేమి? భక్తుడనగనేమి? /జోగియనగనేమి? సొంపులేక ఎన్ని పేరులైన ఇనజుడు (యముడు) పనితీర్చు' అనే పద్యం ఈ వాదాన్ని బలపరస్తుంది.

ఆచారాలు పాటించేవారిలో చిత్తశుద్ధి శూన్యతను వేమన గమనించాడు. నేటి సమాజంలో కూడా ప్రచారం కోసమే భక్తి, ఆచారాలు పాటించేవారున్నారు. డబ్బు, ఖర్చును బట్టి తమ స్థాయికి తగిన పూజలు, భజనలు చేస్తున్న భక్త శిఖామణులున్నారు. ఇటువంటి వారి కోసమే ఆత్మ శుద్ధి లేని ఆచార మదియేల/ భాండ శుద్ధి లేని పాకమేల/చిత్తశుద్ధి లేని శవపూజయేలరా?" అని ప్రశ్నించారు. వేదం చదినవారు వివేకలుగా ప్రవర్తంచక అనైతిక కార్యాలు చేయటం వేమన చూసాడు కనుకనే 'వేదవిద్యెల్ల వేశ్యల వంటివి/భ్రమలు పెట్టి తేటపడగనీవు/గుప్త విద్య యొకటే కులకాంత వంటిద'న్నారాయన.

ఆనాటి కర్మకాండలలోని డొల్లతనాన్ని వేమన నిరసించాడు. ఇవన్నీ పురోహితల భుక్తి కోసమేమనని ఆయన తెలుసుకున్నాడు. 'పిండములను జేసిపితరుల దలపోసి/కాకులకును పెట్టు గద్దెలార/పియ్యితినెడికాకి పితరు డెట్టాయెనో" అని ప్రశ్నించడం వెనుక ఆవేదనతో కూడిన 'దోపిడిదారుల' వ్యాపారా సూత్రాల సంకెళ్ళను ఆయన చాటి చెప్పారు. ఇందుకు కారణం కూడా ఉంది. ఆనాటి సంఘంలో యజ్ఞయాగాలు చేసేటప్పుడు యజమాని భార్య, తాను వ్యభిచరిస్తే ఎంతమందితో పోయిందో సూచించడానికి అన్ని గడ్డిపోచలను పెట్టాలని ఓ ఆచారం. ఇది సమంజసమా? ఇటువంటి ఆచారాలను వేమన వ్యతిరేకించాడు. దేవుడంటే ఎవరు? ఎక్కడున్నాడు. కనిపించని దేవుడిని గొప్పగా కీర్తించి, కనిపించే మనిషిని జాతి, కుల, మత వివక్షలతో, ఆర్థిక అసమానలతో వేధించే మనుషులను వేమన దూషించాడు, ద్వేషించాడు. అసలు దేవుడెక్కడున్నాడని నిలదీశాడు. 'దేవుడనగ వేరె దేశమందున్నాడె? / దోషితోడనెవ్వుడు దేహంది/వాహనములనెక్కి వీడి దోలుచున్నాడు. మనిషిని నడిపించే జీవచైతన్యమే దేవుడు. పాడి, పంట, రైతు, తల్లి, తండ్రి, మానవత్వం ఇవే దైవస్వరూపాలుగా వేమన సిద్ధాంతకరించాడు.

వేమన కాలం నాటి అనేక ఆచారాల్ని, నమ్మకాల్ని వేమన దుయ్యబట్టాడు. ఈ అంతరంగం వెనుక ఆంతర్యం ఆమాయకులైన ప్రజలను పేదవారుగా మార్చి, వారిని ఆకలి చావులకు గురిచేసే మతాధికారుల మౌఢ్యపు చేష్టల తిరస్కారం ఆయనది. స్వర్గంపై మమకారం కన్నా, రంభాదులపైన ఆశ నాటి మత పెద్దలు చెప్పే బోధనలలో ఎక్కువగా ఉండేది. యజ్ఞం చేసిన తండ్రి, తనయుడు మరణిస్తే, ఇద్దరికి ఒకేసారి రంభ సంపర్కం లభిస్తే... అప్పుడు వాళ్ళిద్దరూ వావివరసలు తప్పి పాపం చేయరా? ఇదేమి ఆచారమని వేమనవాదం 'తల్లితో రమించే తండ్రి యజ్ఞము చేసి/తనయుడట్టే రంభ దసర గూడె/తల్లిని రమియింత్రు దబ్బర విప్రులు' అని ఎత్తి చూపాడు వేమన. 'ఒక సత్కార్యం నిమిత్తం స్వార్థత్యాగం కన్నా ఉ త్తమమైన బలిదానం ఏమున్నది? అనేది వేమన ప్రతిపాదన. యజ్ఞయాగాదుల ఫలంను గురించి భగవద్గీత, వేదాలు చెప్పిన సారాంశాలను ప్రక్కన పెట్టి 'స్వంతపైత్యాలను' ప్రచారం చేసుకొని, వాటినే సత్సంప్రదాయాలుగా, ఆనాదిగా వస్తున్న ఆచారాలుగా పేర్కొన్న కుహానా పండితులపైనే వేమన ధ్వజమెత్తారు. 'సోమయాజి బట్టి సొద్ల వ్రాసెను రంభ/యొండె సోమయాజినొంగబెట్టి/క్రతవు జేయు ఫలము కల్లెరా చేజేత' అని విమర్శించిన వేమనను తప్పు పట్టలేం కదా? ఈ రోజుల్లో 'కట్నం' తీసుకోవడం ఓ 'సామాజిక స్థాయి'గా భావించే మగవారున్నారు. అదేవిధంగా ఆరోజుల్లో 'ఓలి' ఇచ్చే ఆచారం ఉండేది. (ఇప్పటికీ తక్కువ కులాల్లో 'ఓలి' ఆచారం – ఉందేమోనంటారు ఆరుద్ర గ్రామాల్లో 'ఓలి తక్కువని గుడ్డిదాన్ని పెళ్ళాడితే నెలకు ముప్పయి కుందలు నీళ్ళాడుతాయ'నే సామెత ఉంది. ఇది తప్పనేవారున్నారు. మనువు కూడా తన 'ధర్మశాస్త్రం'లో దీనిని నిషేధించారు. 'లోభము చేత శుల్కం తీసుకుంటే మనిషి బిడ్డలను అమ్ముకున్నటే కదా' (3–51). వేమన ఇదే తాత్పర్యాన్ని 'పేదవాడైనా సరే 'పిల్లనిస్తాను' అని చెప్పి పరుషంగా పైడి అడగకూడదు.

పైడి అడిగితే బిడ్డను (చెర) బట్టినట్టే' అన్నాడు. కలిమి జూచియయ్య కాయమిచ్చినయట్లు/ సమనకియ్యనదియుసరసతనము/ పేదకిచ్చె మనువు పెనవేసినట్టుందు' అంటారు వేమన ఆచార్య

వ్యవహారాల్లో 'శకునములు'కు ప్రాధాన్యత ఇస్తారు. విధవలు ఇందుకు పనికారారు. వేమన ఇక్కడ కూడా తన పదునైన విమర్శనాస్త్రములు సంధిస్తారు. శకునం అనగా పక్షి అని అర్థం. పక్షులకు శకునాలకు సంబంధం ఉంది. ఇది వేరే విషయం. 'శకునశాస్త్రం' కూడా ఉంది. శకునాలు ఆరు రకాలుగా విభజించారు. వీటిని నిరసించిన వేమన 'మంచి శకునములనెయెంచక పెండ్లాడు/వారలోకరు వేరు వసుధలోన/జనుల కర్మములను శకునముల్ నిల్పునా' అంటాడు. జాతకాలు, అటు ఆరు తరాలు ఇటు ఏడు తరాలు చూసి పెండ్లాడిన వారు కొట్టుకొని విడిపోయి, కోర్టు గుమ్మాలు ఎక్కుతున్న వర్తమాన కాలంలో దేనిని నమ్మాలి? ఈ విషయాన్ని సూటిగా 'విపులెల్ల కూడి వెర్రి కూతలు కూసి/సతిని పతిని గుర్చ సమ్మతముగా/మును ముహూర్తముంచ ముందెట్లు మోసెరా' ప్రశ్నించిన వేమనకు 'సమాజం' సమాధానమివ్వలేదు.

వేమనది వితండవాదం కాదు. మానవతావాదం. మనిషే దైవం మనిషిని సేవించడమే దైవదర్శనం అన్నాడాయన. ఆరుద్ర తన 'వేమన్న వేదం'లో చెప్పిన వ్యాఖ్యానం గమనించదగ్గది. 'సోకార్ధన ప్రవక్ష్యామి యదుక్తం గ్రంథకోటిభి:/ పరోపకర: పుణ్యాయ పాపయ పర పీడనం 'కోటి గ్రంథాల్లో చెప్పిన దాన్ని నేను అర్ధశ్లోకంలోనే చెప్తాను. పరులకు ఉపకారం చేయ్యడమే పుణ్యం. పరపీడనమే పాపం అనే శ్లోకార్ధం వేమన జీవిత సందేశం. వేమన భాష స్వచ్ఛమైనది. వాడిగలది. శైలి సరళం సాటిలేనిది. ఆయన ఉపములు, పోలికలు సహజంగా సరిక్రొత్తగా, గంభీరంగా, వియత్తలాన్నుంత వెలిగించే మెరు తీగల్లాగా ఉంటాయి. కొన్ని విషయాలను గూర్చి ఆయన వెలుబుచ్చిన అభిప్రాయులు నాటి కాలానికే కాదు... ఆధునిక కాలానికి కూడా వర్తించేటట్లుగా ఉంటాయి.

'తెలుగు ప్రజలు వేమన కవిత్వాన్ని అధికంగా అభిమానిస్తారన్న డా॥ పోప్ వ్యాఖ్యానం అక్షరసత్యం. తెలుగు భాష వేమనకు ఋణపడి ఉంది.

40. సమాజ నగ్నరూప దృశ్యం "మూడు కథల బంగారం"

"....ఆ అతాట్టితో ఆడు ఏటి జేస్తాడు? పన్నులేస్తాడు, పరిపాలిస్తాడు. అయితే, పెజల్ని పరిపాలిచ్చడానికి ఇన్ని పన్నులక్కర్లేదు. కానీ ఆడు అక్కర్లేని పన్నులోసూల్జేసి ఆడు చావుపడి ఆడి సంపోటర్సుని బాగు చేస్తాడు. ఆడి సపోటర్సూ అంటే ఆళ్లెవరల? ఆళ్లంతా కూడా ఆళ్ల జెబ్బల బలమ్మీదే ఆ రాజుని నిలబెట్టినోళ్ళన మాట. మనం మన దొంగరాబడి ఓటా ఎసుకున్నట్టే ఆళ్ళు కూడా ఓటాలేసిస్సుకుంటారన్న మాట..." దొంగనోట్టు చలామణి చేసే నారాయుడు బంగారిగాడికి చెప్పిన మాటలివి... సూర్రావెద్దు సాచ్చిగా...

సాహిత్యం నుంచి సమాజం ఆశించేదేమిటి? సమాజం నుంచి సాహిత్యం స్వీకరించేదేమిటి అనే ప్రశ్నల నడుమ జవాబులను వెతికి చూపీఆయన నవల తీసుకుంటుంది. తెలుగు నవలలో వాస్తవికత ఇందుకు ఉదాహరణగా చెప్పుకోవాలి. నవలను రచించే వారంతా 'సమాజం' నుంచి తమకేమి కావాలో స్పష్టంగా నిర్వచించుకొన్న తరువాత వేదిక మీదకు వస్తారు. రుగ్వేదంలోని ఊర్వశీపురూరవల దగ్గర నుంచి ఐతరేయ బ్రాహ్మణంలోని శునశ్శేపోఖ్యానము వరకు వచ్చిన కథలలో ఆధునిక నవల ప్రారంభమయిందనే సిద్ధాంతం వెనుక ఓ సామాజిక చైతన్య సూత్రానికి నాంది కాదనలేం. క్రమానుగతిలో ఊహకల్పనలకు తిలోదకాలిచ్చి 'వాస్తవిత'ను చిత్రించింది తెలుగునవల. ఆంగ్ల సాహిత్యంలో మొదటినవలా రచయిత 'డేనియల్ డిఫో' (1659) నుంచి మన 'రాజశేఖర చరిత్రము' వరకు, ఆ తరువాత జరిగిన నవలా ప్రయాణంలో 'వాస్తవికత' మహోత్తరమైన పాత్రను పోషించింది. 'కార్యాకారణ సంబంధం కలిగిన జీవితం 'వాస్తవిక జీవితం' అంటారు వల్లంపాటి వారు. అందవికారమైన, అసహ్యకరమైన, జుగుప్సాకరమైన విషయాలు వాస్తవికతావాదానికి అస్పృశ్యాలు కావు. ఇక్కడ మరో గమనించదగ్గ అంశమేమిటంటే 'వాస్తవిక నవల' జీవితం ఎలా ఉందని మాత్రమేకాక, అలా ఎందుకుందో కూడా చెబుతుంది. కంటికి కనిపించిన ప్రతి చిన్న విషయాన్ని ఎలాంటి వక్రీకరణలు లేకుండా రికార్డు చేసినప్పుడే 'పరిశుద్ధమైన చరిత్ర' అవుతుంది. సమజాంలోని 'ఆ కోణం' కూడా సచిత్రంగా దృశ్యమానమవుతుంది. ఈ కోవకు చెందినదే రాచకొండ విశ్వనాథశాస్త్రి 'మూడు కథల బంగారం' పైన ఉదహరించిన సంభాషణ ఒక్కటి చాలు రా.వి. శాస్త్రి గారు ఈ రచన చేయటం వెనుక గల కారణం. ఈ కథలో ప్రధానమైన కథలు 'వియత్నం విమల వృత్తాంతం' 'బంగారిగాడికత' 'బంగారు బాబు కథ' 'బంగారయ్య గారి కథ' పేర్లు వలన కూడా నవలా ఇతివృత్తం అర్థమవుతుంది. కానీ... రా.వి. శాస్త్రి గారు కథను నడిపించడంలో భాష, యాసలను 'కవిత్వీకరించటం' కనిపిస్తుంది. శాస్త్రిగా రచనాశైలిలోనే ఒక విధమైన (వ్యంగ్యాత్మక ధ్వని, ఆలోచింపజేసే కవిత్వపు అలవరస ఉన్నాయి.

నవలకు ముందు మాటలో రచయిత "నేను సృష్టించాలనుకున్న కొన్ని పాత్రలు అవి సృష్టించబడ్డాక అవి నావశం తప్పి పారిపోగా వాటిని నిలబెట్టి ఆపడంలో ఆలస్యం" అయిందంటారు. ఈ మాటలు సహజ దృక్కోణం నుంచి పాత్రలలో పరకాయ ప్రవేశం చేసిన రచయిత అంతరంగాన్ని

ఆవిష్కరిస్తాయి. సహజత్వం కోసం కొన్ని పాత్రలకు 'ఇంటి పేర్లు కూడా ఉన్నాయి. 'మన తెలుగు వాళ్ళకి ఇంటి పేర్లు కూడా ఉంటాయి. కాబట్టి కొన్ని పాత్రలకు ఇంటి పేర్లు పెట్టాను. కాని, అటువంటి పేర్లు గల వ్యక్తులు నిజంగా ఉన్న నాకు తెలీదు అని కూడా చెప్పుకున్నారు రచయిత.

'మూడు కథల బంగారం' నవలలో 'అవినీతి'కున్న అక్టోపస్ టెంటికల్స్ రూపాలను దర్శింపజేస్తారు. సమాజంలో నీతి ఒక్కశాతం. అటువంటి వారు సమాజంలో కష్టాలను ఎదుర్కొంటారు. అవినీతి సమాజంలో అత్యంత సహజమైన ప్రక్రియగా జనం అలవాటు పడిపోయారు. వియత్నం విమల తండ్రి నీతిగా బ్రతికినవాడే. 'నమ్మలేని నిజాలు' ఎలాంటివో విమల తండ్రి నిజాయితీ కూడా అంతే... 'అతను నిప్పురవ్వ, నిర్మలాకాశం, వజ్రపుతునక' అంటారు రచయిత కానీ... అటువంటి పాత్రకున్న ముగ్గురు కూతుర్లలో 'విమల' ఒకతే. ఇద్దరన్నలూ కూడా ఉన్నారు. విమల అక్క సరళ (సరళకుమారి) తండ్రికి కట్నం బాధ తప్పించాలనుకుంది. చిలకల అంజనేయదాసుతో వెళ్ళిపోయింది. అతని పేరే 'చిలకల'దాసు మరి. సరళ గాజు బొమ్మలాంటిది. ఆమె మనసు వెన్నపూస. అయితే బొమ్మ కనిపిస్తుంది. మనసు కనిపించదు. గాజు బొమ్మల్ని జాగ్రత్తగా చూసుకోవాలి. లేకుంటే విరిగిపోతాయి చిలకలదాసు సరళను తీసుకోపోయాడు కానీ... జాగ్రత్తగా చూడలేదు. మోసపోయిన సరళ... సముద్రంలో తేలింది. తరువాత దాసింటికి విమల వెళ్ళింది. "వాడింటికి వెళ్ళి వాణ్ణినా ఎడంకాలి చెప్పుతో చితకొట్టెను." అని తన బావకు చెప్పింది. ఎందుకు చెప్పింది. విమల అక్క మొగుడు మరి. మామ గారి పేదతనం తెలుసు కూడా... కనుక విమలను ఉచితంగా తన భార్యగా చేసుకుందామని 'ఆమె'నే అడిగాడు. అందుకామె మర్యాదగానే తన బావకు 'దాసు' గురించి చెప్పింది. ఆమె బావ 'మర్యాదస్తుడు' కనుక విమల చెప్పిన విధానం అతనికి నచ్చింది. చచ్చినట్టు వెళ్ళిపోయాడు. విమల కథలో చివరి ఘట్టం తనను పెళ్ళి పీటల మీద కట్నం ఇస్తే గాని పెళ్ళి చేసుకోనన్న పెళ్ళి కొడుకును "నువ్వు నాకు మొగుడిగా ఉండలేవు. అంచేత ఇక నుంచి కనీసం నా పెళ్ళంగా అయినా బతుకు, ఫో" అని అతన్ని రెండు చేతులతోనూ వెనక్కి తోసేసింది. ఇది జరిగినప్పుడు అక్కడ పకోడీలు అమ్ముకుంటున్న యువకుడు భయపడ్డాడు... అక్కడ నుంచి బయటపడ్డాడు. అలా తన తండ్రితో వీరవనిత విమల జీవిత రణరంగంలోకి దూకింది.

రెండో కథ బంగారుబాబు కథ. అతను పుట్టిన ఆరు నెలల వరకు బంగారంలాగానే ఉండేవాడు. ఆరు నెలల తరువాత ఏదో 'జబ్బు వలన 'మాడిపోయాడు' అయినా ముద్దుగా అందరూ అతనిని 'బంగారుబాబు'నే పిలుచుకానేవారు. అదలా స్థిరపడిపోయింది. అతనికో అక్క చెల్లి ఉన్నారు. బంగారుబాబు తండ్రి ఓ ప్లీడర్ గుమస్తా. అతనికి చిన్నతనంలోనే 'ఈ జీవితంలో బాధల్ని జయించడానికి బంగారం పనికొస్తుందని' తెలిసొచ్చింది "బంగారం బంగారం 'ఓ హెూ' బంగారం" అని కూడా అనుకున్నాడు. కానీ... అతని తండ్రి ఓ రోజు చనిపోయాడు. బంగారు బాబుకు "జీవితం అతనికి ఏమి చూపించిందో చావు కూడా అదే అతనికీ చూపించినట్టుంది అనిపించింది." తండ్రి శవం చూసాకా! తరువాత అతని బావ ఆ కుటుంబాన్ని ఆదుకున్నాడు. తల్లి బంగారం చెరిపించి చెల్లి, అక్కలకు బంగారు గాజులు, దుద్దులు చెయించింది. క్రమంగా మధ్య తరగతి జీవితంలో పరిస్థితులు కుదుటుపడ్డాయి. అక్క చనిపోయింది. బావ రెండో రెండో పెళ్ళి చేసుకున్నాడు. బంగారుబాబుకు, చెల్లికి అతడి స్నేహితుడు ఇల్లే

వారిల్లుగా మారింది. ఇలా కొన్నాళ్ళు గడిచింది. ఒకరోజు చెల్లి కనిపించలేదు. బంగారి గాడికి ప్రాణం పోయినట్లనిపించింది. చివరకు తెలిసింది. అతని చినబావ "నాలుగు రోజుల నాటుసారా కోసం" చెల్లి బంగారు దుద్దులను తీసుకొనేందుకు నా చెల్లిని అతను చంపేసాడు. బంగారానికి అతని చెల్లి బలైపోయింది. 'ఆ దినం బంగారం నా జీవితానికి నాంది వాక్యం' ఆ తరువాత కథ 'బంగారి గాడి కథ' బంగారయ్య కథ ఈ రెండు కథలు ఎవరి కథలో నేనిక్కడ వివరించను. అందరికి తెలుస్తుంది. బంగారి గాడి కథలో సూర్రావు హెడ్డు కథ ప్రత్యేకమయినది. ఆయనను పరిచయం చేస్తూ రా.వి. శాస్త్రి గారు తన ముందు మాటలో "అవినీతితో ఎక్కువ సంబంధం సహవాసం (స్నేహం కాదు) అవినీతిని అరికట్టవలసిన వాళ్ళకే ఎక్కువ ఏర్పడుతుంది. అసహ్యం, నిర్లిప్తత, అభిమానం, ఆలింగనము అన్నీ కూడా అవినీతి యెడవ ఏర్పడానికి అందుచేతనే – పోలీసుల్లోనే ఎక్కువ అవకాశం ఉంటుంది. అందరూ పోలీసు వారు కూడా ఇందులో సూర్రావు షెడ్డు లాంటి వారేనని నేను అనను. కానీ, పోలీసు ఫోర్సులో అటువంటి వాళ్ళు చాలా మంది ఉండటానికి ఎక్కువ అవకాశం ఉందని నేను అనగలను. అంటున్నాను" అంటారు. ఈ విషయం చాలు సూర్రావు హెడ్డును గురించి పరిచయానికి... ఒకానొక కేసులో బంగారి గాడు పోలీసులకి దొరికిపోయాడు. కాదు... తన బంధువని నమ్మిన ఒకానొక పోలీసు "బంగారం విషయంలో" ఎస్సైకి అప్పజేప్పేసాడు. "మనిషి కష్టం బంగారం మనిషి మాయ బంగారం" అని తెలుసుకొన్నాడు. అంతేనా పోలీసోడి ఇంటరాగేషన్ దెబ్బ కూడా రుచి చూసాడు.

ఈ క్రమంలో సత్తరకాయుడు గాడు, సిత్తరలేగ్గాడు, సిలకముక్కుగాడు పరిచయమయారు. అదంతా మరో కథ. తొండముదిరి ఊసరవిల్లి అయినట్టుగా దొంగలు, పికాకెట్ గాళ్ళు, సారాయి వ్యాపారాలుగా ఎదుగుతారు. పెద్ద మనుషులుగా చలామణి అవుతారు., ఉన్నతమైన సర్కిల్స్ పెంచుకుంటారు. 'బంగారుబాబు' 'బంగారిగాడు' బంగారయ్యగా ఇలా ఎదిగే క్రమంలో ఆయా పాత్రలకు తారసపడే వివిధ మధ్య, క్రింది (భైరాగినాయుడు, రామచంద్రయ్య) వర్గాల పాత్రలు, వాటి వలన బంగారయ్యలో కలిగిన మార్పులు క్రమంగా రచయిత వివరంగా చేస్తారు. ముందు మాటలోనే పోలీసుల గురించి "మరొక్క విషయం చెప్పవలసి ఉంది. వారిలో ఎవరెంత నీతిమంతులైనా సరే ఎవరెంత అవినీతిపరులైనా సరే వారు ఆ నీతికి నిలబడిగానీ, ఆ అవినీతికి లోబడి గానీ ఏనాటికి ప్రజల పక్షం ఉండరు. ముమ్మాటికీ ఎల్లప్పుడూ తమ ప్రభుత్వ పక్షమే ఉండి తీరుతారు. ఈ మాట అన్ని దేశాల్లోనూ నిజం. మన దేశంలో మరీ నిజం" అంటారు. ఇది వంద శాతం నిజం నేటికి కూడా...! విమల వంటి నిజాయితీ, ధైర్యం, తెగువ గల స్త్రీలను 'సమాజం' చూసే చూపు, వేసే ముద్ర వంటివి శాస్త్రి గారు తన దృక్కోణం నుంచే రాసారనిపిస్తుంది. ఆయన నేనెందుకు రాసాను అనే వ్యాసంలో "లోకం డబ్బున్న వాళ్ళు డబ్బు లేని వాళ్ళు వుంటారని, వాళ్ళకీ వీళ్ళకీ మధ్య చాలా తేడాలుంటాయని నాకు తొమ్మిది లేక పదోయేట నుంచి బాగా తెలుసు. డబ్బులో వుండే సౌఖ్యాలు, లేమిలో వుండు దుఃఖాలు, ధనం కప్పించే గొప్ప గర్వం మదాంధత. లేమి కప్పించే నిస్పృహ నైచ్యం, దైన్యం అవన్నీ కూడా నా జీవితంలో నేను బాగా తెలుసుకొన్నాను... నా మనసుని ఆ బాధ, ఆ ఆవేదన పట్టుకు వదలటం లేదు. మరింక వదలదు" అని వివరిస్తారు. మూడు కథల బంగారం ఇదంతా కనిపిస్తుందని, విమల, విమల తండ్రి, బంగారి గాడి

చెల్లులు, బంగారయ్య, సుగ్రావ్ హెడ్డు, అమ్మలుసత్రకాయిలు ఇలా... ఎన్నెన్నో పాత్రల్లో ఈ మొత్తం కథనం వినిపిస్తుందని నేననుకుంటాను. చదువరులు అనుకొంటారు. ఇక్కడ మరో విషయం ప్రస్తావనార్హం. రా.వి.శాస్త్రి గారికి నిష్కల్మషమైన ప్రేమ గురించి కూడా తెలుసు అటువంటి ప్రేమ గురించి ఓ కథ కూడా రాసారు. విమల బంగారయ్యల ప్రేమ వివాహం రచయితకున్న ప్రేమ పట్ల భావన చెబుతుంది. విమల 'బంగారం' అని బంగారయ్యని పిలువటం, ఓ పిల్లాడిని కని మరణించటం వంటి సన్నివేశాలు, విమల కోసం బంగారయ్య మారటం జీవిత నాటకీయతకు చిహ్నలు. ఎందుకంటే సమాజంలో ఇవి సహజమే కదా అనుకోవాలి. ఈ నవల ముగింపు కొంతమంది చదువరులకు నచ్చకపోవచ్చు కానీ... రచయిత హృదయంలో "ప్రతి రచయిత కూడా రెండు, మూడు లేదా ఎన్నోకొన్ని మజిలీలు చివరకు ఈ మంచి చెడ్డల క్రాస్ రోడ్సుకి వస్తారనీ రాక తప్పదని నేను నమ్ముతాను అప్పుడు అతను పాఠకుడికి తను ఏ మార్గం చూపించాలో నిశ్చయం చేసుకుంటాడు.

ఆదారంట వెళ్ళమని అందరికి చెప్తాడు." అనే రచయిత భావాలను ఆకళింపు చేసుకొన్న పాఠకులుకిది ఆమోదయోగ్యమే, ఓ మనిషి బంగారం కోసం ప్రారంభించిన ప్రయాణంలో బంగారం కన్నా బంగారం వంటి మనిషి లభ్యమయితే క్రొత్త జీవితం కోసం ఆరాటం, పాత జీవితంపై రోత కలిగితే బంగారయ్యలు సమాజంలో ఎందుకు తయారవరు? అని భావిస్తారు...!

రాచకొండ విశ్వనాథశాస్త్రి గారు "మూడు కథల బంగారం" నవలలో ప్రతీ పాత్రను పరిచయం చేసే క్రమంలో చక్కని వర్ణనలుకు చోటు కల్పిస్తారు. విమల కుటుంబం గురించి "బంతిపువ్వ లాంటి మా అమ్మ మనసులో భగ్గు భగ్గన మంటలెందుకు? పాపాల కట్నాల వాళ్ళకే అవినీతి బంగారపు బిందెలెందుకు? మా అన్నల గుండెలకి బదులు నిండా అంతలేసి రాతి బండలెందుకు? మా వదినెల కళ్ళలో

ఆ నాగుపాము పడగలెందుకు... చిలకదాసు గురించి "అతను తెలుగు సినిమాల మీద పెరిగాడు." వియత్నం విమలను గురించి వజ్రాలధనం, బంగారయ్య, వైట్ హార్స్ (డాక్టర్) భైరాగినాయుడు, రామచంద్రయ్య తదితరులతో అనేకరకాలుగా చెప్పిస్తారు. వాటిలోనే ఆమె వ్యక్తిత్వంను తెలియజేస్తారు. ఇది ఆయన 'మోడస్', మొదసంటే రచనా విధానం, శైలి అన్న మాట. ఆయన సంభాషణ చాతుర్యం. వాటిలో కనిపించే కవిత్వపుచ్చాయలు అబ్బురమనిపిస్తాయి. "నవలను వర్ణనాత్మక సూత్రాలతో మాత్రమే విశ్లేషించవలసిఉంటుందని" వల్లంపాటి వారి అభిప్రాయం. పాత్రలకు వాడిన భాష కూడా వాస్తవికంగా కనిపిస్తుంది. నవల వివరించే జీవితంలో భాష కూడా ఒక భాగం. వస్తువులో భాషకు తగిన కవిత్వం రా.వి. శాస్త్రి గారి రచనల్లో కనిపిస్తుంది. కవితామయమైన వచనం ఆయన స్వంతం. "మూడు కథల బంగారం"లో రచనలో కూడా ఇది ప్రదర్శితం.

బ్యూరోక్రసిలో వివిధ రంగులు కనిపిస్తాయి. అవినీతి, నీతి (కొంచంగా) దౌర్జన్యం, ఆశ్రితపక్షపాతం, చట్టంలోని లొసుగులు, నాయకులు, అధికార్లు ఇలా పరస్పరాశ్రిత వర్గలు ప్రజలను దోచుకుంటున్న వేళ, ప్రజలు మాత్రమే త్యాగాలు చేయాలని నిర్ణయించే సమయంలో వీరిని ఎలా మార్చటం అనేది ఓ మిలియన్ డాలర్ల ప్రశ్న. ఈ ప్రశ్నకు సమాధానం రావిశాస్త్రి గారే బంగారయ్య చేత

చెప్పించారు. "దేశాన్ని పాలించే శాసనసభ్యులు, పార్లమెంట్సభ్యులు, మంత్రులు, ఉపమంత్రులు, ప్రధానమంత్రులు, ముఖ్యమంత్రులు, కమీషనర్లు, సెక్రటరీలు, కలక్టర్లు, టీచర్లు... వీరందర్ని ఎన్నుకానేముందు, నియమించుకానే ముందో వీరందరిలో ప్రతి ఒక్కరి చేత నిర్భందంగా ఏడాదిపాటు రోజుకూలీకి రాళ్ళు కొట్టించో, బొగ్గు తవ్వించో చేపలు పట్టించో, పడవలు నడిపించో... ఆరోజు కూలీ డబ్బులు మీదే ఆ ఏడాది బతమని శాసించి అమలు జరిపితే ప్రస్తుతం దేశాల్లో ఉన్న చట్టాల పరిధిలోనే కొంత మంచి పరిపాలన జరగవచ్చునని తెలుసుకున్నాను. అది నిజమని నేను నమ్ముతాను" ఇదీ బంగారయ్య జైల్లో తెలుసుకొన్న నిజం

"మూడు కథల బంగారం బంగారం" కేంద్రంగా వ్రాసినదే అయినా... మనిషి పతానానికి అది ఎలా మూల హేతువయిందో చెబుతారు. దశలువారీగా బంగారం వ్యక్తి స్థాయిని (ఏ) మార్చటంలో సమాజం నిర్ణయాలు ఎటువంటి వర్ణనలు అద్దుకుంటాయో చెబుతారు. మంచి లేదని కాదు... చెడు మాత్రం కావలసినంత ఉందంటారు. రచయిత చేసిన రచనల్లో ప్రతి రచయితీ కూడా తను ఎవరి మంచి కోసం రాయాలో నిర్ణయించుకోవలసుంటుంది. "ప్రతీ రచయితా కూడా తను ఎవరి మంచికోసం రాయాలో ఎప్పుడో ఒకప్పుడు నిర్ణయించుకుంటారని నేను అనుకుంటాను. రచయిత ప్రతివాడూ తాను రాస్తున్నది ఏ మంచికి హాని కల్గిస్తుందో ఏ చెడ్డకి ఉ పకారం చేస్తుందో అని ఆలోచించవలసిన అవసరం ఉందని నేను తలుస్తారు. మంచికి హాని, చెడ్డకి సహాయవూ చెయ్యకూదదని నేను భావిస్తాను." అంటారు మూడు కథల బంగారం అటువంటి బంగారం లాంటి రచనే...!

41. 'గోదావరి' తాత్విక ఆర్జతలను ఆవిష్కరించిన 'కవి'

కవి అనుభవాన్ని వ్యక్తం చేయటమే కాక పాఠకులకు అనుభూతి ద్యోతకమయ్యేలా చేసేదే కవిత్వం. కవితోపాటు పాఠకుడూ అనుభవానికి కారణం అయ్యేది ఒక్క కవిత్వం మాత్రమే. కవిత్వం ఒక తీరని దాహం అన్నది అందుకే. ప్రాపంచిక సూత్రాలు నడుమ కవిత్వం సామాన్య పాఠకులకు అర్థమవ్వదని జాషువా అంటారు. అనుభవం వచ్చేదయితే ఖచ్చితమైన అర్థాలు వివరించనవసరం లేదు తాను అనుభవించిన సామాజికతల సమతుల్యతలోని తాదాత్మ్యాన్ని, సాంద్రతను అక్షరబద్ధం చేయటం. అమూర్త పత్యాల, రాష్ట్రీయ సూత్రాల జీవితానుభవాలను దృశ్యమానం చేయగల శక్తి కవిత్వానికి ఉంది. అర్థ, శబ్ద విషయాలలో ఖచ్చితమైన నిష్పత్తిని, శబ్దం వలన రస ఉత్పత్తి కలిగించవచ్చని మలార్మే అని ఫ్రెంచికవి ప్రయోగాలు చేశాడు. ఫ్రాన్స్ లో దాదాయిస్టులు, ఇటలీ రష్యాలలో ఫ్యూచరిస్టులు పదాల చేత ప్రయోగాలు చేయించి అపజయం పొందారు. కవిత్వానికి కవి యొక్క అనుభవమే ఆ కావ్యం యొక్క అర్థసంవిధానాన్ని, ఆకృతిని నిర్ణయిస్తుంది. స్థూలంగా ఆలోచన చేస్తే కవిత్వంలోని వివిధ పద చిత్రాల పరస్పర సంబంధం వలన అర్థ సంవిధానం లభిస్తుంది. జీవితానుభవాన్ని, సజీవంగా అనుభూతికి దగ్గరచేయడమే కవిత్వం ధ్యేయం!

డాక్టర్ సి నారాయణ రెడ్డి గారు ఆత్మాశయ రీతి, వస్తు నవ్యత, భావనవ్యత, శైలి నవ్యత, రచన నవ్యత, ప్రక్రియబాహుళ్యం ఆధునిక కవితా లక్షణాలుగా చెప్పారు. కొన్ని కొన్ని భాగాలను గూర్చి రచించే కవిత్వంలోపై లక్షణాలు బాగా ఉ పకరిస్తాయి. అడవి బాపిరాజు, విశ్వనాథ, దేవులపల్లి, రాయప్రోలు, బసవరాజు అప్పారావు, వంటి వారు ప్రకృతిలో మమేకమై అద్భుతమైన కవిత్వం రాశారు.

గోదావరి, కిన్నెరసాని, కృష్ణ, పెన్నా, తుంగభద్రా వంటి నదులపై వారంతా అంత రాసిన కవిత్వానికి మిత్రులయ్యారు. నాగరికత తొలి సోపానాలు నదీ ప్రాంతాలు. నది మాటలు, అనుభూతి, అనుభవాలు నీటితో... ఒడ్డు ప్రాంతాలతో అద్భుతంగా చిత్రించిన వారి కవితా వైదుష్యం నిరుపమానం. గోదావరి కవిగా ప్రసిద్ధి చెందిన డా. ర్యాలి శ్రీనివాసు వంటి వారికి ఇవి పూర్తిగా ఒంటపట్టాయని చెప్పక తప్పదు. గోదావరి కవిగా పేరుపొందిన డాక్టర్ ర్యాలి శ్రీనివాస్ తను రచించిన కొన్ని వందల కవితలకు మాతృక గోదావరి అనటం అతిశయోక్తి కాదు. నది మాట, చైతన్యఝురి–గోదావరి వంటివి ఆయనకు ఆ నది తో అనుబంధం విడదీయలేనిదని అర్థమవుతుంది. నది మాటలు, నది జ్ఞాపకాలు, నది అనుభవాలు వంటి వాటితో తాను సహితం కలిసిపోయి అంతరాంతరాల్లో ఆ నదిని ప్రతిష్ఠించుకుని అక్షరాలకు

ప్రవాహపు ఒరవడి అద్దిన కవి డా. ర్యాలి శ్రీనివాస్. నదినీ ఇష్టపడేవారు నది ఒడి, వడంత పెరిగే సతత హరితమును తమలో కలిపేసుకుంటారు. దీపశిఖల వెలుగులో నది ప్రయాణమును పదాల పాదాలుగా వెలువరించి కనుచూపుకు కమనీయ రూపం కల్పించి మనసుకు ప్రశాంతతను ఇస్తారు. ఏదో గొప్ప కవిత్వపు ఫీటు. పడమటింటి సూర్యుడు / వెలుతూ వెలుతూ / బంగారు పువ్వాడి చల్లి / సేదతీరు తాడు / వికసించిన పుష్పంలా... / విరహంతో గోదావరి అనే పద చిత్రాల వెనుక మనసు నడిచే పాదముద్రలు లోని ఆనందం అక్షరాలు ఇవ్వగలుగుతాయి. ఒక్కసారి గోదావరిని చూస్తూ ఉండండి, మనసులోని ఎన్నెన్నో మూగతనాలను వృధా పరుస్తుంది. వెన్నెల, జాలరి, నీరు సేతువులు, దూమ శకటాలు పరుగులు, ఏకాకి జాలరి బ్రతుకు పోరు, అతనికి తోడు. నీటిలోని చేప ఆశ, తలపై ఎగిరే పేరు లేని పక్షి, ఆకలి, ఆశ, ఇలా ప్రతిది ఒక అక్షర చిత్రం.' జాలరీ నా అన్న వాళ్ళ కోసం / నీటి పైన నడుస్తాడు' అనే పద చిత్రం వెనుక కాన్వాసులోని తడిని ఏ 'నీటి చిత్రం' చెప్పగలదు. కోటిపల్లి రేవు కాడ 'ఆయ్.. అనే యాసతో 'అయినొళ్ళంతా నొళ్ళనిండా / కథలు నింపేశారు' అంటారు గోదావరి కవి.' అసలు గోదారొళ్ళంతా నోటి నిండా పలకరిస్తారని గోదావరి నీరు రుచి చెబుతుందని ముళ్ళపూడి వారు ఊరకనే చెప్పలేదు కదండీ బాబు. ఆ ప్రేమ అమృత వర్షిణి నా గోదావరి ప్రతి తల్లి అమృత వర్షిని, గోదావరి మరీ నూ...' గోదావరి ఏటిగట్టు / జీవగుట్టు '... నిజమే నది నీటి గలగల అలల మధ్య పడవ తీరం వదిలి దూరంగా జరుగుతున్న కొద్ది విశాలమవుతున్న ఆలోచనల రేవు పడవ పరిగెడుతున్నంతసేపు / ఏదో ఒక ఫిలాసఫీ నడుస్తూనే ఉంటుంది" అనటంలో నది యొక్క తాత్విక నిగూఢతను చెబుతారు శ్రీనివాస్.

వేదంలా ఘోషించే గోదావరి అన్నారు ఆరుద్ర. నీటి దారిలో ప్రయాణం నా జీవితాన్ని పునీతం చేసిందని చెప్పటంలో భారతీయ సంస్కృతి ఆత్మలోని సాంస్కృతిక మూలాలు మనిషి జీవితంపై ప్రభావమును చెబుతారు. మరో చోట విశ్రాంతి వ్యక్తిగత జీవితానికి సరిపోదు అంటున్న నది మాట అవిశ్రాంత జీవితం తనదని నిత్య చైతన్యం కోసం విశ్రాంతి లేని ప్రయాణం అనివార్యమని గోదారమ్మ చెబుతున్నట్లుగా చల్లని స్పర్శతో / నన్ను తాకిన నీటిపై నడక / బతుకు శిల్పానికి ఊపిరినిస్తూనే ఉంది / నీటిపై నడక / బతుకు మొలక.. ఇంతకన్నా ఆర్తిగా గోదావరిని గూర్చి మరెవ్వరు చెప్పలేరేమో.

ఇది శ్రీనివాస్. గోదావరి కవి గారిలోని ఒక కవితాత్మ స్పర్శ మాత్రమే తొంగి లోతులకు చూస్తే గోదావరి నది విశాల ప్రయాణం ఆయన కవితతో చేయాలి. ఆ కవితా ప్రయాణం నది పుట్టుకంత పురాతనం, విశాలం.

గోదావరి కవి తనతో ఈ ప్రయాణం ఆగకూడదని సాహితీగోదావరి వారంవారం కవిత్వం పేరుతో ఒక పిడిఎఫ్ పత్రికను వర్ధమాన రచయితలకోసం నిర్వహిస్తున్నారు. కవిత్వం నేర్పడం ధ్యేయంగా ఆయన ఈ యజ్ఞంచేస్తున్నందుకు ఆయనకు అభినందనలు.

రచయిత పరిచయం

పేరు తండ్రి : భమిడిపాటి గౌరీశంకర్

తండ్రి : నర్సింగరావు (లేటు)

తల్లి : అన్నపూర్ణమ్మ

జననం : పార్వతీపురం, 8-4-68

చిరునామా : పసారు వీధి, నరసన్నపేట,

శ్రీకాకుళం జిల్లా,

9492858395, 9000926234

వృత్తి : తెలుగు శాఖాధిపతి, శ్రీగాయత్రి కాలేజ్ ఆఫ్ సైన్స్ అండ్ మేనేజ్మెంటు,

మునసబుపేట, శ్రీకాకుళం.

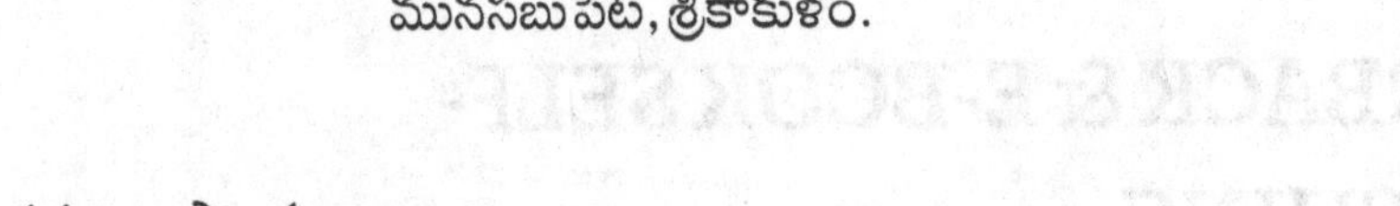

రచనావ్యాసాంగం:

130వరకు కథలు, వివిధ పత్రికల్లో వచ్చినవి, 100వరకూ వ్యాసాలు, డా.పులఖండం శ్రీనివాసరావుతో కలిసి శ్రీ కె. జెరావు, ఒకస్ఫూర్తి – ఒక దిక్సూచి గ్రంథ రచన, అవతార్ మెహర్ బాబా, క్రిష్ణదాసు ప్రచార గీతాలు,

30 జాతీయ 4అంతర్జాతీయ సదస్సుల్లో పత్ర సమర్పణ, ఈనాడు ప్రతిభకు ఇంటర్మీడియట్ పాఠాలు రచన. ప్రసిద్ధులతో అవధాన పృచ్ఛకునిగా వ్యవహరించుట,

ఇప్పటివరకు 9 పుస్తకాలు (కథలు, వ్యాసాలు) ప్రచురించడం జరిగింది. పురస్కారాలు:

2012 నోముల కథాపురస్కారం, రచన ఉత్తమ కథారచయితగా రెండుసార్లు, ఆంధ్ర సారస్వత పరిషత్తు ఉత్తమగేయ రచయిత, ఉత్తమ కథా రచయిత పురస్కారాలు, జిల్లా రచయితల సంఘం, టెక్కలి సాహిత్య సాంస్కృతి సమాఖ్య పురస్కారాలు, విశాలాక్షి పత్రిక ఉత్తమ కథకుడు 2019, రచన సంచికలో 10వేల రూపాయల కథకునిగా పురస్కారం, సాహితీ గోదావరి గౌరవ సంపాదక వర్గ పురస్కారం. సమాజసేవలో: వేదిక సేవా సంస్థ కార్యవర్గ సభ్యులు, దర్పణ సాంస్కృతిక సమాఖ్య కార్యదర్శి, యస్ఏఐడి సామాజిక సేవా సంస్థ ఉపకార్యదర్శి, శ్రీకాకుళ సాహితీ సభ్యులు, గరిమెళ్ళ సాహితీ సమాఖ్య, శ్రీకాకుళం జిల్లా రచయితల సంఘం కార్యవర్గ సభ్యులు, నరసన్నపేట రచయితల వేదిక ప్రధాన కార్యదర్శి పదవుల్లో కొనసాగటం. సాహితీ గోదావరి వారంవారం పత్రిక గౌరవ సంపాదకునిగా కొనసాగుతున్నాను.

KASTURI VIJAYAM

00-91 95150 54998

KASTURIVIJAYAM@GMAIL.COM

SUPPORTS

- PUBLISH YOUR BOOK AS YOUR OWN PUBLISHER.

- PAPERBACK & E-BOOK SELF-PUBLISHING

- SUPPORT PRINT ON-DEMAND.

- YOUR PRINTED BOOKS AVAILABLE AROUND THE WORLD.

- EASY TO MANAGE YOUR BOOK'S LOGISTICS AND TRACK YOUR REPORTING.